21ம் விளிம்பு

கிழக்கு பதிப்பக வெளியீடுகளாக சுஜாதாவின் புத்தகங்கள்

மீண்டும் ஜீனோ
நிறமற்ற வானவில்
நில்லுங்கள் ராஜாவே
தீண்டும் இன்பம்
ஆஸ்டின் இல்லம்
அனிதாவின் காதல்கள்
நைலான் கயிறு
24 ரூபாய் தீவு
அனிதா இளம் மனைவி
கொலை அரங்கம்
கமிஷனருக்கு கடிதம்
அப்ஸரா
பாரதி இருந்த வீடு
மெரீனா
ஆர்யபட்டா
என் இனிய இயந்திரா
காயத்ரி
ப்ரியா
தங்க முடிச்சு
எதையும் ஒருமுறை
ஊஞ்சல்
ஓரிரவில் ஒரு ரயிலில்
மீண்டும் ஒரு குற்றம்
விக்ரம்
ஆ..!
நில், கவனி, தாக்கு!
வாய்மையே சில சமயம் வெல்லும்
வசந்த காலக் குற்றங்கள்
சிவந்த கைகள்
ஒரே ஒரு துரோகம்
இன்னும் ஒரு பெண்
6961
ஜோதி
மாயா
ரோஜா
ஓடாதே
மேற்கே ஒரு குற்றம்
விபரீதக் கோட்பாடு

ஐந்தாவது அத்தியாயம்
மலை மாளிகை
விடிவதற்குள் வா
மூன்று நாள் சொர்க்கம்
பத்து செகண்ட் முத்தம்
கம்ப்யூட்டர் கிராமம்
இளமையில் கொல்
மேகத்தை துரத்தியவன்
ஒரு நடுப்பகல் மரணம்
நகரம்
இதன் பெயரும் கொலை
மண்மகன்
தப்பித்தால் தப்பில்லை
விழுந்த நட்சத்திரம்
முதல் நாடகம்
ஆட்டக்காரன்
ஜன்னல் மலர்
என்றாவது ஒரு நாள்
வைரங்கள்
மேலும் ஒரு குற்றம்
சொர்க்கத் தீவு
கனவுத் தொழிற்சாலை
ஆயிரத்தில் இருவர்
பதினாலு நாட்கள்
உள்ளம் துறந்தவன்
பிரிவோம் சந்திப்போம்
கரையெல்லாம் செண்பகப்பூ
இரண்டாவது காதல் கதை
நிர்வாண நகரம்
குருபிரசாதின் கடைசி தினம்
இருள் வரும் நேரம்
திசை கண்டேன் வான் கண்டேன்
ஆழ்வார்கள் - ஓர் எளிய அறிமுகம்
தேடாதே
விருப்பமில்லாத் திருப்பங்கள்

கை
விரும்பிச் சொன்ன பொய்கள்
ஆதலினால் காதல் செய்வீர்
நூற்றாண்டின் இறுதியில் சில சிந்தனைகள்
அப்பா, அன்புள்ள அப்பா
மிஸ். தமிழ்த்தாயே, நமஸ்காரம்!
சிறு சிறுகதைகள்
வாரம் ஒரு பாசுரம்
வானத்தில் ஒரு மௌனத்தாரகை
கடவுள் வந்திருந்தார்
அனுமதி
ஓலைப் பட்டாசு
சேகர், சிங்கமய்யங்கார் பேரன்
கம்ப்யூட்டரே ஒரு கதை சொல்லு
டாக்டர் நரேந்திரனின் வினோத வழக்கு
நிஜத்தைத் தேடி
பாதி ராஜ்யம்
சில வித்தியாசங்கள்
21ம் விளிம்பு
சின்னச் சின்னக் கட்டுரைகள்
ஜீனோம்
கற்பனைக்கும் அப்பால்
மனைவி கிடைத்தாள்
மத்யமர்
ஓரிரு எண்ணங்கள்
ரயில் புன்னகை
தோரணத்து மாவிலைகள்
விவாதங்கள் விமர்சனங்கள்

21ம் விளிம்பு

சுஜாதா

கிழக்கு

21ம் விளிம்பு
21m Vilimbu
by *Sujatha*
Sujatha Rangarajan ©

First Edition: April 2017
224 Pages
Printed in India.

ISBN 978-81-8493-720-6
Kizhakku - 977

Kizhakku Pathippagam
177/103, First Floor,
Ambal's Building, Lloyds Road,
Royapettah, Chennai - 600 014.
Ph: +91-44-4200-9603

Email : support@nhm.in
Website : www.nhm.in

kizhakkupathippagam
kizhakku_nhm

Kizhakku Pathippagam is an imprint of New Horizon Media Private Limited.

This book is sold subject to the condition that it shall not, by way of trade or otherwise, be lent, resold, hired out, or otherwise circulated without the publisher's prior written consent in any form of binding or cover other than that in which it is published and without a similar condition including this the rights under copyright reserved above, no part of this publication may be reproduced, stored in or introduced into a retrieval system, or transmitted in any form or by any means (electronic, mechanical, photocopying, recording or otherwise), without the prior written permission of both the copyright owner and the above-mentioned publisher of this book.

"

கஷ்டப்பட்டு விரதமிருந்து, அனுஷ்டானங்கள் செய்து மெய்வருத்தத்துடன் தரையில் உறங்கி, தாடி வளர்த்து இறுதியில் மலையேறி கடவுளைக் காண்பதில் ஒரு விதமான சிலிர்ப்பும், ஏறக்குறைய தெய்வத்தைச் சந்திக்கும் சைக்கலாஜிக்கல் அனுபவமும் ஏற்படுவது இயற்கையே! எல்லாக் கோயில்களையும் கொஞ்சம் கஷ்டமான இடங்களில் வைத்திருப்பதும், அலகு குத்திக் கொள்வதும், பூமியில் புரள்வதும், இந்தக் காரணத்துக்காகத்தான். குன்றின் மேலும், குகைக்குள்ளும் நம் தெய்வங்கள் ஒளிந்திருப்பதும் இதே காரணத்துக்காகத்தான்.

"

பொருளடக்கம்

1. செய்திகள் வாசிப்பது ராஜீவ்காந்தி / 09
2. பத்தமடை சித்ராங்கி / 13
3. Girls / 18
4. அபசுரமின்றி ஆடல் / 22
5. மல்ட்டி மீடியா / 26
6. மெ. சலவைக்காரி ஜோக் / 30
7. நாளை உலகின் முடிவு / 34
8. ஒரு சிறுகதை / 38
9. சுக சம்சாரத்துக்கு பத்து கட்டளைகள் / 45
10. தர்பர் / 49
11. கடைசியாக இவள் தனியாகத் தூங்குகிறாள் / 54
12. கல்லடி மரணம் / 59
13. டி.வி. / 64
14. எய்ட்ஸ் / 68
15. உங்களுக்கு நோபல் பரிசு வேண்டுமா? / 73
16. லிமரிக் எழுதிப் பாருங்களேன் / 78
17. உயிர்தான் பிரபஞ்சத்தின் மிகப் பெரிய அதிசயம் / 82

18.	2000 - ல் சென்னை நகரம்	/	86
19.	உங்கள் குழந்தைகளை அழைத்துச் செல்லுங்கள்	/	91
20.	ஒரு எக்ஸ்போர்ட் ரக சினிமா விமர்சனம்	/	97
21.	கடவுள் வேலை அபாயமானது	/	102
22.	என் சுண்டெலியைக் காணவில்லை!	/	106
23.	இந்திய கோர்ட்டுகளில் கேஸ் போட்டால் வக்கீல்களைத் தவிர யாரும் ஜெயிப்பதில்லை	/	112
24.	விஷம்	/	116
25.	சிங்கப்பூர் டைரி	/	122
26.	ஸ்விஸ் பாங்கில் சுஜாதா	/	127
27.	தாவோஸ் முன்னேற்பாடுகள்	/	131
28.	தாவோஸ் - 2	/	136
29.	என் ஸ்விஸ் பாங்க் அக்கவுண்ட்	/	140
30.	தாவோஸ் - 3	/	146
31.	மன்மோகனுக்கு வாரிசு	/	151
32.	ஜலதோஷம் பிடித்துக் கொள்ளாதோ?	/	156
33.	பிரதமருடன் பேசிய மூன்று வார்த்தை	/	161

34.	சிங்கப்பூரின் அடுத்த சுற்று	/ 165
35.	புறநானூறு	/ 170
36.	கோலாலம்பூர்	/ 173
37.	பிரமிக்க வைத்த இசை	/ 176
38.	டங்கல், காட் - இதெல்லாம் என்ன?	/ 181
39.	வேற்று கிரகத்தில்... உங்களுக்கு உறவினர் உண்டா?	/ 185
40.	தமிழில் ஒரு சாதனை	/ 190
41.	ஆண்பிள்ளைகள் பரதநாட்டியம் ஆடுவதை உடனே நிறுத்த வேண்டும்	/ 193
42.	லஞ்ச ஒழிப்புக்கு சில யோசனைகள்	/ 196
43.	ஏழ்மையின் பல முகங்கள்	/ 200
44.	நவீன சித்திரக்கலை துவங்கியது இப்படித்தான்	/ 204
45.	கோடி ஜோக்குகள் சொல்லிக் கொல்கிறவர்கள்	/ 208
46.	கணவன் மனைவியரிடம் பொய்கள்	/ 212
47.	நான் பிறந்ததே தப்பு	/ 215
48.	அழகான அந்தக் குழந்தைகள்	/ 218
49.	ஐடெக் இந்துமதம்	/ 221

செய்திகள் வாசிப்பது ராஜீவ்காந்தி 1

'கண்களை மூடிக்கொண்டு கற்பனை உலகில் சஞ்சரித்தான்.' என்று அறுபதுகளில் சில எழுத்தாளர் கள் எழுதிக் கொண்டிருந்தார்கள்.

இன்று கண்ணைத் திறந்துகொண்டே கற்பனை உலகில் சஞ்சரிக்க முடியும். கம்ப்யூட்டர் கணிப் பொறி உபயத்தால், VR வர்ச்சுவல் ரியாலிட்டி என்கிற சமாச்சாரம்தான் இந்த இயலில் லேட்டஸ்ட். 'கற்பனை உண்மை' என்று இதைச் சொல்லலாம். இது ஓர் அனுபவம். ஒரு கம்ப்யூட்டரால் உண்டாக்கப் பட்ட உலகில் உங்களை 'சென்ஸர்' மூலமும், இயக்கிகள் மூலமும் உண்மையைப்போல உலவ விடும் அனுபவம். சினிமா திரைப்படக் காட்சிகளில் அவர்கள் காட்டுவதைத்தான் நாம் பார்க்கிறோம். இந்த வி.ஆர். உலகில் காட்சிகளைப் பார்ப்பவர்கள் தீர்மானிக்கிறார்கள். இந்த உலகில் நுழைய சில பந்தாக்கள் உள்ளன. HMD (Head Mounted Display) 'ஹெட் மவுண்ட்டட் டிஸ்ப்ளே' என்று தலையில் மாட்டிக்கொள்ள வேண்டும். அதனுள் கண்களுக்கு எதிரே இரண்டு குட்டி டி.வி. திரைகள், கைகளில் 'டேட்டா க்ளவ்' என்னும் உறை போட்டுக்கொண்டு, பிரத்தியேகமான எக்ஸோ ஸ்கெலிடன் (Exo Skeleton) என்னும் உடை அணிந்துகொண்டு இந்த உலகத்தில் நுழைய முடியும். நீங்கள் அடுத்த வருஷம் வாங்கப்

போகும் வீட்டை இன்றே பார்க்க முடியும். முதலில் ஹால் தெரிகிறது. இதில் நுழைந்து நீங்கள் நடக்க, நடக்கக் காட்சி மாறும். ஹாலில் ஜன்னலைத் திறக்கலாம். திறந்தால் தெரியும் காட்சியைப் பார்க்கலாம். சுவற்றில் அடித்த பெயிண்ட் கலர் சரியில்லை என்றால் அதைச் சடுதியில் மாற்றிப் 'பச்சை வேணாம்பா' ... மஞ்சள் அடி' என்று ஆணையிடலாம்.

மாடிப்படிகளைப் பார்த்தால் அதன் மேல் ஏறலாம். மாடிப்படி இல்லாமலேயே ஏறி மாடி அறைக் காட்சிகளைக் காணலாம்.

இவ்வாறு வி.ஆரின் சாத்தியக் கூறுகள் இன்னும் பத்து வருஷத்தில் புரட்சிகரமான மாறுதல்களைக் கொண்டுவரப் போகிறது. குற்றாலம் போக வேண்டுமா... ரயில் ஏறாமல் மாம்பலத்தில் உங்கள் வீட்டு எட்டடி அறையை விட்டு விலகாமல் HMDயை மாட்டிக்கொண்டு குற்றாலம் என்று ஆணை தந்தால் போதும், அருவி தெரியும். சப்தம் கேட்கும். முப்பரிமாணத்தில் நீர் சொரிய கிட்டே கிட்டே போய் அருவி அடியில் குளிக்கலாம் நனையாமல்.

வி.ஆரின் எதிர்காலச் சாத்தியக்கூறுகள் சில பயமுறுத்துபவை. செய்தி வாசிப்பவர் டி.வி.ஸ்டூடியோவுக்கு வர வேண்டாம். அவர் போட்டோ போதும், அதை ஸ்கான் பண்ணிவிட்டு கணிப்பொறிக்குள் எடுத்துக்கொண்டுவிட்டால் போதும். 'அனிமேஷன்' முறைகளின்படி வாயசைப்பு, கண் சிமிட்டல் இவையெல்லாம் கணிப்பொறி சேர்த்துவிட, டைப் அடித்த செய்தியை வாசித்துக் காட்டும். எதிர்காலத்தில் கீழ்காணும் நபர்கள் டி.வி. செய்தி வாசித்தால் ஆச்சரியமில்லை.

ராஜீவ்காந்தி

ஸ்ரீதேவி

கொல்லங்குடி கருப்பாயி

உங்கள் மனைவி...

எதிர்காலத்தில் உண்மை, பொய் இரண்டுக்கும் வித்தியாசம் இல்லாமல் போய்விடும்.

இப்போதே அதிகம் வித்தியாசமில்லைதான்.

அண்மையில் கோவையில் ஒரு சிறுகதைப் பட்டறையின் போது, 'நிகழ்' பத்திரிகையில் மனுஷ்ய புத்திரன் எழுதிய 'கால்களின் ஆல்பம்' என்கிற கவிதையை வாசித்துக் காட்டிய போது, அது எவ்வளவு தூரம் கேட்டவர்களின் மனசைப் பாதித்தது என்பதைப் படித்து முடித்தபின் உணர்ந்தேன். பலபேர் என்னிடம் வந்து கைகுலுக்கினார்கள். ஒரு பெண்மணி மனுஷ்ய புத்ரனின் விலாசம் கேட்டு அவருக்குப் பணம் அனுப்ப வேண்டும். ஏதாவது செய்ய வேண்டும் என்றார், கண்களில் கண்ணீருடன்.

நல்ல கவிதைகளைத் தேர்ந்தெடுத்து வாசித்துக் காட்டி அடையாளம் காட்ட வேண்டியது என் போன்ற, பிரபலமெனும் தற்செயல் வெளிச்சத்தில் இருக்கும் எழுத்தாளர்களுக்கு முக்கியமான பணி என்பதை உடனே உணர்ந்து கொண்டேன். அந்த வகையில் நான் சிறு பத்திரிகைகளிலிருந்து எனக்குப் பிடித்தமான கவிதைகள் சில தேர்ந்தெடுத்து எனக்கே எனக்கென்று ஒரு சொந்தக் கவிதைத் தொகுப்பு வைத்திருக்கிறேன். அவைகளை நான் கொஞ்ச நாள் விட்டுத் துவக்கப் போகும் Poetry reading கூட்டங்களில் தெளிவாகப் படித்துக் காட்ட உத்தேசம். அதற்கு முன் அந்த அந்தரங்கத் தொகுப்பிலிருந்து சில உதாரணக் கவிதைகள்.

தமிழ்க் கவிதைகளின் தற்காலப் போக்கைக் காட்டும் நான்கு கவிதைகளை இங்கே தருகிறேன். முதலில் குமுதம் வாசகர்களுக்கு எளிதில் புரியக்கூடிய கவிதை. என் நண்பர் பாவண்ணன் எழுதியது.

'இடித்துச் சிதைத்தார்கள் ஒருநாள்
எங்கள் ஊர் ரயில்வே ஸ்டேஷனை
காரணங்கள் சொல்வதா கஷ்டம்...
பஸ்ங்க வந்து ரயில் அழிச்சாச்சு
வருமானமே இல்ல
ஊர்க்கு நடுவுல பஸ்ல ஏறுவானா
ஊர்க்கோடிக்கு வந்து ரயில புடிப்பானா?
என் இளமையின் ஞாபகம் வேற விதம்
ஒவ்வொரு மணிக்கும் ஓடும் ரயில்களுக்கு
வரிசையாய் நின்று சல்யூட் அடிப்போம்

குதிரை வண்டியில் வந்திறங்கி
கூட்டமாய் காத்திருப்பவர்களை
ஆலவிழுதில் ஊஞ்சல் கட்டி
ஆடியபடி பார்த்திருப்போம்
அரையணாவுக்கு நாவல் பழம் வாங்கி
ஆளாளுக்குத் தின்றபடி
மரங்கள் நடுவே பாதை போட்டு
ரயில்கள் போல நாங்களே ஓடுவோம்
தேடிவரும் அம்மா
எங்களைக் காண்பது ரயிலடியில்தான்
காலம் மாறிவிட்டது இன்று
என் பிள்ளை பார்க்க
ரயில் இல்லை இப்போது
அகால நள்ளிரவில் ஊளையிட்டுச் செல்லும்
சரக்கு ரயிலைக் காட்ட முடியாது
தண்டவாளம் மட்டும் இருக்கிறது
பழகின ஏதோ மிச்சம் போல

இந்தக் கவிதை வெளிவந்தது 'காலக்ரமம்' என்னும் பத்திரிகையில். ஆத்மாஜி ஆசிரியர். மொத்தம் 18 பக்கம். முழுவதும் கவிதைகள். மேற்சொன்ன கவிதை மிக எளிதில் புரிந்து கொள்ளக் கூடிய சிறுவயதில் நாம் பார்த்துப் பரவசப்பட்ட ரயில்களை ஞாபகப்படுத்தும் evocative கவிதை. கொஞ்சம் யோசித்துப் பார்த்தால் இழந்தது ரயில் மட்டும் இல்லை என்பது புரியாவிட்டாலும் பரவாயில்லை.

பத்தமடை சித்ராங்கி

2

உன் மூளைல என்ன களிமண்ணா என்று கேட்பதும் அதைப்பற்றி இதுவரை வந்த சுமார் 1500 ஜோக்குகளும் நல்லவேளை ஓய்ந்து போய்விட்டாலும், தமிழில் ஜோக்கியல், சின்ன வீடு, ப்ரா, காதலர்கள் பீச்சு சுண்டல், ஆபீஸில் தூக்கம் போன்ற Perennialகளைத் துறக்கவில்லை.

'தமிழ்ப் பத்திரிகைகளின் நகைச்சுவைத் துணுக்குகளில் 'சின்ன வீடு' என்று ஓர் எம்.ஃபில். ஆராய்ச்சி யாராவது செய்திருக்கிறார்களா தெரியாது. நான் சொல்லப் போவது மண்டையில் என்ன இருக்கிறது என்பதே!

நம் மண்டையில் இருப்பது நியூரான்கள். நுட்பமான நரம்பு செல்களின் இடையே இணைப்புகள் கார்ட்டெக்ஸ் என்கிற மூளையின் மெல்லிய (Cortex) மேல் பட்டையில் இங்கேதான் சிந்தனை, அறிவு, சிரிப்பு, காதல், அழுகை இவைகள் எல்லாம் உண்டாகி, வாழ்க்கை அர்த்தம் பண்ணிக் கொள்ளப் படுகிறது. இந்த நியூரான்களின் எண்ணிக்கை ஏழு பிலியனிலிருந்து பத்து பிலியன் என்று சொல்கிறார்கள். ஒரு பிலியன் என்பது நூறு கோடி. நம் கண்களிலேயே இருக்கும் ரெட்டினா திரையில் 100,000,000 புள்ளிகள் இருக்கின்றன டக்ளஸ் ஹாஃப்ஸ்டாடர் சொல்கிறபடி-

'என்னதான் நடக்கிறது உள்ளே? இத்தனை கோடி புள்ளிகளை 'அம்மா' என்கிற ஓர் ஒற்றை வார்த்தையாக ஒரு செகண்டின் பத்து பாகத்தில் மாற்றி அறிந்து கொள்ளும் சாகசம் எப்படி நிகழ்கிறது? இதை அறிவதுதான் முக்கியப் பிரச்னை' என்கிறார்.

இப்போது ஒரு நியூரான் எப்படி வேலை செய்கிறது என்று கண்டிருக்கிறார்கள். 'நியூரல் நெட்வொர்க்ஸ்' என்னும் புதிய இயலில்.

தமிழில் நவீன கவிதைகள் எல்லாமே அத்தனை எளிமை யானவை அல்ல. முன்பு சொன்ன பாவண்ணனின் கவிதையை விடச் சற்று அதிகமாகச் சிந்திக்க வைக்கும் கவிதை ஒன்றை அடுத்துத் தருகிறேன். அதை எழுதியவர் விக்ரமாதித்யன்.

போன வருஷச் சாரலுக்கு குற்றாலம் போய்
கை(ப்) பேனா மறந்து
கால்(ச்) செருப்புத் தொலைத்து
வரும் வழியில் கண்டெடுத்த
கல்வெள்ளிக் கொலுசு ஒண்ணு
கற்பனையில் வரைந்த
பொற்பாத சித்திரத்தை
கலைக்க முடியலியே இன்னும்.

'ஆகாசம் நீல நிறம்' என்ற தொகுப்பில் இருபத்திரண்டு ஆண்டு களுக்கு முன் வெளியான இந்த அபாரமான கவிதை ஏன் இது வரை கவனிக்கப்படவில்லை என்று கேட்டு விக்ரமாதித்யன் 'மேலும்' என்னும் பத்திரிகையின் மே 1993 இதழில் ஒரு கட்டுரை எழுதியுள்ளார். 'எனக்கொன்றும் நஷ்டம் இல்லை. 22 வருஷ இருட்டில் ஒரு தீக்குச்சி பொருத்தி வைத்துப் பார்க்கிறேன். எளிமையை ஏற்காத இவர்கள் மனசை லேசாகக் குத்திக் காட்டு வேன். அவ்வளவுதான்' என்கிறார். ('மேலும்' 9, ரயில்வே ஸ்டேஷன் ரோடு, பாளையங்கோட்டை - 627 002)

இந்த அபாரமான கவிதை கவனிக்கப்படாதது ஆச்சரியம்தான். அதற்குப் பரிகாரமாக லட்சக்கணக்கான வாசகர்கள் இதைக் கவனிக்கட்டும் என்று தீக்குச்சி என்ன, தீப்பந்தம் ஏற்றிக் காண்பிப்பதில் பெருமை அடைகிறேன்.

இந்தக் கவிதையும் புரிவதில் உங்களுக்கு சிரமம் இருக்காது என்று தோன்றுகிறது. கை(ப்) பேனா, கால்(ச்) செருப்பு ப்பன்னாச்சன்னாவை எதற்குக் கவிஞர் அடைப்புக் குறிக்குள் போட்டார் என்று கேட்டு உங்களைச் சங்கடப்படுத்த விரும்பவில்லை.

பதிலாக அதே காலக்ரமம் இதழில் (வேர்கள் இலக்கிய இயக்கம், 12-டி, பெரிய சாலை, நகர்க்கூறு 7, நெய்வேலி - 607 803) வெளியான இரு கவிதைகளைக் கொடுத்து கவிதைகளின் புரிதல் நிலைகளைச் சற்றே கஷ்டப்படுத்த விரும்புகிறேன்.

பத்தமடை
சித்திராங்கியே
மூணாம் படை
மூப்பாயியைப்
போய்ப் பார்
முதுகில் கூடையும்
இடுப்பில் குழந்தையும்
கக்கத்தில் ரைஃபிளுமாகக்
காத்திருக்கிறாள்
மணல் தடுப்புகளுக்கு
பின்னால்

குருநாத் கணேசனின் இந்தக் கவிதை புரிந்தும் புரியாமலும் கோடி காட்டுகிறதல்லவா? இதில் சித்ராங்கி யார், மூப்பாயி யார் என்று வியப்பாக இருந்தாலும் ஏதோ ஒரு விதத்தில் இலைமறை காய்மறைவாகப் புரிவதுடன் சற்று சங்கடப்படுத்துகிறதல்லவா ... அது போதும்.

இப்போது பிரம்மராஜனின் கவிதைக்கு நீங்கள் தயாராகலாம்.

திணைப் புறம்பின் விழுப்
புண்கள் தாமே
தேடியதுன்னை
வியர்க்கும் மணல்மேடுகள்
ஊடே ஞானிகப் படுத்தும் தோள்
வலியில் மொக்கு உட்குழிய

மின்சாரம் அலற
நான் முகத்திலொன்று வாட
நீரின் நினைவு நினைக்கும்
நின்பனை நிலம்
சாவில் முளைக்கும்
வாழ்வின் வைரஸ் பூவே
போற்றி!

பாவண்ணனிலிருந்து பிரம்மராஜன் கவிதைவரை அபார வீச்சுத் தமிழில் புதிய கவிதை வடிவங்கள் எத்தனை விதமானவை என்று மாதிரி காட்டுகிறது. பிரம்மராஜன் கவிதை புரிகிறது, புரியவில்லை என்ற தளத்தில் இயங்குவதல்ல. இந்தக் கவிதை ஒரு Surreal சித்திரம்போல பார்ப்பவனின் மன விகற்பங்களுக்கு ஏற்ப அதன் புரிதல் ஆளுக்கு ஆள் மாறுபடும். புரிகிறதா?

அண்மையில் ஒரு திரைப்படத்துக்கு வசனம் எழுதிக் கொடுத்தேன். அதில் ஒரு வரி. வசனம்கூட இல்லை. சம்பவக் குறிப்பு:

'லாரி சரேல் என்று திரும்ப, மலைப்பாதையில் கன்ட்டெய்னருடன் சேர்ந்து உருண்டு விழுகிறது.'

திரைப்படத்தின் பெயர் 'திருடா திருடா' இயக்குநர் பெயர் மணிரத்னம்.

மணிரத்னத்தைப் பற்றி பலபேர் பல கோணங்களில் எழுதி விட்டார்கள். நான் புதுசாக எழுதவேண்டுமெனில் அவருடைய முழுமையான Professionalism பற்றிச் சொல்லத் தோன்றுகிறது. அதற்கு உதாரணம் மேற்சொன்ன வாக்கியம். 'கன்டெய்னர்' கதைக்கு முக்கியமானது. உருட்டி விட்டுச் சும்மா இருக்க முடியாது. மீண்டும் வேண்டும்.

'மணி, கன்ட்டெய்னர் உருள முடியுமா, இல்லை Table top வச்சு...'

'நோ ப்ராப்ளம் சார்.'

'கன்ட்டெய்னர் நிறைய நீளம் இருக்கும்.'

'தெரியும். நாப்பது அடியாவது இருக்கும். எழுபது அடி இருந்தா பரவாயில்லை.'

'அதை உருட்ட முடியுங்கறீங்க?'

‘நோ ப்ராப்ளம். நீங்க எழுதினதைக் கொஞ்சம் மாத்தி கன்ட்டெய்னர் உருண்டு ஓர் ஏரியில் விழுந்து உள்ள போய்டறது. அடுத்த காட்சில அதை மெல்ல யானைகள் உதவியோட வெளில இழுத்துக்கொண்டு வந்துர்றாப்பல எடுப்போம்.’

‘எங்க எடுப்பீங்க?’

‘பொள்ளாச்சி டாப் ஸ்லிப்ல.’

‘யானை?’

‘கேரளாவிலிருந்து வரவழைச்சுக்கலாம்’ என்று உதவி டைரக்டர்கள் பெருமாள், மோகன் இவர்களைக் கூப்பிட்டு, ‘லாரி, கன்ட்டெய்னர் இரண்டையும் முதல்ல அனுப்பிச்சுட்டு மலை ஏறுதா, பாதை அகலம் பத்துமா பார்த்துருங்க. ஸ்டண்ட் மாஸ்டர் கிட்ட தண்ணிக்குள் இருந்து கன்ட்டெய்னரை எடுக்க க்ரேன், ப்ளாக் டாக்கிள் செய்ன் என்ன, என்ன வேணும்னு லிஸ்ட் போட்டுடுங்க.’

படத்தில் சுமார் நாற்பது செகண்டு வரப் போகும் காட்சி இது.

இந்தச் சம்பாஷணை நடந்தது சோளவரம் விமான நிலையத்தில் தோட்டா தரணி அமைத்த பண்ணை செட்டில். அதில் எடுக்க வேண்டிய காட்சிகள் முடிந்து கடைசியில் பண்ணை தீப்பற்றி எரிய அதனுள் தன் நண்பனைக் காப்பாற்ற பிரசாந்த் உள்ளே ஓட, ஹீரா தடுக்க, ‘பண்ணை வெடிக்கிறது.’

ஒத்திகை முடிந்து படம் எடுக்கத் தயாராகி அனைத்து இடங்களிலும் பெட்ரோல் ஊற்றிச் சின்னச் சின்ன பெட்ரோல் பைகள் ஸ்டிட்ச் போட்டதும் கோபிக்கத் தயாராக இருக்க, ‘நான் அச்சானியம் போல -

‘மணி, ஒரு சந்தேகம்.’

‘என்ன?’

‘இப்ப எரிச்சுர்றீங்க? காட்சி திருப்தியா வரலைன்னா என்ன செய்வீங்க!’அருகே இருந்த காமிரா ‘பிஸி’ ஸ்ரீராம் ‘மறுபடி செட்போட்டு மறுபடி எரிப்போம்’ என்றார்.

மணிரத்னம் ‘ஸ்டார்ட், காமிரா, ஆக்ஷன்!’ என்றார்.

Girls 3

கம்பராமாயணத்தில் பாலகண்டம் வெளிவந்து கோவையில் வெளியீட்டு விழாவில் கணிசமான பிரதிகள் விற்றுப்போனது கோவைக்குப் பெருமை. ('கம்பன் அறநிலை, 88, நேதாஜி சாலை, கோவை - 641 037'ல் பெறலாம்). பேராசிரியர் அ.சா.ஞா. பேசுகையில் இராமன் வசிட்டனிடத்தில் கல்வி கற்கும்போது மேட்டுக்கடி அரசகுமாரனாக வாழ வில்லை. பொது மக்களோடு தொடர்பு கொள்ளத் தெருவில் நடந்து சென்றதை -

எதிர்வரும் அவர்களை எமையுடை இறைவன்
முதிர் தரு கருணையின் முகமலர் ஒளிரா
'எது வினை? இடர் இலை? இனிது நும் மனையும்?
மதிதரும் குமரரும் வலியர் கொல்?' எனவே

என்ற பாட்டின் மூலம் விளக்கினார். தன்னை எதிர்ப் படும் மக்களைப் பார்த்து இராமன் கருணையுடன் மலர்ந்த முகத்துடனும், 'ஏதாவது செய்யணுமா? இடைஞ்சல் இல்லாம இருக்கிங்களா! வீட்டில் சௌக்கியமா? பிள்ளைகள் எல்லாம் திடமா இருக் காங்களா?' என்று விசாரித்தாராம்!

டாக்டர் மா.ரா.போ.குருசாமி, 'முன்னுரைக்கே 150 ரூபாய் செரித்துவிடும்' என்றார். அத்தனை

விஸ்தாரமான முன்னுரை. தமிழ்ப் பதிப்பு சரித்திரத்தில் இந்தப் புத்தகம் ஒரு மைல் கல். என்ன, காகிதம்தான் கொஞ்சம் ஏமாற்றம். (18.6 கி.கி. மாப்லித்தோ....வேறு கி.கி. போட்டிருக்கலாமோ) இத்தனை குறைந்த விலைக்கு இத்தனை பெரிய (1026 பக்க) புத்தகம் கொடுக்க எங்கேயாவது சிக்கனம் செய்ய வேண்டியுள்ளது. அனைவருக்கும் பாராட்டுக்கள். குறிப்பாக, அயராது உழைத்த இ.வெங்கடேசுலு அவர்களுக்கு.

'தலித்' என்கிற வார்த்தை இப்போது அகில இந்திய வார்த்தை யாக ஒடுக்கப்பட்ட, தாழ்த்தப்பட்ட மக்களின் உள்ளக்கிடக்கை களை வெளிப்படுத்தும் சக்தி வாய்ந்த சாதனமாக, தலித் இலக்கியம் என்கிறவகை, இந்திய மொழிகளில் தோன்றியிருக் கிறது. குறிப்பாக மராட்டி, கன்னட மொழிகளில், தமிழில் தலித் நாவல்களும், சிறுகதைகளும், கவிதைகளும் வரத்தொடங்கி யுள்ளன.

தலித் இலக்கியம், முற்போக்கு இலக்கியம், அழகியல் இலக் கியம், மக்கள் இலக்கியம், மக்களுக்கான இலக்கியம் என்றெல் லாம் பாகுபடுத்துகிறார்கள். எனக்கு இந்த அடைமொழிகளை யெல்லாம் துறந்த தூய இலக்கியத்தை அடையாளம் காட்டுவது முக்கியமாகப்படுகிறது. நல்ல இலக்கியம் என்பது எல்லோருக்கும் பொது. அது இந்தப் பாகுபாடுகள் எதிலும் கிடைக்கலாம்.

உதாரணம் செல்வி பாமா எழுதிய 'கருக்கு' உண்மையான தலித் நாவலாகக் கருதப்படுகிறது. தாழ்த்தப்பட்ட இனத்தைச் சார்ந்த மாணவி படித்து கிறித்துவ சபையில் சிஸ்டராகச் சேர்ந்து அங்கு இருக்கும் நடைமுறைகளைச் சீரணிக்க முடியாமல் விலகி மீண்டும் கிராமத்துக்கு வந்துவிடும் சுய சரித்திர சம்பவத்தை ஒன்பது விதங்களில் சொல்லியிருக்கும் அற்புதமான படைப்பு!

இந்த வாக்கியங்கள் பாகுபாடுகளுக்கு அப்பாற்பட்டவை. நாட்டுப்புறப் பாடல்களைக்கூட சிலர் இப்போது தலித் வகையில் சேர்க்கிறார்கள். 'அமிர்தம்' என்கிற சிறு பத்திரிகையில் (95 பி, கல்யாணபுரம், வியாசர்பாடி, சென்னை-39) 'தலித் இலக்கியத்தில் கானா கலை' என்கிற கட்டுரையில் கபிலன் (எம்.ஏ., எம்.ஃபில்) சென்னை நகர சேரிப்பாட்டு எனப்படும் 'கானா'வைப்பற்றி ஆராய்ந்திருக்கிறார்.

பொடலு கட்டய மெரிக்கும்போது
மாரு வலிக்குது - அந்த

உடலும் தசையும் நரம்பும் சேர்ந்து
மருந்து கேக்குது.
சாராயம் போட்டுக்கிட்டா ரிக்ஷா வண்டி
தானா ஓடுது. சாராயம்
போடலேனா ரிக்ஷா வண்டி
ஓரம் கட்டுது!
நான் தினந்தோறும் ரிக்ஷா ஓட்டி
பிழைக்கிறேன். பாக்கெட்
சாராயத்துக்கு சம்பாதிச்சதை
அழிக்கிறேன் -நான்
ராக்கெட்போல ஓட்டுவேன்
ரிக்ஷாங்கோ என்
பாக்கெட்டுல அம்பது காசு மிச்சங்கோ...

கவி பாட ரிக்ஷா தடையில்லை.

திருச்சியில் இரண்டு பெண்கள் கல்லூரி (சீதாலட்சுமி ராம சுவாமி, காவேரி) மாணவிகளின் கூட்டத்தில் பேச அழைக்கப் பட்டிருந்தேன். சீ.ரா.கல்லூரி டிஸிப்ளினுக்குப் பேர் போனது. மாணவிகள் பாவாடை, தாவணி, புடவைதான் அணிய வேண்டும். சல்வார் பிஸினஸ் எல்லாம் கிடையாது. சுமார் 3000 மாணவிகள் ஒரு பரந்த ஹாலில் மௌனமாக வீற்றிருந்தார்கள். நான் ஒருவன்தான் வட்டாரத்திலேயே ஆண்.

'இத்தனை அழகான பெண்களை நான் என் வாழ்நாளிலேயே பார்த்ததில்லை' என்றதும் ஹாலில் ஓர் உற்சாக அலைபுரண்டு அனைவரும் சுதாரித்துக் கொண்டார்கள். அவர்களில் சிலரை அழைத்து அவர்களே எழுதிய கவிதைகளை சொல்லச் சொன் னேன். கதைகளின் கருத்தையும் கேட்டேன். கவிதைகளில் பெண் களுக்கு இழைக்கப்படும் அநீதியும், கதைகளில் கல்யாணம், வரதட்சிணை போன்ற விஷயங்களும் முதன்மையாக இருந்தன.

காவேரி காலேஜில் (900 பெண்கள்) அத்தனை இறுக்கம் இல்லை. ரெட்டியார்கள் சேர்ந்து நடத்தும் அறக்கட்டளை நிறுவிய புதிய கல்லூரி. இதில் ஒரு மாணவி பகத்சிங் பற்றிய புதுக்கவிதை சொன்னார். மற்றொரு மாணவி வழக்கம்போல பெண்கள்

சமூகத்தால் ஒடுக்கப்படுவதை கவிதையாக எழுதியிருந்தார். பெண் படிப்பில்லாமல், சுதந்திரமில்லாமல் அடுப்படியில் துடிப்பதையும் சொன்னார். 'நீ என்ன படிக்கிறாய்?' என்று கேட்டேன். பி.பி.ஏ. (பிஸினஸ் அட்மின்ஸ்ட்ரேஷன்!)

ஒரு மாணவி தைரியமாக, 'மனிதாபிமானம், சீர்திருத்தம் இவைகளை வளர்க்க நீங்கள் என்ன செய்திருக்கிறீர்கள்?' என்று கேட்டு கைதட்டல் வாங்கினார்.

'எழுத்து என்பது மறைமுகமான சாதனம். எழுத்தாளனுக்கு சமூக நியதிகளை மாற்றும் அதிகாரம் இல்லை. அது அதிகாரிகளிடமும், குறைபட்ட அரசியல்வாதிகளிடமும் இருக்கிறது.

நான் எழுதியதைப் படித்துவிட்டு உங்களில் ஒருத்தர் மனசில் அது ஆழப்பதிந்து நீங்கள் பிற்காலத்தில் Decision Makers ஆக வரும் போதுதான், என் எழுத்து நடைமுறைக்கு வருகிறது' என்றேன். இதற்கும் கைதட்டினார்கள்.

மாணவிகளின் மெலிய மனத்தைப் புரிந்துகொள்வது மிக மிகக் கஷ்டம். ஒரு பள்ளி மாணவி தாய் தந்தையரை விட்டு ஓடி வந்து விட்டு அண்மையில் பெங்களூரில் என் வீட்டுக்கதவைத் தட்டி உங்க கூடப் பேசணும் என்றாள். வயசு சுமார் 15 இருக்கும். 'நீ இங்க வந்ததே தப்பு. நீ உங்க அப்பா அம்மாவை விட்டு வந்ததும் தப்பு. அவர்களைப் பத்தி சொல்றதும் தப்பு. முதல்ல திரும்பிப்போ அல்லது உங்க தாத்தா வீட்டுக்குப் போ. தனியா இனிமே வராதே' என்று நானும் மனைவியும் அவளிடம் மன்றாடிப் பேசி அனுப்பினோம். தாத்தா வீட்டுக்குப்போய் அங்கிருந்து லெட்டர் வந்தது. 'அங்கிள், நீங்க சொன்ன அறிவுரைக்கு நன்றி. நான் தாத்தா வீட்டில் நன்றாகப் படிக்கிறேன். இத்துடன் என் புகைப்படம் இணைத்திருக்கிறேன். இதை எப்படியாவது அரவிந்தசாமியிடம் காட்டி அவரை எனக்குத் திருமணம் செய்து வைக்கவும்.'

அபகரமின்றி ஆடல் 4

கவிஞர் ஏ.கே. ராமானுஜன் தமிழுக்குச் செய்து இருக்கும் தொண்டை நினைவு கொள்ளவில்லை என்றால் நமக்கு அடுத்தவேளை சோறு கிடைக்காது.

ராமானுஜன் சிகாகோ பல்கலைக் கழகத்தில் திராவிட மொழி இயல் பிரிவில் பேராசிரியராக ஏறக் குறைய 30 வருஷம் இருந்தவர். மைசூரில் பிறந்த தமிழர். தந்தை கணித, வானசாஸ்திர வல்லுநர்.

'சமையலறையில் தமிழும், மாடியில் ஆங்கிலமும், தெருவில் கன்னடமும்,' பயின்ற ராமானுஜன் மூன்று மொழிகளுக்கும் பெருமை தந்திருக்கிறார்.

ராமானுஜன் மேற்கத்திய வாசகர்களுக்கு நம் சங்க இலக்கியங்களையும், பிரபந்தப் பாடல்களையும் திறமையாக ஆங்கிலத்தில் மொழி பெயர்த்து விரிவான முன்னுரை, பின்குறிப்புகளுடன் வெளி யிட்டு, இந்திய இலக்கியம் என்பது சமஸ்கிருதத் துடன் நின்றுவிடவில்லை என்று அவர்களுக்குக் காட்டினார். 'The Interior Landscape' என்ற சங்க அங்கத்துறைப் பாடல்களை முதலில் வெளியிட் டார். அவர் மொழிபெயர்ப்பு ஒரு தேர்ந்த கவிஞு னின் மொழிபெயர்ப்பு. நவீன எளிய ஆங்கிலத்தில் இருந்தாலும் மூலப்பாடலின் உணர்ச்சி கலந்த அனுபவத்தை இழக்காமல், சங்க காலக் கவிஞனின்

மனோபாவத்தை உள்வாங்கிக்கொண்டு குறைபடாமல் நவீனப் படுத்த முடிந்தது அவரால்.

‘யாரும் இல்லை. தானே கள்வன்,’ என்ற குறுந்தொகைப் பாடலின் மொழி பெயர்ப்பு இன்றும் எனக்கு பிரமிப்பளிக்கிறது. ' Poems of Love and War' என்று அக, புற நானூற்றுப் பாடல்களில் சிலவற்றைத் தேர்ந்தெடுத்து மொழி பெயர்த்து வெளியிட்டார். அதன் பின் குறிப்பாக நம் சங்க இலக்கியங்களில் திணை துறை பற்றிய ஓர் அருமையான கட்டுரை எழுதியிருக்கிறார்.

ராமானுஜன் கன்னடத்தில் கவிதை எழுதினார். கன்னட ‘சரணர் கள்’ பஸவேசுவரர் மகாதேவி அக்கா போன்றோரின் வசனங் களை அவர் மொழிபெயர்த்து Speaking of Siva என்கிற புத்தகம் பெங்குவின் வெளியிட்டது. பெங்குவின் வைக்கிங் வெளியிட்ட ‘இந்திய நாட்டுப்புறக் கதைகளின் தொகுப்பு’ ராமானுஜனின் கடைசிப் புத்தகம்.

ராமானுஜன், ஆங்கிலத்திலும் ஒரு முக்கியமான கவிஞராகக் கருதப்பட்டார். 'Striders' என்கிற அவர் முதல் கவிதைத் தொகுப்பி லிருந்து அவ்வப்போது வெளிவந்த கவிகளில் (உதாரணம்: Conventions of Despair) நவீன நகரத்தின் பிரதிநிதியாக ஒரு ‘விளிம்பு’ மனிதனைப் பற்றிப் பேசினார். ‘கலாச்சாரத்திலும், மொழியிலும் இடம் பெயர்க்கப்பட்ட ஸ்திரமற்ற மனிதர்களைப்பற்றி அடிக்கடி எழுதினார். 64 வருஷங்கள் - 32 இந்தியாவிலும், 32 அமெரிக்கா விலும் வாழ்ந்து மைஸுர் அய்யங்கார் அமெரிக்கப் பெண்ணைக் கல்யாணம் செய்துகொண்டு தமிழில் பிறந்து கன்னடத்தில் வளர்ந்து ஆங்கிலத்தில் நினைத்து சென்ற ஜுலை 13’ம் தேதி சிகாகோவில் ‘கிரிஷ் கர்னாடின் நாக மண்டலா’ நாடகத்தில் ஒத்திகையின்போது மாரடைப்பால் இறந்துபோனார்.

தமிழுக்கு அத்தனை செய்த இந்த மனிதருக்கு அவருடைய ஒரு கவிதையையாவது மொழி பெயர்த்து அஞ்சலி செய்ய விரும்பு கிறேன்.

‘நான் எல்லோரையும் போல்
தோன்றுகிறேன்
என்னைத் தவிர
கடைத்தெரு கண்ணாடிகளில்
சிலவேளை

நன்றாய் தெரிந்த பௌதிக விதிகளை மீறி
ஒரு அன்னியனின் சித்திரத்தைப்
பார்க்கிறேன் தேதி தெரியாமல்
ஓரத்தில் பலதடவை
என் அப்பாவின் கையெழுத்துடன்...'

சினிமா இசையில் நான் அண்மையில் சந்தித்த ஆச்சரியர் ஏ.ஆர்.ரஹ்மான். முதல் படத்தில் கிடைத்த ஆரவாரமான புகழைப்பற்றி அலட்டலே இல்லாமல் நிதானமாக ஓரிரண்டு படங்களுக்கு மட்டும் பொறுப்பேற்றுப் புதுசாக இசையமைக்கும் இளம் ரஹ்மானுக்கு எந்தக் காலேஜிலும் சந்திக்கக்கூடிய மாணவ முகம். அறைக்குள் நுழைந்து 'சீக்வன்ஸ்'ரில் கம்போஸிங் செய்யும்போது அல்லது சின்தஸைஸரில் அவர் விரல்கள் உலவும்போதுதான் இவர் வேறுவகை என்று புரியும்.

நவீன இசையமைப்பில் எலக்ட்ரானிக்ஸூம், கணிப்பொறி இயலும் கணிசமாக உதவி செய்கிறது.

'கேக்வாக் ப்ரொஃபஷனல்' போன்ற ஆணைத் தொடர்கள் மூலம் இசையமைப்பு ஏறத்தாழ கதை எழுதுவதுபோல் ஆகிவிட்டது. ஒரு முழு ஆர்கெஸ்ட்ராவையும் கணிப்பொறியின் திரையிலேயே 'இங்கே சித்தார், அங்கே பியானோ, அங்கே ஃப்ளூட்' என்று அமைத்து டைப் அடித்து, அல்லது மவுஸ் 'எலி' என்னும் சாதனத்தின் மூலம் தகுந்த பட்டன்களைத் தகுந்த இடங்களில் க்ளிக்கி இசைக் கோலம் அமைக்க முடியும். நவீன இசைக் கருவிகள் அனைத்தும் 'மிடி' என்கிற வசதி பெற்றவை. Musical Instruments Digital Interface என்கிற இந்த வசதியின் மூலம் இசைக்கருவிகளை கம்ப்யூட்டர் ஆணைகள் மூலம் வாசிக்க வைக்க முடியும்.

எல்லாக் கலைஞர்களும் ஒரே சமயத்தில் வந்து ஒத்திசைந்து பாட வேண்டும் என்பதில்லை. அவரவர் அவரவர் நேரத்தில் வந்து அவரவர் தடத்தில் (track) பாடிவிட்டுப் போகலாம். மற்றொரு சௌகரியம் எங்காவது அபசுரம் தட்டினால் மீண்டும் பாட வேண்டாம். என் நண்பர் ஸ்ரீதர் போன்ற எலக்ட்ரானிக் இசை விற்பன்னர்களிடம் சொன்னால் போதும். அபசுரமான இடத்தைத் தேர்ந்தெடுத்து அந்த நோட்டை மட்டும் இழுத்துப் பிடித்துத் திருத்திவிடுவார்கள். தாளம் தப்பினாலும் அப்படியே. எஸ்.பி.பாலசுப்பிரமணியம் போன்றவர்கள் காலை ஃப்ளைட்டில் பம்பாய்க்குப் போய், நேராக ஸ்டூடியோவுக்குப் போய் ஏழு

பாடல்கள் பதித்துவிட்டு மாலை வீட்டுக்கு வர இன்றைய எலக்ட்ரானிக் இசை உலகத்தில் இயலுகிறது.

மெட்டுகள் வேண்டுமெனில் 'மெட்டு வங்கி' 'Tune Bank' என்று இருக்கிறது. அமெரிக்காவில் அது பொதுச் சொத்தாக (Public Domain) கிடைக்கிறது. இந்தியாவில் மெட்டுக்களை 'ஸிடி' தகடுகளில் வாங்கிக்கொள்ளலாம். சுமார் ஒரு லட்சம் மெட்டுகள்! இதனுடன் எதிரொலி, ஸ்பெஷல் சப்தங்கள், குரலில் கொஞ்சம் வெண்கலம், வெள்ளி போன்ற ஜாலங்கள் எல்லாம் த.ப.பாடு. இந்திய இசைக்கருவிகளின் நாதத்தை கணிப்பொறிக்குள் வாங்கிக்கொண்டு பியானோவில் தபலா வாசிக்கலாம். சித்தாரில் தவில் வாசிக்கலாம்.

இத்தனை சௌகரியங்கள் இருந்தும் எல்லோரும் இளையராஜாவாக முடியுமா? முடியாது. காரணம், இந்த வசதிகள் எல்லாம் நல்ல டென்னிஸ் ராக்கெட் போலவோ, நல்ல கிரிக்கெட் பேட் போலவோதான். அவைகளைக்கொண்டு விளையாட ஒரு மோனிக்காவோ, தெந்துல்கரோ வேண்டும்.

எதிர்காலத்தில் இருபத்தி ஓராம் விளிம்பில் இசை எந்தெந்த திசையில் செல்லும்? எதிர்காலத்தில் யாரையாவது பாடு என்றால் அவர் உடனே ஆட ஆரம்பித்தால் ஆச்சரியமில்லை. வாசிப்பதற்கு வாத்தியங்கள் வேண்டாம். சின்தஸைஸர் கீ போர்டு, ட்ரம் மெஷின்...ம்ஹூம்...எதுவும் வேண்டாம்.

'ஒர்க் ஸ்டேஷன்' என்னும் ஒருவகை தனிப்பட்ட கணிப்பொறி ஒன்றின் முன் நின்றுகொண்டு கையைக் காலை ஆட்டினால் போதும், காலால் காற்றில் உதைத்தால் ட்ரம்கள் அதிரும். இடது கை விரல்களில் பற்பல நிலைகளுக்கு ஏற்ப வாத்தியங்கள் மாறும்.

இவ்வாறு உங்கள் நடன அசைவுகளை சென்ஸார்கள் மூலம் கணிப்பொறி உணர்ந்து அதற்கேற்ப இசை உண்டுபண்ண ஒரே சமயத்தில், நீங்கள் நூறு வாத்தியங்களைக் கட்டுப்படுத்தி, உங்கள் மனக்கோலங்களை இசைக் கோலங்களாக நேரடி மாற்றம் செய்யலாம்.

ஒரே ஒரு சிக்கல்.

அபசுரமில்லாமல் பாட...ஸாரி ஆட வேண்டும்.

மல்ட்டி மீடியா

5

மல்ட்டி மீடியா என்கிற வார்த்தையை நீங்கள் வரும் வருஷங்களில் நிறைய கேள்விப்படப் போகிறீர்கள். மல்ட்டி என்றால் பலவகை, மீடியா என்றால் இணைத் தொடர்பு ஊடகங்கள். ஆனால் பலவகை இணைத் தொடர்பு என்றாலும் அதிகம் புரிய வில்லை. எனவே கொஞ்சம் விளக்குகிறேன்.

நான் உங்களுக்கு ஒரு கதை சொல்ல விரும்புகிறேன். இப்போது நானும், நீங்களும் எப்படித் தொடர்பு கொள்ள முடியும்? ஓர் அச்சடித்த பக்கத்தின் மூலமாக அதில் உள்ள தமிழ் எழுத்துக்கள் உங்களுக்கு என் மனத்தில் உள்ள கதையை உங்கள் மனத்துக்கு மாற்றுகிறது. இது ஒருவகை ஊடகம் இணைத் தொடர்பு. இதற்குப் பதிலாக நான் உங்களுடன் பேச்சு மூலம் தொடர்பு கொள்ளலாம்.டெலிபோன் பேச்சாகவோ அல்லது ஒரு டேப் ரிக்கார்டர் மூலமாகவோ... அந்தக் கதையைச் சொல்லலாம். அல்லது நான் உங்களுடன் வீடியோ படம் மூலமாக வும் தொடர்பு கொள்ளலாம். அந்தக் கதையை நானே சற்று வியர்வைபொங்க வீடியோ எடுத்து அனுப்ப லாம். அல்லது நடிக்கவைத்து அனுப்பலாம். எனவே உங்களுக்கும், எனக்கும் செய்தித் தொடர்பு ஏற்பட, நிறைய முறைகள் இருக்கின்றன. அச்சிட்ட எழுத்துக் கள், குரல், படம் என்று. இந்தக் காலங்களில் ஒரே

கணிப்பொறியில் இவை அனைத்தையும் இணைக்கும் சாக சத்தைக் கொண்டுவந்திருக்கிறார்கள்.

கணிப்பொறியைப் பொறுத்தவரை அதனுள் எல்லாச் செய்திகளும் எண் வடிவில்தான். அதுவும் இரண்டே இரண்டு இலக்கங்கள் கொண்ட பைனரி எண் வடிவில்தான் மாற்றிக்கொள்கிறது. ஒலி என்பது ஓர் அலை, ஒளி என்பது வேறு வகை அலை, எழுத்து, பொம்மை எல்லாம் கறுப்பு, வெளுப்பு, கலர் வெளிச்ச எண்ணிக்கைகள்... அவைகளையும் எண்களாக மாற்றிக் கொண்டு எல்லா வகைச் செய்திகளையும் கணிப்பொறிக்குள் ஒரே வடிவில் வைத்துக்கொண்டு பல மாற்றங்களும் செய்து கொள்ள முடியும்.

விளைவு: வீடியோ, ஆடியோ, எண், எழுத்து, சித்திரம், பாட்டு, பேச்சு, படம், கார்ட்டூன் எல்லாமே ஒரே கணிப்பொறிக்குள் அடக்கி விடலாம். 'காம்பாக்ட் டிஸ்க்' என்று கேள்விப்பட்டிருப்பீர்கள். CD என்று செல்லப் பெயர் அதற்கு. பளபளப்பான தட்டுப்போல இருக்கும். இதில் லேசர் உதவி கொண்டு எழுத்து, பாட்டு, படம் எதையும் பதிவு செய்ய முடியும். அதைக் கணிப் பொறி மூலம் படிக்க முடியும். இதை 'ஸிடி ராம்' என்பர். அயோத்தி ராம் அல்ல. கம்ப்யூட்டர் ராம். இவ்வகையில் ஒரு தகட்டில் ஸ்டீரியோ சங்கீதம், பேச்சு அல்லது புத்தகங்கள், சுமாரான வீடியோ, தரமான வீடியோ இவையெல்லாம் அடக்க முடியும் ஒரு தகட்டில்!

Authoring Software என்ற ஒரு வசதி நவீன கணிப்பொறிகளில் உள்ளது. ஒரு பத்திரிகை ஆசிரியர் செய்யும் வெட்டி ஒட்டும் பணி அத்தனையும் கம்ப்யூட்டரில் செய்ய முடியும். வரைபடம், எழுத்து, இசை, ஓசை, வீடியோ, அனிமேஷன் என்னும் பட இயக்கம் அத்தனையும் 'ஹைப்பர் டெக்ஸ்ட்' என்ற வசதி மூலம் ஒன்று சேர்த்துக் கோக்க முடியும். வாத்தியங்கள் வாசிக்கலாம். படங்கள் வரையலாம்... எல்லாம் ஒரே கணிப்பொறி ஒரே திரையில்.

இன்றைய தினம் கிடைக்கும் மல்ட்டி மீடியா வசதிகள் இவை:

பிதோவனின் ஸிம்ஃபனியை விளக்க உரைகளுடன் பார்ட் பார்ட்டாகக் கேட்டு அலசிக்கொண்டே அனுபவிக்கலாம்.

ஆபீசில் கம்ப்யூட்டரில் கடிதம் எழுதுவது, ரிப்போர்ட் தயாரிப்பது இவை அனைத்தும் ஜாலியாக கார்ட்டூன் அனிமேஷன் முறையில் கற்கலாம்.

என்சைக்ளோபீடியா கலைக்களஞ்சியம் தேர்ந்தெடுத்த பக்கத்தைப் படித்துக் காட்டுவது மட்டும் இன்றிப் பாடி, பேசி படம் போட்டும் காட்டுகிறது.

குழந்தைகள் கார்ட்டூன் படங்களை நம் இஷ்டம்போல் செலுத்தி விளையாடலாம்.

வரைபடங்கள், ரோடு மேப்புகள், சந்து பொந்துகள், டெலிபோன் பிரிவுகள், மெட்ரோ வாட்டர் வசதிகள், மின்வாரிய ட்ரான்ஸ்ஃபார்மர்கள் என்று எதெது எங்கெங்கே இருக்கிறது என்று இந்தியத் துணைக்கண்டம் முழுவதற்கும் ஒரு ஸிடி ராமில் அடக்கி விடலாம்...

எதிர்காலத்தில் நாம் தகவல் வெள்ளத்தில் மூச்சுத் திணறப் போகிறோம் என்பது உத்தரவாதம்.

சென்னைக்கு வந்தது ஒருவிதத்தில் எனக்குக் கலாச்சார அதிர்ச்சிதான். மீன் செதில்கள், ரத்தப் பஞ்சு, ரெக்ஸின் கந்தல் போன்ற கலந்து கட்டியாக, குன்று குன்றாகத் தெருவுக்கு தெரு குப்பை, நடுராத்திரித் தண்ணீர்க் குடங்கள் இன்ன பிற உபாதைகளுக்கு இடையில் நாரதகான சபாவில் இடைவிடாமல் நாட்டின் சிறந்த கர்நாடக சங்கீதக்காரர்கள் பாடுகிறார்கள். பரீக்ஷாவின் வியாழக்கிழமை நாடகங்கள், முற்போக்கு எழுத்தாளர்களின் மாநாடு... சேக்கிழார் விழா... சென்னையை எந்த வகையில் சேர்ப்பது என்பதுதான் என் பிரச்னை.

இத்தனை அசுத்தத்துக்கும் நடுவே சாயங்காலம் நடக்க நிறையப் பார்க்குகள் இருக்கின்றன. புல்வெளிகளும் நகர நாராசத்தின் அமைதித் தீவுகளும் கிடைக்கின்றன. நான் 'வாக்' போகும் பார்க்குக்கு வருபவர்களைக் கீழ்கண்டவாறு பிரிக்க முடிகிறது.

1. காதலர்கள்
2. கணவன் மனைவியர்
3. பிறர்

காதலர்கள் எப்போதும் பார்க்குக்கு முதுகைக் காட்டிக்கொண்டு வெளிச் சுவர்ப் பக்கம் திரும்பிக்கொண்டு தணிந்த குரலில் பெரும்பாலும் பெருமூச்சு விட்டுக்கொண்டு, உட்கார்ந்திருக்கிறார்கள். அவ்வப்போது புல்லைப் பிடுங்கிக் காதலன் கடித்து முடித்ததும் காதலி தன் வளையலை விலக்கி டயம் பார்க்கிறாள்.

கணவன் மனைவியர் மூன்று அடி இடைவெளி விட்டுச் சிமெண்ட்டு பெஞ்சில் உட்கார்ந்து கொண்டிருக்கிறார்கள். க. தென்மேற்கு திசையிலும், ம. வடகிழக்குத் திசையிலும் பார்த்துக் கொண்டிருந்துவிட்டு 15 நிமிஷம் கழித்து மௌனமாக எழுந்து போகிறார்கள்.

பிறர் பலவகைப்பட்டவர், புட்பால் ஆடும் சிறுவர்கள், பட்டம் துரத்தும் சிறுவர்கள், ஸ்நீக்கரில் ஓடும் மாணவர்கள், மெல்ல நடக்கும் மாமாக்கள், கவிதை எழுதும் அல்லது கைரேகையை உற்றுப் பார்க்கும் இளைஞர்கள்... பிள்ளைகள் அனைவரும் அமெரிக்காவில் வசிக்க தனக்குத்தானே பேசிக்கொள்ளும் தாத்தாக்கள்.

மெ. சலவைக்காரி ஜோக்

6

கோவை ரோட்டரி கூட்டம் முடிந்து சேரன் டவர்ஸ் மாடியில் எல்லோரும் ப்ளேட்டு நூறு ரூபாய் விருந்து சாப்பிட்டுக் கொண்டே நாட்டில் ஏழ்மையை ஓட்டுவது எப்படி என்று பேசிக் கொண்டிருக்கையில், ஒரு பெண்மணி என்னிடம் வந்து, 'மெக்ஸிகோ சலவைக்காரி ஜோக்கு என்னன்னு சொல்லிடுங்கோ' என்றார். எனக்குத் திகைப்பாக இருந்தது. 'அந்தமாதிரி ஒரு ஜோக்கே இல்லைங்க; அது ஒரு மாயை' என்று சமாளித்ததை அவர் நம்பவில்லை.

இந்த மெக்ஸிகோ சலவைக்காரி ஜோக் சற்றேறக் குறைய பன்னிரண்டு ஆண்டுகளாகப் பாதுகாக்கப் படும் ரகசியம். ஒரு கணேஷ் - வசந்த் கதையில் முதலில் கோடி காட்டப்பட்டு முழுமையாக வெளி யிடப்படாமல் இலைமறை காய்மறையாகவே இதுநாள்வரை வாழ்ந்து வந்திருக்கிறது. அரசு பதில்களில் லேசாக அதைப்பற்றி இருமுறை பிரலாபிக்கப்பட்டு பிரபலமடைந்தது. கல்லூரி வளாகங்களில் அதன் பல்வேறு 'வர்ஷன்'கள் உலவுவதாக அறிந்தேன்.

கேள்வி: மெ.ச.ஜோக் நிஜமாகவே இருக்கிறதா?

பதில்: இருக்கிறது. அதை அரசுவுக்கும் சொல்லி யிருக்கிறேன்.

கேள்வி: அதை இப்போது சொல்ல முடியுமா?

பதில்: முடியும். ஆனால் அதைப் பிரசுரிக்கக்கூடிய சுதந்திரம் அல்லது பக்குவம் அல்லது தகுதி, அனுமதி இன்னும் தமிழ் இல்லங்களில் அதிகப்படியாக உலவும் பத்திரிகைகளுக்கு வரவில்லை.

ஒரு சமூகத்தின் அனுமதிகள் மெல்ல மெல்லத் தளர்கின்றன. 1950'ல் 'கலைமகள்' போன்ற பத்திரிகைகளில் வந்த படங்களைப் பார்த்தால் குறிப்பாக பெண்கள் தலைப்பை இழுத்து மூடிக் கொண்டு வள்ளுவரின் 'மனைமாட்சி' அதிகாரத்திலிருந்து நேராக வந்தவர்கள் போலத் தோன்றினார்கள். கதைகளில் காதல் சற்று தூரத்தில் நின்றுகொண்டு கண்ணால் பண்ணினார்கள். இன்று எல்லாப் பத்திரிகையிலும் உத்தரவாதமாக மார்புச்சேலை சரிந்தோ விலகியோ சந்தேகத்துக்கு இடம் வைக்காமல் மார்பின் பிளவு வரையப்படுகிறது. குடும்பப் பத்திரிகைகளில் அவ்வப் போது ஒரு பக்கம் 'கிளுகிளு' ஜோக்குகள் வந்து 'என்ன ஸார், நீங்க ரொம்ப மோசம் சார். உங்க பத்திரிகையைக் குடும்பப் பெண் களும், குழந்தைகளும் பார்க்கிறார்கள் என்பதை மறந்து விடாதீர் கள்' என்று அடுத்தவாரம் வாசகர் அதட்டல் போட்டு தற்காலிகப் பிராயச்சித்தம் தேடிக் கொள்கிறார்கள்.

தமிழ் சினிமாவும் உடை விஷயத்தில் முன்னேறிக்கொண்டு அல்லது குறைந்துகொண்டு வந்திருக்கிறது. பாடல் காட்சிகளில் திடீர் என்று பின்னால் தோன்றி சிற்றடிவைத்து வரிசையாக ஓடி வரும் இருபது பெண்கள் மொத்தமாகவே ஒரு மீட்டர் துணியைப் பகிர்ந்து கொள்கிறார்கள்.

கதாநாயகன் நாயகியை முகர்ந்து பார்க்கக்கூடிய ஸ்தலங்கள் விரிவடைந்துள்ளன. விரல்கள் இடுப்பில் தாளம் போடலாம். தலையைச் சாய்த்து 95 சதவிகித முத்தம் கொடுக்கலாம்.

திருச்சியில் நாங்கள் படித்த காலத்தில் திறந்த மார்பைப் பார்க்க வேண்டும் என்றால் காமினி கௌஷல் நடித்த இந்திப் படங் களைப் பிரபாத் டாக்கீசில் நாட வேண்டும். (இப்போதோ அந்த மாது சுத்தமான குழந்தைப் படங்கள் எடுத்துக் கொண்டிருக் கிறார்). தமிழில் அங்கே இங்கே என்று வனமோகினி, பர்மா ராணி, ராஜகுமாரி, சந்திரலேகா போன்ற படங்களில் அரிதே ஒன்றிரண்டு காட்சிகளில் மார்பக தரிசனம் கிடைக்கும். இன்று தமிழகத்திலும் ஒரு கோடி இல்லங்களில் ஒலியுடன் ஒளியுடனும்

கௌதமியின் மார்பைப் பார்க்க முடிகிறது. (உம். 'சிக்குபுக்கு சிக்குபுக்கு ரயிலே' படம்: ஜெண்டில்மேன்). இன்றைய சினிமாவில் 'கவர்ச்சி காட்டுவது' என்பது அங்கீகரிக்கப்பட்ட ஓர் அஸ்திரம். புதுசாக வரும் (வளரும்?) நடிகைகளிடம் கீழ்கண்ட கேள்வி விதிவிலக்கில்லா மல் கேட்கப்படுகிறது.

'நீங்கள் தெலுங்குப் படங்களில் அதிகப்படியாகக் கவர்ச்சி காட்டுகிறீர்களாமே?'

பதில்: 'அப்படியில்லை. கதைக்குத் தேவையென்றால் கவர்ச்சி காட்டத் தயங்க மாட்டேன்.'

'கவர்ச்சி காட்டுவது' என்கிற வார்த்தைத் தொடரே ஒரு Euphemism. மேல்நாடுகளில் ஒருபடி மேலே போய் (அ) கீழே போய் நாவல்களிலும்... ஏன் கவிதைகளிலும் நவீன இலங்கியங்களிலும்கூட ஜனன... விஸர்ஜன சமாசாரங்களும் நேரடியாகக் குறிப்பிடப்படுகின்றன.

நான் இதை முன்னேற்றம் என்றோ, சுதந்திரம் என்றோ சொல்லவில்லை. சமூக நியதிகளில் மாறுதல்கள் ஏற்பட இந்த அனுமதிகளும் மாறுகின்றன. 'இது ஓர் ஏற்ற இறக்கச் சமாசாரம். ஒரு காலகட்டத்தில் இறங்கும். ஒரு காலகட்டத்தில் தளரும் மாறி மாறி. நம் தமிழ் இலக்கியத்தில் சங்க காலப் பாடல்களில் இந்த வகை வார்த்தைகளைக் காண முடியாது. பிரபந்தங்களில் தலை தூக்கத் தொடங்கிக் கம்ப இராமாயணத்தில் அறைகுறையாக நுழைந்து இடைக்கால சித்தர் பாடல்களில் நேரடியாகக் குறிப்பிடப்பட்டு அருணகிரிநாதர் திருப்புகழில் பக்தியும் செக்ஸூம் பாதிபாதியாக பிரயோகிக்கப்பட்டது.

> 'அருக்கு மங்கையர் மலரடி வருடியும்
> கருத்தறிந்துபின் அரைதனில் உடைதனை
> அவிழ்த்தும் அங்குள...தடவியும்'

இவ்வகையில் அனுமதியின் உச்சகட்டத்தை அடைந்து அச்சு இயந்திரமும், வெகு ஜனப் புழக்கமும் வந்தபின் இந்த அனுமதிகள் மீண்டும் இறக்கப்பட்டன. எங்கள் மாணவப் பருவத்தில் மார்கழி மாத உற்சவத்தில் மட்டும்தான் கொக்கோக சாஸ்திரமும் அதிவீரராம பாண்டியனும் கிடைத்தன. இன்றைய தினம் கவர்ச்சி காட்டுவதுடன் நிற்காமல் தனிப்பட்ட

புத்தகங்களிலும், சோதனை முயற்சிகளிலும் ஹோமோ செக்ஷுவாலிட்டி, சுயமைதுனம், ஸாடாமி போன்ற விஷயங்கள் வெளிப்படையாக எழுதப்படுகின்றன.

இது முப்பது வருஷங்களுக்கு முன் சாத்தியமாக இருந்திருக்கவில்லை. நம் நாட்டுப்புறக் கதைகளில் பலவற்றில் செக்ஸ் ஒரு அம்சமாகவே இருந்தாலும், தற்போதுதான் அவைகளில் பல வெளிச்சத்துக்கு வருகின்றன.

மீண்டும் மெக்ஸிகோ வருவோம். அந்த ஜோக்கை இன்றும் 1993-ல் வெளியிட இயலாத அனுமதி நிலையில் இருக்கிறோம்.

இன்றைய நிலையில் வஸந்த் சொன்ன ரக்பி ஜோக்கை கீழ்வரும் முறையில்தான் வெளியிட முடியும்.

புதிதாக கல்யாணம் ஆன பெண், லேடி டாக்டரிடம் சிகிச்சைக்கு வந்தாள். அவளுக்கு இரண்டு முழங் கால்களிலும் சிராய்த்தது போல் சிவப்பாக கன்னிப் போயிருந்தது.

'இந்த மாதிரி கேஸ் நான் பார்த்ததே இல்லை. எப்படிம்மா இப்படி ஆச்சு?'

'அது வந்து டாக்டர்... போங்க டாக்டர் வெக்கமா இருக்கு.'

டாக்டர் 'ஓ புரியுது! உன் புருஷன் வந்திருக்காரா?'

'ஆம். ரூமுக்கு வெளியே காத்திருக்கார்.'

'கூப்டு அந்தாளை.'

உள்ளே வந்த இளம் கணவனிடம் டாக்டர், 'பாருப்பா, இப்படி மட்டும் இல்லை. வேற எத்தனையோ முறைகள் இருக்கு. இந்த புஸ்தகத்தைப் பாரு. இதெல்லாம் தெரியாதா உனக்கு?'

'தெரியும் டாக்டர்! ஆனா ரெண்டு பேருமே டி.வி. பார்க்கணும்னா இதைவிட்டா வேற முறை இருக்குதா சொல்லுங்க!'

இந்த ஜோக் உங்களுக்குப் புரிந்தால் உங்களுக்கு எவ்வித சென்ஸாரும் தேவையில்லை. மெக்ஸிகோ சலவைக்காரி ஜோக் மேற்சொன்ன ஜோக்கை விட Aறு மாறானது. அதற்கு இன்னும் வேளை வரவில்லை.

நாளை உலகின் முடிவு 7

மக்லூஹன் (Mcluhan) கனடா தேசத்தில் வாழ்ந்த எதிர்கால இயலாளர் (Futurologist) அவர் ஒரு சித்தாந்தம் சொன்னார்.

எந்தப் புதுமையும் ஒரு பழமையைத் துரத்தும். ஆனால் அதைவிடப் பழமையைத் திரும்பக் கொண்டுவரும்.

பல உதாரணங்கள் சொன்னார். தற்காலத்தில் ஜிப் வெல்க்ரோ (Velcro) இவை வந்து பட்டன்கள் மறைந்து கொண்டிருந்தன.

ஆனால் வெல்க்ரோ வந்ததால் பழங்கால கிரேக்க பாணி நீண்ட உடைகள் திரும்ப வந்துவிட்டன.

சினிமா வந்து தெருக்கூத்து மறைந்து, டி.வி. வந்து சினிமா மறையப் போகிறது. ஆனால் டெலிவிஷனுக்கு 24 மணி நேரமும் தீனிபோடத் தெருக்கூத்து போன்ற நாட்டுப்புறக் கலைகள் திரும்ப உயிர் பெறுகின்றன. டி.வி.மூலம்.

தட்டச்சு (டைப்) இயந்திரம் வந்து மேல் நாடுகளில் பேனாவில் எழுதுவது குறைந்து போயிற்று. கம்ப்யூட்டரில் Word Processor என்னும் சொல் தொகுப்பு சாதனம் வந்து தட்டச்சு இயந்திரங்கள் மறைந்து கொண்டிருக்கின்றன. ஆனால்

கம்ப்யூட்டரில் லேட்டஸ்ட் Pen computing என்பது 'சிலேட்' என்னும் தனிப்பட்ட திரையில் கையெழுத்தில் திரையில் நாம் எழுதும் ஆணைகளை நேரடியாகப் புரிந்துகொள்ளும் வசதிகள் வந்துவிட்டன. பேனா மறுபடி வந்துவிட்டது. நீங்கள் என்ன கிறுக்கினாலும் கணிப்பொறி அதை அழகாக தெளிவாக எழுதிக் காட்டும். ஏன் படித்தும் காட்டும்.

வாஷிங்டன் போஸ்ட் என்னும் பத்திரிகையில் 'நாளைதான் உலகின் கடைசி தினம் என்றால் அமெரிக்கப் பத்திரிகைகள் எப்படி அதைத் தலைப்புச் செய்தியாக அறிவிக்கும்' என்று அவர்கள் ப்ரெஸ் கிளப்பில் விவாதித்து அதைச் சில சுவாரஸ்ய மான தலைப்புச் செய்திகளாக வெளியிட்டிருந்தது.

நம் சென்னை பத்திரிகைகள் உலகின் முடிவை எவ்வாறு அறிவிக்கும் என்று யோசித்துப் பார்த்ததில்

தினமணி:	நாளை பஸ்கள் ஓடாது.
தினத்தந்தி:	நாளை தினத்தந்தி வராது!!
தினமலர்:	நாளை தினத்தந்தி வராது.
ஹிந்து:	Alleged End of World. Arrangements Made.
எக்ஸ்பிரஸ்:	Pressure on Rao to Step Down Before World Ends. Bofors culprits will be punished.
குமுதம்:	இனி ஏதும் வழக்கில்லை. (இலவச சாஷே இணைப்பு கேட்டு வாங்கிக் கொள்ளவும்) (தமிழ்நாட்டில் மட்டும்)
ஞானபூமி:	மீண்டும் சந்திப்போம். (சொர்க்கத்திலிருந்து வெளிவரப்போகும் ஒரே இதழ்)
விகடன்:	உலக முடிவு ஸ்பெஷல் - அதிக பக்கங்கள்.
ஜுனியர் விகடன்:	கடைசி இரவில் என்ன செய்வோம்? ஆந்தையாரின் ஒரு ஜாலி ரிப்போர்ட்.
விடுதலை:	நாளை பார்ப்பன ஆதிக்கம் ஒழியும்.
முரசொலி:	இறுதிப் போராட்டத்தில் இணைவோம்.
கல்கி:	நாளை முடிகிறது உலகு. அசடு வழிகிறது அரசு.

மாணவிகளைப் புரியவில்லை என்று எழுதியிருந்தேன். மாணவர்களையும் புரியவில்லை. சென்னை நகரத்தின் கலாச்சார அதிர்ச்சியின் மற்றொரு அங்கம் தியேட்டரில் படம் பார்க்கப் போனது.

ஃப்ரான்ஸிஸ் ஃபோர்டு கப்போலாவின் 'டராக்யூலா'வின் காமிரா திறமையையும் நம்மைச் சூழ்ந்து கொள்ளும் டால்பி ஸ்டிரியோ ஒலிப்பதிவையும் பற்றிக் கேள்விப்பட்டு தேவி தியேட்டரில் படம் பார்க்கச் சென்றோம். மேல் வகுப்பு டிக்கெட் 'ஸோல்டு அவுட்' என்று போர்டு போட்டு அருகிலேயே அவர்களே திருட்டு டிக்கெட் விற்றுக் கொண்டிருந்தார்கள்.

வாங்க இஷ்டமின்றி நடக்க, அடுத்த வகுப்பு டிக்கெட்டுக்கு நீண்ட க்யூ நின்று கொண்டிருந்ததன் வாலைத் தேட முடியவில்லை.

திருநெல்வேலி எஞ்சினியரிங் மாணவர் ஒருவர் என்னைக் கண்டு அனுதாபித்து, அந்தக் க்யூவில் நின்று இரண்டு டிக்கெட் வாங்கிக் கொடுத்தார். பத்தே கால் ரூபாய் என்றால் ஏதோ மத்தியிலாவது இருக்கும் என்று எண்ணினேன். திரையிலிருந்து இரண்டாவது வரிசையில் ஏறக்குறைய என் மேலேயே படம் ஓடிக் கொண்டிருக்க வானத்தைப் பார்ப்பதுபோல் சினிமா பார்க்க வேண்டியிருந்தது. அருமையான படம்தான். ஆனால் எங்கள் பின்னால் கத்தலாக மூன்று மாணவர்கள் உரத்த குரலில் பொதுக்கூட்ட மேடைப் பேச்சு லெவலில் பேசிக்கொண்டு அந்த அற்புதமான படத்தின் டெக்னிக்கல் அம்சங்கள் எதிலும் அக்கறையின்றி அதில்வரும் பெண்கள் எப்போது மார்பு தெரியப் படுத்துக்கொள்ளப் போகிறார் கள் என்பதுபற்றியே விவாதித்துக் கொண்டிருந்தார்கள்.

இடைவேளையில் அவர்களை, 'மற்றவர்களும் படம் பார்க்க வேண்டாமா?' என்று கேட்டேன். சிரித்துக்கொண்டே 'தியேட்டர் வந்தா எண்டர்டெயின்மெண்ட் வேண்டாம்களா?'

மீதிப் படத்தைப் பங்களூரில் பார்த்துக் கொள்ளலாம் என்று எழுந்து வந்துவிட்டோம்.

PDA என்றால் பர்ஸனல் டிஜிடல் அசிஸ்டண்ட். சுமார் ஒரு வீடியோ காஸட் அளவுக்கு இருக்கும். சாதாரண பாட்டரியில் சுமார் 100 மணி நேரம் வேலை செய்யும். என்ன வேலை? உங்கள் கையெழுத்தில், நீங்கள் அதன் 'எல்ஸிடி' என்னும் தனிப்பட்ட திரையில் பேனாவில் எழுதும் அத்தனை விஷயங்களையும்

குறித்து வைத்துக்கொண்டு நீங்கள் ஆபீசுக்கு வந்தவுடன், அதனுள் இருக்கும், 'இன்ஃப்ரா ரெட்' கதிர்வீச்சின் மூலம் ஆபீஸ் கம்ப்யூட்டருக்கும், உங்கள் காரியதரிசிக்கும், உங்கள் கீழ் பணிபுரிபவர்களுக்கும் அவரவர் சொந்தக் கணிப்பொறிகளில் செய்தி அனுப்பிவிடும். அதேபோல் அவர்கள் உங்களுக்குத் தரும் செய்திகளையும் படித்துக்காட்டும். இதனுடன் ஒரு முழு கணிப் பொறிக்கு உரித்தான அத்தனை 'ஸாஃப்ட்வேர்' ஆணைகளும் இந்தப் பொடியனுக்குள் அடக்கம். விலை சுமார் 6000 லிருந்து 1000 டாலர்வரை என எதிர்பார்க்கப்படுகிறது. அமெரிக்காவில் ஆப்பிள் கம்பெனியின் 'நியூட்டன்' என்னும் மாடலும், ஜப்பானிய காஸியோ நிறுவனத்தின் ஜூமர் என்னும் மாடலும் அமெரிக்காவில் உள்ள தமிழன்பர் யாராவது அனுப்பி வைத்தால் அவருக்கு இன்னும் பதினைந்து நாட்களுக்குள் உங்களுக்கு க்ரீன் கார்டு கிடைக்கும். நீண்ட நாளாக உங்கள் மனத்தை உறுத்திய விஷயம் மூன்று நாளில் மறையும். ஒரு சிறிய பயணமும் திடீர் என்று ஏற்படலாம் - உங்கள் மனத்தைக் கவர்ந்தவரை நோக்கி.

ஒரு சிறுகதை

8

சென்ற அத்தியாயத்தில் உலகின் கடைசித் தினத்தை நம் தமிழ் பத்திரிகைகள் எப்படித் தலைப்புச் செய்தியாக வெளியிடுவார்கள் என்பதுபற்றி யோசித்திருந்தோம்.

இந்த அத்தியாயத்தில் அமெரிக்க சையின்ஸ் ஃபிக்ஷன் எழுத்தாளரான ரே ப்ராட்பரியின் 'உலகின் கடைசி இரவு' என்கிற சிறுகதையை உங்களுக்குத் தருமுன் ப்ராட்பரியைப் பற்றிச் சில வரிகள்:

ப்ராட்பரி உலகின் தலைசிறந்த சையின்ஸ் ஃபிக்ஷன், ஃபாண்டஸி, மாயக் கதை, திகில் கதை எழுத்தாளர்களில் ஒருவராகக் கருதப்படுகிறவர். சுமார் 500 சிறுகதைகளும், நாவல்களும், நாடகங்களும், கவிதைகளும், திரைப்படங்களும் (ஃபாரன்ஹைட் 451) எழுதியவர். சந்திர மண்டலத்தில் ஒரு பள்ளத்துக்கு ப்ராட்பரியின் நாவலிலிருந்து 'டாண்டடிலியான் க்ரேட்டர்' என்று பெயர் சூட்டியிருக்கிறார்கள். ப்ராட்பரி எழுபது வயசானப்புறம்தான் முதன் முதலில் ஏரோப்ளேனில் சென்றார். தற்போது இருபத்தோராம் நூற்றாண்டு நகரம், டோக்கியோவுக்கு அருகில் அமைக்க உதவி செய்துகொண்டு புது நாவல் எழுதிக் கொண்டிருக்கிறார். என் செல்ல ரைட்டர். இனி சிறுகதை. உலகின் கடைசி

ராத்திரியை இதைவிட மென்மையாகச் சொல்ல முடியும் என்று தோன்றவில்லை.

'இதுதான் உலகத்தின் கடைசி ராத்திரி என்றால், நீ என்ன செய்வாய்?'

'என்ன செய்வேனா? சீரியஸாகவா கேட்கிறாய்?'

'ஆமாம் சீரியஸ்.'

'தெரியலைப்பா. நான் அதைப்பற்றி நினைத்ததே இல்லை.' கொஞ்சம் காப்பி ஊற்றிக் கொண்டான்.

பின்னணியில் அவர்கள் இரண்டு பெண் குழந்தைகளும் அரிக்கேன் விளக்கின் பச்சை வெளிச்சத்தில் வராந்தாவில் பாண்டியாடிக் கொண்டிருந்தார்கள். சாயங்காலக் காற்றில் சுலபமான, மிருதுவான, சுத்தமான காப்பி வாசனை இருந்தது.

'நினைக்கலைன்னா நினைக்க ஆரம்பிக்க வேண்டியதுதான்.'

'அப்படியா?'

அவன் தலையசைத்தான்.

'ஏதாவது சண்டை வரப் போகிறதா?'

இல்லை என்று தலையசைத்தான்.

'ஹைட்ரஜன் பாம், ஆட்டம் பாம்னு?'

'சேச்சே.'

'விஷக்கிருமிகள்...இப்படி?'

'அதெல்லாம் ஏதும் இல்லை' என்றான் காப்பியை மெல்லக் கலக்கிக்கொண்டு. 'இப்படி வைத்துக்கொள், ஒரு புஸ்தகத்தை மூடுகிறது போலன்னு.'

'எனக்குப் புரியலை.'

'எனக்கும்தான், நிஜமா புரியலை. அது ஓர் உணர்ச்சி மாதிரிதான். சில சமயம் பயமாக இருக்கிறது. சில சமயம் பயமே இல்லை. சாந்தமாக உணர்கிறேன். கடைக்கண்ணால் தன் பெண்களைப் பார்த்தான். அவர்கள் தேக விளிம்புகள் விளக்கில் மிளிர, 'நான்

உன்னிடம் சொல்லவே இல்லை. நாலு நாள் முன்னால் அது நடந்தது.'

'என்ன?'

'எனக்கு ஒரு கனா வந்தது. எல்லாம் முடிந்து போகப் போகிறது' என்று ஒரு குரல் சொன்னது. குரல்னா எந்த மாதிரிக் குரலும் இல்லை. ஒரு குரல் அவ்வளவுதான். அது சொன்னது, 'எல்லாமே இங்கே உலகத்தில் நின்று போகப் போகிறது' என்று அதைப் பற்றி அவ்வளவாக நினைக்கவில்லை. ஆபீஸ் போனால், ஸ்டான் வில்லிஸ் சும்மா ஜன்னலுக்கு வெளியே வெற்றாகப் பார்த்துக் கொண்டு நிற்கிறான். பிற்பகலில் 'என்னப்பா யோசனை?' என்று கேட்டால், 'நேற்று ஒரு கனாக் கண்டேன்,' என்றான். அவன் என்ன கனா என்று சொல்லும் முன்பே எனக்குத் தெரிந்து போயிற்று. அது என்ன கனவென்று நானே சொல்லி யிருக்க முடியும். ஆனால் அவன்தான் சொன்னான். நான் கேட்டேன்.'

'அதே கனவா?'

'அதே! நான் ஸ்டானிடம் சொன்னேன். 'நானும் அதே கனாக் கண்டேன்,' என்று. அவன் ஏதும் ஆச்சரியப்படவே இல்லை. கொஞ்சம் சாந்தமாகிவிட்டான் மெல்ல இயல்பாக. ஆபீஸில் நடந்து போனோம். எல்லா இடத்திலும் சனங்கள் மேசையை அல்லது உள்ளங்கையை அல்லது சன்னல் வெளியே பார்த்துக் கொண்டிருந்தார்கள். அவர்களில் சிலரை விசாரித்தேன்.'

'அவர்கள் எல்லோரும் கனாக் கண்டிருந்தார்கள்.'

'எல்லோரும் அதே கனவு ஒரு வித்தியாசமுமில்லை.'

'இதை நம்புகிறாயா நீ?'

'ஆமாம். இதைவிட ஆணித்தரமாக நம்பினதில்லை நான்.'

'உலகம் எப்போது முடியுமாம்?'

'இன்று இரவு நமக்கெல்லாம் ராத்திரி. மற்ற நாடுகளுக்கு நம் ராத்திரி போகும்போது அவர்களும் போய்விடுவார்கள். மொத்த உலகமும் போவதற்கு இருபத்து நாலு மணி நேரம் ஆகப் போகிறது.'

இருவரும் மௌனமாகக் கொஞ்ச நேரம் காப்பியைத் தொடாமல் உட்கார்ந்திருந்தார்கள். அப்புறம் இருவரும் மெல்லக் கோப்பையை உயர்த்திக் குடிக்க ஆரம்பித்தார்கள். 'இது நமக்கு வேண்டும்தானா? நாதம் என்ன தப்புச் செய்தோம்?'

'வேண்டும், வேண்டாம்... அப்படியில்லை. எதுவும் சரியாக நடக்கவில்லை. அதனால்தான் அதுசரி, நீ ஏன் அதைப் பற்றி விவாதிக்கவே இல்லை?'

'எனக்கும் காரணம் இருக்கிறது,' என்றாள்.

'ஆபிஸில் எல்லாருக்கும் உள்ள அதே காரணம்.'

அவள் மெதுவாகத் தலையசைத்தாள். 'நான் ஏதும் சொல்ல விரும்பலை. எனக்கும் ராத்திரி நடந்தது அது. காலையில் ப்ளாக்கில் எல்லாப் பெண்களும் அதைப் பற்றி பேசிக் கொண்டார்கள். அவர்களும் கனாக் கண்டிருக்கிறார்கள். நான் அது ஏதோ தற்செயலான விஷயம் என நினைத்தேன்.'

அவள் மாலைச் செய்தித்தாளை எடுத்தாள், 'பேப்பரில் ஏதும் போடவில்லையே?'

'எல்லோருக்கும் தெரிந்தது. பேப்பரில் போட அவசியமே இல்லையே?'

அவன் நாற்காலியில் சாய்ந்துகொண்டு அவளைப் பார்த்துக் கொண்டு, 'பயமா?'

'இல்லை, பயப்படுவேன் என்றுதான் எப்போதுமே நினைத்தேன். ஆனால் பயமாக இல்லை.'

'தற்காப்பு அது இது என்று எல்லோரும் நிறையப் பேசிக் கொண்டார்களே, எங்கே அந்தக் குணம்?'

'எனக்குத் தெரியாது. ஆனால் நாம் எதிர்பார்த்தது நிகழ்ந்தால் அதிகம் பரபரப்பு ஏற்படுவதில்லை. நாம், வாழ்ந்த வாழ்வுக்கு இதுதான் தக்க முடிவு.'

'அவ்வளவு மோசமாகவா வாழ்ந்தோம்?'

'இல்லை, அவ்வளவு உன்னதமாகவும் வாழவில்லை. அதுதான் தப்பு. உலகத்தில் பெரும்பான்மையினர் ரொம்ப மோசமான

காரியங்கள் செய்து கொண்டிருக்கும்போது நாம் நாமாகவே இருந்தோம்.'

குழந்தைகள் வராந்தாவில் சிரித்துக்கொண்டிருந்தன.

'இந்த மாதிரிச் சமயத்தில் ஜனங்கள் தெருக்களில் கதறிக்கொண்டு ஓடுவார்கள் என நினைத்தேன்.'

'ம்ஹூம். உண்மையைப் பற்றி எதற்குக் கதற வேண்டும்?'

'உனக்குத் தெரியுமா நான் உன்னையும், குழந்தைகளையும் தவிர வேறு எதையும் 'மிஸ்' பண்ணமாட்டேன். எனக்கு நகரமோ, வேலையோ ஏதும் பிடித்ததில்லை. உங்கள் மூன்று பேரையும் தவிர, என்ன பருவங்கள் மாறும் சந்தோஷத்தையும், கோடை நாட்களில் ஐஸ் வாட்டர் குடிப்பதையும்தான் 'மிஸ்' பண்ணு வேன் என்று தோன்றுகிறது. அப்புறம் தூக்கம் அது எனக்குப் பிடித்தமான ஒரு விஷயம்...'

'எப்படி நம்மால் இப்படி உட்கார்ந்துகொண்டு பேசிக் கொண்டிருக்க முடிகிறது?'

'வேறு ஏதும் செய்ய முடியாததால்.'

'உண்மைதான். வேறு ஏதாவது செய்ய முடிந்தால் செய்து கொண்டு இருப்போம். இதுதான் சரித்திரத்திலேயே முதல் தடவை என்று நினைக்கிறேன். உலகில் உள்ள அத்தனை பேருக்கும் இரவில் என்ன செய்யப் போகிறோம் என்று தெரிந்திருப்பது.'

'அதுவரை எல்லோரும் என்ன செய்வார்கள்? சாயங்காலம், அடுத்த சில மணி நேரங்கள்?'

'சினிமா போவார்கள், ரேடியோ கேட்பார்கள், டி.வி.பார்ப்பார் கள், சீட்டாடுவார்கள். குழந்தைகளைப் படுக்கைக்கு அனுப்பி விட்டுத் தாங்களும் படுக்கைக்குச் செல்வார்கள். எப்போதும் போலத்தான்.'

'எப்போதும் போலத்தான், அதுவே ஒரு விதத்தில் பெருமைப் படக்கூடிய விஷயம்.'

இருவரும் சற்று நேரம் உட்கார்ந்திருந்துவிட்டு இவன் மற்றொரு காப்பி ஊற்றிக் கொண்டான்.'

'ஏன் இன்றிரவு?'

‘ஏனென்றால்...’

‘ஏன் மற்றொரு நூற்றாண்டில் மற்றொரு இரவில் இல்லை? ஐந்து நூற்றாண்டுகளுக்கு முன் இது நடந்திருக்கலாமே. இல்லை பத்து நூற்றாண்டு?’

‘இதுநாள்வரை இன்றைய தினம் இருந்ததில்லை. சரித்திரத்தில் எந்தத் தினத்தையும் ‘இன்று’ இருந்ததில்லை. இப்போது அது வந்துவிட்டது. அதனால் இந்தத் தேதிக்கு ஒரு பிரத்தியேகம் இருக்க வேண்டும். இந்தத் தினத்தில்தான் உலகம் இன்னின்ன மாதிரி அமைந்து இருக்கிறது. அதனால்தான் இது முடிவு தினமாக இருக்கலாம். சமுத்திரங்களில் வானத்தில் பறந்து கொண்டிருக்கும் பாம்பர் விமானங்கள் கரை சேரவே முடியாது.’

‘அதுவும் ஒரு காரணமாக இருக்கலாம்.’

அவன் எழுந்தான், ‘என்ன செய்ய வேண்டும்?’ பாத்திரங்களை அலம்பட்டுமா?’

அவர்கள் சாப்பாட்டுத் தட்டுக்களை அலம்பி பளபளப்பாகத் தனிப்பட்ட ஒழுங்குடன், அடுக்கி வைத்தார்கள். எட்டரை மணிக்குக் குழந்தைகளைப் படுக்க வைத்து, குட்நைட் என்று முத்தமிட்டுவிட்டுப் படுக்கையருகில் சின்ன விளக்குகளைப் போட்டுவிட்டு அறைக் கதவைச் சற்றே திறந்து வைத்துவிட்டு வெளியே வரும்போது -

அவன் கதவைப் பார்த்து, ‘கதவு திறந்து கொஞ்சம் வெளிச்சம் உள்ளே வருமா, இல்லை கதவு பட்டென்று மூடிக்கொள்ளுமா தெரியலை’ என்றான்.

‘குழந்தைகளுக்கு தெரிந்திருக்குமோ?’

‘இல்லை, நிச்சயம் இல்லை.’

இருவரும் உட்கார்ந்துகொண்டு செய்தித்தாள்களைப் படித்தார்கள். கொஞ்சம் ரேடியோ கேட்டார்கள். நெருப்பருகே உட்கார்ந்து கொண்டு அதன் தணல் மெல்ல மெல்லச் சாம்பல் போர்வைப் பூப்பதைக் கண்டார்கள்.

‘அப்ப?’ என்றான் அவன் கடைசியில்.

அவன் மனைவியை நீண்ட நேரம் முத்தமிட்டான்.

'இரண்டு பேரும் ஒருவருக்கொருவர் நல்லவர்களாகத்தான் இருந்திருக்கிறோம். இல்லை?'

'அழணுமா?' என்று கேட்டான்.

'அப்படித் தோன்றவில்லை.'

வீட்டின் ஊடே நடந்து எல்லா விளக்குகளையும் அணைத்து விட்டுப் படுக்கை அறைக்குள் நுழைந்து இரவின் குளிர்ந்த இருட்டில் நின்றுகொண்டு தம் உடைகளைக் களைந்து போர்வை களை விலக்கி, பெட்ஷீட்டெல்லாம் எத்தனை சுத்தமாக இருக்கிறது!'

'களைப்பாக இருக்கிறது!'

'நாம் எல்லோருமே களைத்துவிட்டோம்.'

இருவரும் மல்லாந்து படுத்துக் கொண்டார்கள்.

'ஒரு நிமிஷம்!' என்றாள்.

அவள் எழுந்து சமையல் அறைக்குச் செல்வதைக் கவனித்தான்.

கொஞ்ச நேரம் கழித்து அவள் திரும்ப வந்ததும், 'சமையல் அறையில் குழாயைத் திறந்து வைத்து வந்துவிட்டேன்.'

இதில் ஏதோ ஒன்று மிகவும் வேடிக்கையானதாக இருக்க, அவன் சிரிக்க வேண்டியிருந்தது.

அவளும் அவனுடன் சிரித்தாள். தான் செய்த காரியத்தில் என்ன வேடிக்கை என்று அறிந்து அவளும் சிரித்தாள்...

இறுதியில் இருவரும் சிரிப்பதை நிறுத்திவிட்டுப் படுக்கையில் சாய்ந்தார்கள். கைகள் கோத்துத் தலையுடன் தலைதொட்டுக் கொண்டு.

'குட் நைட்' என்றான்.

கொஞ்சம் நேரம் கழித்து 'குட் நைட்' என்றாள்.

சுக சம்சாரத்துக்கு பத்து கட்டளைகள்   9

மிகச் சுருக்கமாக, மிக அழுத்தமான கருத்துக் களைச் சொல்வதில் தமிழர்கள் வல்லவர்கள், அதும் தமிழ்க் கவிஞர்கள்.

'நள்ளிரவில் வாங்கினோம்
இன்னும் விடியவில்லை'

- என்கிற சுதந்திர தினக் கவிதை உலகப் பிரசித்த மாகிவிட்டது.

அண்மையில் இந்த அளவுக்குச் சிந்தனையைத் தூண்டக்கூடிய ஒரு சிறுகவிதையைக் 'களம் புதிது' என்னும் பெயரில் மணிமுத்தா நதிக் கரையிலிருந்து இலக்கியத்திற்காக வெளிவரும் ஒரு காலாண்டிதழில் பார்த்தேன்.

மருங்கூர் அஞ்சல் நிலையம், தென்னாற்காடு வள்ளலார் மாவட்டம் - 608 703 - லிருந்து வெளிவரும் இந்த இதழில் ரமேஷ் டைலர்ஸ், பாலாஜி ஆட்டோ, அம்பாள் விலாஸ், கும்பகோணம் பாத்திரக் கடை களின் விளம்பரங்களுடன் தொடர்பே அற்ற இலக் கியக் கட்டுரை கவிதைகளின் மத்தியில் ஒரு ரத்தினம்!

'எத்தனைபேர் இழுத்துமென்ன
இன்னும் வரவில்லை
சேரிக்குள் தேர்.'

இதை எழுதிய ஆடலரசன் எந்தத் தேரைச் சொல்கிறார் என்று யோசித்துப் பாருங்கள்.

'தெருவாசகம்' என்கிற பெயரில் 'ஹைக்கூ கவிதைகள்' வெளியிட்டிருக்கும் யுகே செங்கோட்டையனின் வரிகள். ஹைக்கூ இல்லையெனினும் அவைகளின் சொல் சுருக்கத்தை ரசிக்க முடிகிறது உ-ம்:

தமிழுக்கு இலக்கணம் உண்டு.
தமிழனுக்கு?

இருந்திருந்தால் பாடியிருப்பார்
'கொல்லடி சிவசக்தி'

அன்று தொண்டு
இன்று துண்டு

ஈழத்தில்
யுத்த பிட்சுக்கள்

கேட்டது சுயாட்சி
கிடைத்தது ஜெயாட்சி

(சூரியன் பதிப்பகம், ஜெகதீஸ்வரன் ஸ்ட்ரீட், பாண்டி பஜார், சென்னை-17).

காவிரி பற்றி அடியேன் முயற்சி இதோ.

கர்நாடகத்திலேயே
'யு டர்ன்' அடிக்கணுமாம்!

'சுக சம்சாரத்துக்கு என்னுடைய சொந்த பத்து கட்டளைகள்' என்கிற ஜேம்ஸ் தர்பரின் கட்டுரையை நம் பண்பாட்டுக்கு ஏற்பத் தழுவித் தருகிறேன்.

பெண்கள் பத்திரிகையில் வருவதுபோல் அவள் புடவை நல்லா இருக்கு என்று சொல்லு. அவள் ஆர்மோனியம் வாசித்தால் நீ தபலா கற்றுக்கொள். மனைவியாகவும் இரு. காதலியாகவும் இரு. சின்ன வீடு வைத்துக் கொள்ளாதே போன்ற சம்பிரதாயமான அறிவுரைகள் இந்தக் காலத்தில் பயன்படுவதில்லை. எனவே புதிய அனுபவபூர்வமான பத்து கட்டளைகள் இதோ, இருபத்தோராம் நூற்றாண்டுவரை தாங்கும்.

ரூல் 1: கணவனோ, மனைவியோ தன் மனைவி, கணவனின் உறவுக்காரர்களையோ, பழைய சினேகித, சினேகிதர்களையோ கிண்டல் பண்ணக்கூடாது. 'உங்க மாப்பிள்ளை இருப்பானே ஒருத்தன்...பேக்கு மாதிரி, தோச்ச கோட்டை போட்டுண்டு வருவானே...' இது கூடாது.

அல்லது 'உங்க அத்தை பொண்ணு வந்திருந்தா. அதான் கன்னங் கரேல்னு கரி முனிமாதிரி தஞ்சாவூர் மரப்பாச்சி மாதிரி இருப் பாளே, உங்களுக்குக்கூட பாத்தாளே... பேரு சுகுணாவோ... புவனாவோ' இந்த மாதிரி சம்பாஷணை தவிர்க்கப்பட வேண்டும்.

ரூல் 2: கணவன் மனைவியின் முக்கியமான உறவினர்களின் பெயர்களை ஞாபகம் வைத்திருக்க வேண்டியது மிக அவசியம்.

கணவன்: 'உன் தம்பி, அவன் பெயர் என்ன... அப்புச்சாவோ ராமான்ஜுவோ?'

மனைவி: 'அவன் பேர் சுரேஷ்குமார்.' இந்த சம்பாஷணையும் தவிர்க்கப்பட வேண்டும்.

ரூல் 3: கணவன் மனைவியைப் பொது இடத்தில் அவமானப் படுத்தக்கூடாது. ப்ரைவேட்டாக என்ன வேண்டுமானாலும் அவமானப்படுத்தலாம். ஆனால் விருந்தில் கோதுமை அல்வா நன்றாக இருந்தால், 'அப்படியே வாயில் கரையறது பார். இவளும் கோதுமை அல்வான்னு ஒண்ணு பண்ணுவா, வாயில ஒட்டிண்டு செவ்வாய்க்கிழமை சாப்ட ஆரம்பிச்சா புதன் கிழமை சாயங்காலம்தான் முடிக்க முடியும். (ஹா ஹா ஹா அட்டகாசச் சிரிப்பு) சப்பாத்தி என்ன ஸாஃப்ட்டா இருக்கு பாரு. நீயும் பண்றியே, முறம் மாதிரி.' இது கூடவே கூடாது.

அதேபோல் மனைவியும் பார்ட்டியில், 'ஒருதடவை என்ன ஆச்சு தெரியுமா? இவர் ஸ்கூட்டர் கத்துக்கறேன்னு சாக்கடைக்குள்ள விழுந்துட்டார். காபினட் செகரட்டரின்னு பேரே தவிர, ஒரு எழவும் தெரியாது இவருக்கு. எல்லாம் அரைகுறை இவர்.' உத்தரவாதமாக இந்த ஜோடி உடையும்.

ரூல் 4: 'ஆம்பளைங்களே இப்படித்தான்' என்று பொதுப்படுத்தும் மனைவியும், 'பொம்பளைங்களே இப்படித்தான்' என்று பொதுப்படுத்தும் கணவனும் நாளடைவில் கோர்ட்டுக்குப்

போய்விடுவார்கள். இந்த மாதிரி பொதுப்படுத்திப் பேசுவது இருபாலாருக்கும் பிடிக்காது.

அதற்கு மாறாக, 'இவர் பொதுவா அடுப்படிக்கே வரமாட்டார். இருந்தாலும் சிலநாள் கொட்டுரசம் வெச்சார்னா என்னமா இருக்கும் தெரியுமா?' என்று மனைவி சொன்னால் கணவன் மையமாகச் சிரிப்பானே தவிர, 'நான் எப்ப கொட்டு ரசம் வெச்சேன்?' என்று கேட்கவே மாட்டான்.

அதேபோல், 'இவ மதுரைல இவங்க வீட்டில ஒரு மான்குட்டியை எம்ப்ராய்டரி போட்டு வெச்சிருக்கா பாருங்கோ, என்ன அழகு' என்று சொன்னால் மனைவி, அது அவள் தங்கை போட்டது என்று மறுக்க மாட்டாள்.

ரூல் 5: கணவன், மனைவிக்கு, 'சென்னையின் சரித்திரமோ' இல்லை 'குருபரம்பரையோ' 'கொங்குநாட்டில் அகழ்வாராய்ச்சி' அல்லது 'தமிழன்னைக்கு ஓர் அஞ்சலி' என்ற சொந்தக் கவிதையோ படித்துக்காட்ட விரும்புவது ஓர் அரிதான சந்தோஷம்.

அந்தச் சமயத்தில் மனைவி போர் அடித்தாலும் மேம்போக்கான சுவாரஸ்யம் காட்டி கவனிக்க வேண்டும். ஒரு காலை ஆட்டு வதோ, நகத்தை வெட்டுவதோ, கொசு அடிப்பதோ கூடவே கூடாது. ஒரு நல்ல மனைவி கொசு கடித்தாலும் பரவாயில்லை என்று கணவன் குரலைக் கேட்டுக் கொண்டிருக்க வேண்டும். படித்துக் கொண்டிருக்கும்போது இடையே, 'ஸாக்ஸ்ல ஓட்டை' என்றோ, 'ஸென்னை இல்லை சென்னை' என்று அவன் உச்சரிப்பை திருத்தவோ முயற்சி பண்ணக்கூடாது. கொஞ்சமாவது சுவாரஸ்யம் காட்ட வேண்டும். அவ்வப்போது, 'அப்படியா ரொம்ப சுவாரஸ்யமாக இருக்கு' என்று சொன்னால் நல்லது.

அவன் படித்து முடித்ததும் உடனே கிச்சனுக்கு எழுந்து போகக் கூடாது. 'ரொம்ப நல்லா படிக்கிறீங்க' என்று சொல்லிவிட்டு, அவன் 'என்ன படிச்சேன் சொல்லு பார்க்கலாம்?' என்று தர்மசங்கடமாகக் கேள்வி கேட்டால், 'அடுப்பில் பாலை (அ) குக்கரை வெச்சுட்டு வந்திருக்கேன்' என்று கழன்று கொள்ள வேண்டும்.

தர்பார் 10

இந்த விதிகளின் காரணகர்த்தாவான ஜேம்ஸ் தர்பரைப் பற்றிச் சில வரிகள்.

தர்பர் மிகச் சிறந்த நகைச்சுவை எழுத்தாளர்களில் ஒருவர், அமெரிக்கா ஓஹையோ மாகாணத்தில் கொலம்பஸ் என்கிற ஊரில் தன் சிறு வயது நினைவு களை ஆதாரமான யதார்த்தத்தால் கிடைக்கும் நகைச்சுவையுடன் எழுதிய தர்பரின் நவீன ஈசாப் கதைகள் பிரசித்தம். (தோட்டத்தில் யாளி) தர்பரின் ஒரு சிறுகதை 'The Secret Life of Walter Mitty' என்கிற கதை 1939ல் அது வெளிவந்ததிலிருந்து இன்றும் பல மொழிகளில் மொழி பெயர்க்கப்பட்டு ரேடியோ நாடகமாக, திரைப்படமாக, ஒப்பெராவாக ப்ராட்வே ம்யூஸிக்கலாக வந்து நூற்றுக்கணக் கான வால்டர் மிட்டி சங்கங்கள் அமைத்து உலக இலக்கிய சரித்திரத் திலேயே வார்த்தைக்கு வார்த்தை அதன் ஆசிரியருக்கு மிக அதிகமான பணம் சம்பாதித்துக் கொடுத்த சிறுகதை என்று புகழ் பெற்றது. 1961ல் தர்பர் இறந்த போது 'ஆபிச்சுவரி'க்கு பதிலாக அந்தக் கதையை மறுபதிப்பாக வெளியிட வேண்டும் என்று கேட்டுக் கொண்டார். இனி சுக சம்சாரம் தொடர்கிறது.

ரூல் நம்பர் 6: கணவன், வீட்டில் எதெது எங்கே இருக்கிறது என்பதை ஞாபகம் வைத்துக்கொள்ள வேண்டும். ஒரு டையோ, கைக்குட்டையோ,

ஸாக்ஸோ வேண்டுமெனில் மார்க்கெட்டுக்குப் போயிருக்கும் மனைவி வரும்வரை காத்திருக்கும் நிலை கூடாது. கார் சாவி, நெயில் கட்டர், ஆஸ்பிரின், பொன்னியின் செல்வன் மூன்றாவது பாகம், போனவாரம் வாங்கிய பச்சைக்கலர் சட்டை, டெலிபோன் பில், உப்பு பிஸ்கட், ஸ்க்ரூ டிரைவர் போன்ற அன்றாட சாமான்களுக்காக மனைவி வரும்வரை காத்திருப்பது பேத்தல். எதெது எங்கெங்கே இருக்கிறது என்று ஒரு மேப் மாதிரி குறித்து வைத்துக்கொள்வது உத்தமம். அந்த மேப்பை தொலைத்து விட்டு எங்கே வைத்தேன் என்று மனைவி வரும்வரை காத்திருப்பவர்களுக்கு விமோசனம் இல்லை.

ரூல் நம்பர் 7: ஐந்தாவது ரூலில் கணவன், படித்துக் காட்ட மனைவி கவனிப்பதைப் பற்றிச் சொன்னோம். இது அதற்கு எதிர் ரூல். மனைவி ஏதாவது சொல்லிக் கொண்டிருக்கும்போது கணவன் குருட்டு யோசனையில் அல்லது ஆபீஸ் கவலையில் இருந்து மையமாக 'அப்டியா, ம்ஹூம், ஆஹாங்' போன்ற வார்த்தைகள் பிரயோகிப்பது அபாயகரமான பழக்கம். மனைவி சொல்லிக் கொண்டிருக்கும் விஷயம் 'ராத்திரி நம்ம ரெண்டுபேருக்கும் ஜானா வீட்டில் சாப்பாடு. அதனால் நேர ஆபீஸிலிருந்து அங்க வந்துருங்கோ. வரப்போ பல் டாக்டரைப் பார்த்துட்டு அப்பாயிண்ட்மெண்ட் வாங்கிண்டு அப்படியே என்னோட உள் பாவாடை ஒண்ணு மம்ஸா கடைல தைக்கக் கொடுத்திருக்கேன். வாங்கிண்டு நேரா ஜானா வீட்டுக்கு வந்துருங்க. வீட்டுக்கு வராதீங்க. நான் இருக்க மாட்டேன். தெரியறதா...' அதை சரியாகக் கவனிக்காமல் மையமாக ஓகே, ஓகே என்று தலையாட்டி விட்டு சாயங்காலம் வீட்டுக்கு வந்து அது பூட்டியிருப்பதைக் கண்டு அப்போதுதான் ஏதோ சொன்னாளே என்று சுமார் இருபத்தைந்து கிலோ மீட்டர் தூரத்தில் இருக்கும் ஜானா வீடு ஞாபகம் வந்து சிக்கல் ஏற்படும்.

ரூல் நம்பர் 8: கல்யாணம் ஆன முதல் வருஷத்திலேயே கணவன் 'மனைவியை' அன்பே கண்ணா, கன்னுக்குட்டி போன்ற செல்லப் பெயர்கள் கொண்டு கூப்பிடுவதை நிறுத்திவிட்டால் அவனுக்கு காதல் கரைந்துவிட்டது என்று அர்த்தமில்லை. என்ன கொஞ்சம் சீக்கிரமாகத் தன் நிலைக்கு வந்து சரியாக தன் மனைவியைப் பார்க்கத் துவங்கிவிட்டான் என்றுதான் அர்த்தம். என்ன இருந்தாலும் நகர மெட்ரபாலிட்டன் மாஜிஸ்ட்ரேட் வேலை பார்க்கும் கணவன், வீட்டில் இந்த மாதிரி செல்லக்குட்டி, கன்னுக்குட்டி என்று கூப்பிடத் தயங்குவதில் ஆச்சரியமில்லை.

ரூல் நம்பர் 9: பிக்னிக் அல்லது ஆபீஸ் பார்ட்டிக்குப் போனாலோ, கணவன் செய்யும் அசட்டுத்தனங்களைக் கண்டுக்காமல் இருப்பது மனைவிக்குத் தலையாய கடமை. கணவன் 'சின்னச் சின்ன ஆசை' அபசுரமாகப் பாடும்போதோ அல்லது லெமன் ரேஸில் தடுக்கி விழுந்து மூக்கில் அடிபட்டு ப்ளாஸ்திரி போட்டுக் கொள்வதையோ மனைவி பார்க்காமல் இருப்பது நல்லது. (பார்ட்டியில் வேறு திசைக்குச் சென்றுவிடவும்).

பிற்பாடு: 'சின்னச் சின்ன ஆசை ரொம்ப நன்னா பாடினீங் களாமே! ஷாலினி சொன்னா. நான் இல்லை அப்ப.'

'ஆமாம், எல்லோரும் கை தட்டினா.'

'எலுமிச்சம்பழ ரேஸ்ல ரொம்ப அநியாயமா இடிச்சாங்களாமே எல்லாரும்.'

'ஆமாம், அந்த சீது கடன்காரன் ரொம்ப தப்பாட்டம் ஆடித் தடுக்கிவிட்டுட்டான். எப்பவுமே அவனுக்கு என்னைக் கண்டா பொறாமை.' இவை நல்லவை.

'நூறு மீட்டர் ரேஸ்ல எட்டு பேர்ல எட்டாவதா வந்தீங்களாமே?' என்ற கேள்வியை கண்டிப்பாகத் தவிர்ப்பது நல்லது.

ரூல் நம்பர் 10: மனைவியின் ட்ரஸ்ஸிங் டேபிளை கணவன் நோண்டக் கூடாது. அது ஒரு புனிதமான இடம். அங்கே கார்புரேட்டரை ரிப்பேர் பண்ணிய கையுடனோ, அல்லது டைப் மிஷினுக்கு எண்ணெய் போட்ட கையோடோ, புகுந்து ஏதாவது கந்தல் துணி கிடைக்குமா துடைக்க என்று தேடுவது பாவ காரியம். இந்த மாதிரி டிரஸ்ஸிங் டேபிளை நோண்டிவிட்டு, 'இது எப்ப வாங்கின?'. 'டை' போட்டுக்கறியா நீயும்' போன்ற கேள்வி களின் சாத்தியக்கூறுகள் இருப்பதால் பெரிய அபாயம் இருக் கிறது. ட்ரஸ்ஸிங் டேபிள் என்பது படுக்கை அறையில் இருப்ப தால் மனைவி இந்த நோண்டல் தொந்தரவு தாங்காமல் படுக்கை அறையைப் பூட்டிவிடும் சாத்தியம் சுகவாழ்வுக்கு நல்லதல்ல.

மேற்குறித்த ரூல்களைக் கடைப்பிடிப்பதால் உத்தரவாதமாக சுக வாழ்வு ஏற்படும் என்று சொல்லமுடியாது. என்னுடைய பரந்த அனுபவத்தில் கிடைத்த ரத்தினங்கள் இவை. இன்னும் சில உபரியான விதிகள் உள்ளன. அதைச் சொல்வதற்குள் அடுப்பில் ஏதோ எரிகிற தீசல் வாசனை வருகிறது. பதினைந்து நிமிஷம்

முன்பே ஸ்டவ்வை அணைக்குமாறு என் மனைவி சொல்லி விட்டுப் போயிருக்கிறாள். உள்ளே போய் அணைக்கிறேன். வருகிறேன்.

உண்மையான இலக்கியத்திற்கு உண்மையான உணர்ச்சிகள் வேண்டும். ஒரு நாடு செல்வச் சிறப்புப் பெறும்போது அதன் இலக்கியத்தின் தரம் சரியும் என்று சொல்வதில் கொஞ்சம் கொஞ்சம் உண்மை இருப்பதாகவே படுகிறது.

போராட்டங்களும், உயிர்வாழ்தலில் அதிகம் பிரச்னைகளும் இல்லாத 'ஏ.ஸி.' ரூம் சூழ்நிலையில் இலக்கியம் படைப்பது கொஞ்சம் கஷ்டம்தான். இன்று தமிழில் எழுதப்படும் சில சிறந்த கவிதைகள் ஈழப் போராட்டத்தினால் இடம் பெயர்க்கப்பட்டு, பாரிஸிலும், கனடாவிலும் ஜெர்மனியிலும் ஒதுங்கி தாய் நாட்டுக்கு எப்போது திரும்புவோம் என்கிற ஏக்கமும், தாகமும் கொண்டவர்களிடமிருந்து வருகிறது.

அதற்குத் தக்க உதாரணம் கி.பி. அரவிந்தன். அவரது 'முகம் கொள்' என்கிற கவிதைத் தொகுப்பில் (கீதாஞ்சலி வெளியீடு, ஸ்னேகா, 7,லஸ் சர்ச் ரோடு, மைலாப்பூர், சென்னை-4) தாயகத்தில் குழந்தையை விட்டு பிரான்ஸில் வாழும் பிரிவு, அலைவு, தனிமை, தோல்வி, இழப்பு, அவமதிப்பு, ஏக்கம், ஏமாற்றம், துயரம் இவற்றை எழுத்துக்குள் எட்ட முயற்சிக் கிறார். அரவிந்தனின் இயற்பெயர் கிறிஸ்தோப்பர் ப்ரான்சிஸ். அவர் கவிதை ஒன்று. இதை பாம்குரோவில் ரூம் போட்டுக் கொண்டு எழுத முடியுமா, யோசித்துப் பாருங்கள்?

காலணிகளில் முகங்கள்
நசுக்கும் சிதையும்
அதனால் என்ன
ஐரோப்பியக் காலன்றோ
மோதிரக் கையன்றோ
தோத்திரங்கள் சொல்வோம்
Thanks Merci Danke
கனவுகள் காயமாக
மனிதரைப் போல
இலைகளை உதிர்த்து

உள்ளுக்குள் உயிர்த்து
மரங்கள் வெறிக்கும்
இருப்பிடம் தொலைந்த
எனக்காக இரங்கும்
மலர்கள் தூவிய
பீடங்கள் ஒவ்வொன்றிலும்
கூர்வாள் உயர்த்திய
வீரரைத் தாங்கும்
பாயும் புரவிகள்
தேசங்கள் வென்றவர்
சிலையிலும் முறைப்புடன்
தீப்பற்றும் குரல்களால்
செவிகளில் அறைவர்
'வெளியேறு...'
சிலைகள் உயிர்க்கும்
வாள்முனை மினுங்கும்.
தாயகம் துறந்தவனே
உனக்கேது இருப்பிடம்.'

பாரிஸ் நகரில் அகதியாக, நகரத்தின் சரித்திர அடையாளங்களின் ஊடே அலையும் ஈழத் தமிழனால்தான் இதை ஆத்மாவில் உணர்ந்து எழுத முடியும்.

கடைசியாக இவள் தனியாகத் தூங்குகிறாள் 11

பொன்மொழிகள் எப்போதுமே உபதேசம் செய்வதில்லை. சிலசமயம் அவை மென்மை யானவை. சில சமயம் புன்னகைக்க வைப்பவை. சில சமயம் கண்ணீர்கூட. இவ்வாறான மென் மொழிகளுள் சில இதோ:

கடவுளும் இல்லை. ஞாயிற்றுக்கிழமை குழாய் ரிப்பேர்காரர் களும் இல்லை.

செக்ஸ்: சிரிக்காமல் கிடைக்கும் தமாஷ்களில் சிறந்தது.

சாவென்றால் எனக்குப் பயம் இல்லை. அது வரும்போது, நான் அங்கே இருக்க விரும்ப வில்லை. அவ்வளவுதான்.

- உடி ஆலன்

ஒருநாள் காலை என் பைஜாமாவில் ஒரு யானையைச் சுட்டு விட்டேன். அது எப்படி என் பைஜாமாவில் வந்து நுழைந்தது? எனக்குத் தெரியவே தெரியாது.

- க்ரௌச்சோ மார்க்ஸ்

பொது இடங்களுக்கு வரும்போது மக்கள், நான் கனைக்கவோ, பல்லைக் கடிக்கவோ,

பாதங்களைத் தரையில் தேய்க்கவோ, வாலை ஆட்டவோ வேண்டும் என்று எதிர்பார்க்கிறார்கள்.

- **இளவரசி ஆன் (இங்கிலாந்து ராஜகுடும்பம்)**

மகப்பேறு, மனைவியாய் இருப்பதின் அபாயங்களில் ஒன்று.

- **இதுவும் அவரே.**

புட்டிப் பால் சிறந்தது. காம்பிழுக்க வேண்டாம். வைக்கோல் போட வேண்டாம். ஓட்டை போட்டால் கசியும்.

- **யாரோ**

உலகிலேயே சிறந்த கருத்தடை மருந்து ஒரு தம்ளர் குளிர்ந்த தண்ணீர். காரியத்துக்கு முன்போ, பின்போ அல்ல, அதற்குப் பதிலாக.

- **யாரோ**

இங்கே யாரும் இங்கிலீஷ் தெரிந்த கற்பழிக்கப்பட்டவர்கள் இருக்கிறார்களா?
(காங்கோ யுத்தத்தில் தப்பிக்கக் காத்துக் கொண்டிருந்த பெல்ஜியம் அகதிகளிடம்)

- **பி.பி.சி. டெலிவிஷன் நிருபர்**

முதலாளித்துவம் என்பது மனிதனை ஆள்வது. கம்யூனிசம் என்பது அதன் நேர் எதிர்.

- **போலந்து பழமொழி**

அவர் ஒரு தீட்டப்படாத இமிட்டேஷன் வைரம்.

- **ஆஸ்க்வித் சீமாட்டி, ஒரு ராணுவ அதிகாரியைப் பற்றி**

பொது இடங்களில் அந்தரங்க முகங்களைப் பார்ப்பது அந்தரங்க இடங்களில் பொது முகங்களைப் பார்ப்பதை விட நல்லது.

- **டபுள்யு. எச். ஆடன்**

கடைசியில் அவள் தனியாகத் தூங்குகிறாள்.

- **ராபர்ட் பென்ச்லி**
(ஒரு குட்டி நடிகையின் கல்லறைக்கு வாசகம் தருமாறு கேட்டபோது.)

நான்தான் கடவுள் என்பது எனக்குத் தெரிகிறது. காரணம் நான் பிரார்த்தனையின்போது எனக்குள் பேசிக்கொள்கிறேன்.

- பீட்டர் பார்னஸ்

தினம் நான் செய்தித்தாள் படிக்கிறேன். அது ஒன்றுதான் நான் விரும்பிப் படிக்கும் தொடர்கதை.

- அனாய்ரின் பெவான்

சில புத்தகத் தலைப்புக்கள்:

காலமெனும் சங்கீதத்துக்கு நடனம் - ***ஆன்டனி பவுல்***

வைரங்கள் எப்போதும் - ***ப்ளமிங்***

மனிதர்களை உண்பது குற்றம் - ***மால்கம் ப்ராட்பரி***

கடவுளே, என்னை என் நண்பர்களிடமிருந்து காப்பாற்று - ***காலின் மாக்ஸ்வெல்***

நிலவும் ஆறு பைசாவும் - ***சாமர்செட் மாம்***

பாடகன்: பாட்டு அல்ல - ***லிண்டாப்***

மெல்ல நடவுங்கள். என் ஜோக்குகளை மிதித்துவிடுவீர்கள் - ***மால்கோம் மக்கரிட்ஜ் (பன்ச் ஆசிரியர்)***

இரண்டு வழுக்கை ஆசாமிகள் ஒரு சீப்புக்குப் போட்டுக் கொண்ட சண்டை - ***ஃபால்க்லண்டு போரைப் பற்றி அர்ஜெண்டினா தேச நாவலாசிரியர் ஜார்ஜ் போர்ஜெஸ்.***

எவனும் தம் மாமியாரை எல்லாச் செலவுக்கும் பணம் கொடுத்து ஒரு மாசம் அனுப்ப வேண்டிய தேசம்

- இயன் பாத்தம், பாகிஸ்தானைப் பற்றி.

தன்னைப் பற்றிப் பேசவில்லை என்றால் கவனிக்காத ஆசாமி

- நடிகன் என்பவன் யார் என்கிற கேள்விக்கு மார்லன் ப்ராண்டோ.

நிஜவாழ்க்கையில் முயல்தான் வெற்றி பெறுகிறது. ஈஸாப் எழுதியது ஆசாமிகளின் மார்க்கெட்டுக்கு. முயல்களுக்கு படிக்க நேரமில்லை. அவை ஜெயிப்பதில் சிரத்தையாக இருக்கின்றன.

- அனிதா புக்னர்

உரக்கச் சொல்லுங்கள், என் கருமை எனக்குப் பெருமை என்று.

- ஜேம்ஸ் பிரவுன் (பாடகர்)

திரு. பார்த்திபனின் அடுத்த படமான 'கருப்பண்ணசாமி'க்கு ஒரு விநோத அழைப்பு வந்தது. சுமார் இரண்டடி சிலை வடிவில் ஒரு முரட்டு ஆசாமி கையில் அரிவாள் வைத்துக்கொண்டு. இதே சிலையை மவுண்ட் ரோடில் ஸஃபையர் தியேட்டர் அருகில் பெரிசு பண்ணி வைத்து மக்களை வியக்கச் செய்த பார்த்திபன் உள்ளே போய் வெளியே வந்தபின் - சோர்வெல்லாம் நீங்கி உற்சாகமாக இருக்கிறார். 'உள்ளே வெளியே' படம் ஒரு ப்ரிவ்யூ தியேட்டரில் போட்டுக் காட்டினார். அதில் இருந்த இரட்டை அர்த்த சமாசாரங்களை எல்லாம் பார்ப்பவர் மனத்திலிருந்து எடுத்ததுதான் அந்தப் படத்தின் சாதனை என்பேன். கிட்டிப்புள் கம்பு சங்கதிகள் எல்லாம் தனிப்பட்ட முறையில் ஆபாசமான வார்த்தைகள் இல்லை.

இவ்வகை கத்தி நடை செக்ஸ் ஜோக்குகள் தமிழ் சினிமாவில் இப்போது அதிகமாகப் புழங்குகின்றன. சிவகுமார், 'பொறந்த வீடா, புகுந்த வீடா'வின் வெற்றிக்குப் பெரும் பான்மை காரணம் செந்தில், கவுண்டமணி குடும்பக் கட்டுப்பாடு ஆபரேஷனை வைத்துக்கொண்டு செய்த காமெடி' என்று சொன்னார்.

பார்த்திபன் தமிழ் சினிமாவைக் காப்பாற்றும் சுகமற்ற சுமைகளை யெல்லாம் இறக்கி வைத்துவிட்டு, இப்போது எழுபது மில்லி மீட்டரில் குதிரைகள் ஓடும் அட்வென்ச்சர் கதையை எடுத்துக் கொண்டிருக்கிறார். கெட்டிக்காரர். முந்தின இந்தப் பகுதியில் வந்திருந்த வசந்த் ஜோக்கை எளிதில் புரிந்து கொண்டுவிட்டார். பல வாசகர்கள் புரியவில்லை என்று எழுதியிருந்தார்கள். அவர்களுக்கு அதிகப்படியாகத் தமிழ் சினிமா பார்ப்பதுதான் மருந்து.

அமெரிக்காவில் மோட்டரோலா என்னும் நிறுவனம், 'இரிடியம்' என்னும் ஒரு ப்ராஜெக்ட் துவங்கியிருக்கிறார்கள். இது ஓர் இருபத்தோராம் விளிம்பு விஷயம். இந்த வருஷ இறுதிக்குள் இந்த நிறுவனம் தாழ்வாகப் பறக்கும் ஸாட்டிலைட்டுகளை விண்வெளியில் வட்டமிட வைக்கப் போகிறது. பூமியின் எந்தப் பகுதியில் இருந்தாலும் இந்த ஸாட்டிலைட்டுகளில் ஏதாவது இரண்டு, மூன்று மேலே பறந்து கொண்டிருக்க, அவைகளை ரிலே ஸ்டேஷன்களாகப் பயன்படுத்தலாம். அதன்படி பூமியில்

யாரும் யாரையும் ஒரு நடமாடும் மொபைல் டெலிபோன் மூலம் டயல் செய்து தொடர்புகொண்டு பேசமுடியும். எஸ்.டி.டி., ஐ.எஸ்.டி. போலத்தான் இது. ஆனால், இந்த ஃபோன், வீட்டு ஃபோன் இல்லை. கையிலேயே வைத்துக்கொண்டு எங்கே வேண்டுமானாலும் திரியலாம். யாரை வேண்டுமானாலும் கூப்பிடலாம்.

இந்தத் திட்டத்துக்குச் சுமார் 1700 கோடி டாலர் செலவாகும் என்று சொல்கிறார்கள். மோட்டரோலாவின் புரட்சிகரமான திட்டம் இது. இவர்களுக்குப் போட்டியாகப் பிரெஞ்சு, ரஷ்யப் போட்டி கம்பெனிகளும், அத்தனை செலவில்லாமல் இந்த வகைத் திட்டத்தைச் செயல்படுத்த முன்வந்துள்ளன. 1996ல் கையில் ஒரு குட்டி ஃபோன் இருந்தால் போதும். உலகை விலை பேசலாம். இதன் மற்ற சாத்தியக்கூறுகளை யோசித்துப் பாருங்கள். முக்கிய மாக அந்தரங்க ஆக்கிரமிப்பு.

கல்லடி மரணம் — 12

இந்த முறை சுஜாதா அவார்டு மு.சுயம்புலிங்கம் எழுதிய ஒரு கவிதைக்குக் கிடைக்கிறது.

'ஊர்க்கூட்டம்' என்கிற தொகுப்பில் இருக்கும் 'தீட்டுக் கறை படிந்த பூ அழிந்த சேலைகள்' என்கிற கவிதையில் உள்ள மௌனமான கோபம் உங்களுக்குப் புரிய வேண்டும்:

நாங்கள் சந்தோஷமாக இருக்கிறோம்
எங்களுக்கு ஒரு குறையும் இல்லை.
டவுசர் இல்லை என்று குழந்தைகள் அழுகும்
ஒரு அடி கொடுப்போம் வாங்கிக்கொண்டு
ஓடி விடுவார்கள்
தீட்டுக் கறை படிந்த
பூ அழிந்த சேலைகள்
பழைய துணிச் சந்தையில்
சகாயமாகக் கிடைக்கிறது
இச்சையைத் தணிக்க
இரவில் எப்படியும் இருட்டு வருகிறது
கால் நீட்டித் தலை சாய்க்க
தார் விரித்த ப்ளாட்பாரம் இருக்கிறது
திறந்த வெளிக் காற்று

யாருக்குக் கிடைக்கும்?
எங்களுக்குக் கொடுப்பினை இருக்கிறது
எதுவும் கிடைக்காதபோது
களிமண் உருண்டையை வாயில் போட்டு
தண்ணீர் குடிக்கிறோம்
ஜீரணமாகி விடுகிறது.
எங்களுக்கு ஒரு குறையும் இல்லை
நாங்கள் சந்தோஷமாக இருக்கிறோம்.

இந்தக் கவிதையை அனுப்பிய நண்பர் மனுஷ்ய புத்திரன், சுயம்பு லிங்கத்தின் முகவரியை எழுதினால் அவருக்கு அவார்டு அனுப்ப விரும்புகிறோம். கவிஞரே நேரடியாக எழுதினாலும் பெரு மகிழ்ச்சி.

தஞ்சை நகரில் ஒரு நாள் கம்ப்யூட்டர் மாணவர்களின் விழாவில் கலந்துகொள்ளச் சென்றபோது பூண்டி புஷ்பம் கல்லூரி நிர்வாகி யான துளசி அய்யா வாண்டையார் அவர்களைச் சந்திக்க சந்தர்ப்பம் கிடைத்தது. சுமார் நான்காயிரம் மாணவர்கள் படிக்கும் இக்கல்லூரியில் பல ஆச்சரியங்கள் உள்ளன. அதில் டொனேஷன் காப்பிடேஷன் வாங்குவதில்லை என்பது பெரிய ஆச்சரியம். வாண்டையார் அவர்களை அய்யா என்று மரியாதை யாக தொகுதி மக்கள் அழைக்கிறார்கள். தஞ்சை பார்லிமெண்ட் காங்கிரஸ் (இ) மெம்பராக இருந்தாலும், கல்லூரிக்குள் அரசியலைப் புகுத்தாதது மற்றொரு ஆச்சரியம். அவர்கள் கொடுக்கும் மானியத்தாலும் தாராளமான நன்கொடையாலும் கல்லூரி சிறப்பாக தனியாட்சி 'ஆட்டானமஸ்'ஸாக நடைபெறு கிறது. 'என்ன, அட்மிஷன் சமயத்தில் அக்ஞாதவாசம் புரிய வேண்டியிருக்கிறது என்கிறார் வாண்டையார். இந்த மாதிரி தாட்சண்யங்கள் இருக்கும்போது கல்வியின் தரம் குறையும் அபாயம் உள்ளது. அது ஏற்படாமல் பார்த்துக்கொள்ள வேண்டும். வசவசவென்று மாணவர்களைச் சேர்க்காமல் எண்ணிக்கையைக் கட்டுப்படுத்துவதுதான் இதில் வித்தை.

வாண்டையார் அவர்களை 'பாராளுமன்றத்தில் எலக்ட்ரானிக்ஸ் டிபார்ட்மெண்ட் கம்ப்யூட்டர் கல்விக்காக அமைத்திருக்கும், O, A, B, C லெவல் பரீட்சைகளுக்கு அரசு நிறுவனங்கள் வேலை வாய்ப்பு அங்கீகாரம் தரவேண்டியது பற்றி ஒரு கேள்வி கேட்க வேண்டும்' என்று கேட்டுக் கொண்டேன்.

கணிப்பொறி கல்வி பற்றிய உண்மை நிலையை விளக்கி ஒரு தனிப்பட்ட 'சப்ளிமெண்டே' போடப் போகிறோம். அப்போது O,A,B,C க்களை விளக்குகிறேன்.

கொஞ்சம் தஞ்சை காவிரி நீர், வாரத்துக்கு இரண்டு நாட்களில் கால்வாய்களில் திறந்துவிடுவதால் நான் போனபோது பசுமை யாகத்தான் இருந்தது. தார் சாலைகளை அடைத்து ஈரநெல் உலர்த்த, போக்குவரத்து பஸ்காரர்கள் செல்லமாகக் கோபித்துக் கொண்டு செல்கிறார்கள். கொஞ்சநாள் போனால் காவிரி நீர் இல்லாமலேயே பையோ டெக்னாலஜி மூலம் அமோக விளைச் சலைக் கொண்டுவந்து விடுவார்கள் இந்த மாவட்டத்தின் கடும் உழைப்பாளிகளான விவசாயிகள். காவிரிப் பிரச்னையை அரசியலாக்கிய பின் கர்நாடகத்தில் எந்த அரசாங்கமும் தண்ணீர் விட்டுப் பிழைக்க முடியாத அளவுக்கு சிக்கலாகி விட்டார்கள். கோர்ட்டில் போட்டே இழுத்தடிப்பார்கள். பருவ மழை அதிகம் பெய்து இயற்கையே இரண்டு வருஷம் தீர்த்து வைத்திருக்கிறது. அடுத்த நூற்றாண்டுக்குள் டெக்னாலஜியை மாற்ற வேண்டும். ட்ரிப் இர்ரிகேஷன் பயோ டெக்னாலஜி மூலம் (அதற்கான விற்பன்னர்கள் இருக்கிறார்கள்). டி.என்.ஏ. மாற்றம் செய்து மிகக் குறைந்த நீரில் அமோக விளைச்சல் ஏற்படும்படியான டெக்னிக்குகளை அமெரிக்காவில் ரகசியமாக வைத்திருக்கிறார் கள். அங்கேயும் தமிழர்கள் இருக்கிறார்கள். தஞ்சை, பட்டின மும், பட்டிக்காடும், செல்வமும், ஏழ்மையும், சரித்திரமும், தரித்திரமும் கலந்த நகரம். ஏழைப் பிள்ளைகள் மூன்று நட்சத்திர ஓட்டலின் வாசலில் நடுப்பகலில் வாய்க்கால் ஓரத்தில் நம்பர் டு பண்ணிக் கொண்டிருக்கிறார்கள். ராஜராஜன் கோபுரத்தின் மேல் 'டிஷ் ஆண்டென்னா' ஒன்றை வைத்துவிட்டால் இந்த நகரத்தின் முரண்பாடுகள் பூர்த்தியாகிவிடும்.

மதன் எனக்குக் கொடுத்த புத்தகங்களில் ஒன்று The Faber book of Reportage. கி.மு.450ல் ஏத்தன்ஸ் நகரத்தில் நிகழ்ந்த ப்ளேக் நோய் பற்றிய செய்தியிலிருந்து மனிதன் முதன் முதல் சந்திரனில் காலடி வைத்த 1969 வரை பல்வேறு நிருபர்களின் சிறந்த குறிப்புகளின் தொகுப்பு. அதில் பிப்ரவரி 1958ல் ஜெட்டா நகரத்திலிருந்து ஆர். எம். மக்கோல் என்பவர் அனுப்பிய Stoning to Death ரிப்போர்ட் டின் நேரடி மொழிபெயர்ப்பை இங்கே கொடுத்துள்ளேன். நிருபர்களுக்கு இது ஒரு பாடம். விஷயம் கோரமானதால் மிக எளிய வாக்கியங்களில் மிகை இல்லாமல் எழுதப்பட்ட இதை இளகிய நெஞ்சுக்காரர்கள் படிக்க வேண்டாம்.

அமெரிக்க கப்பல் கார்களின் ஊர்வலம் மெல்ல புழுதி வீதியில் நகர்ந்தது. கடை சன்னல்களில் பளபளப்பாக ஆடம்பரப் பொருட்கள், அமெரிக்க ஏர்கண்டிஷனர்கள், ரெப்பிரிஜ்ரேட்டர்கள், ஜெர்மன் காமிராக்கள், இத்தாலிய மின் சாதனங்கள், மூலையில் ஒரு பன்னிரண்டு மாடிக் கட்டிடத்தை வேகமாக முடித்துக் கொண்டிருந்தார்கள். ஜெட்டா துறைமுக நகரில் முளைத்துக் கொண்டிருக்கும் டஜன் கணக்கான கட்டிடங்களில் அது ஒன்று. ஆனால் அந்தப் பெரிய, மௌனமான கூட்டத்துக்கு அதில் எதிலும் நாட்டமில்லை.

அரசரின் அக்கா பையனான ராஜகுமாரன் ஒரு நாற்காலியில் கடுமையான முகத்துடன் உட்கார்ந்திருந்தார். அவர் முன் நீண்ட கம்பளம் விரிந்திருக்க ஒரு லாரியிலிருந்து காக்கி உடை அணிந்து இரண்டு போலீஸ்காரர்கள் ஒருவனை இழுத்துவந்தனர். கைகள் பின்பக்கம் விலங்கிட்டு, கணுக்கால்களிலும் சங்கிலிப்பிணைப்பால் அவன் தடுமாற்றத்துடன் நடந்தான். கார்ப்பெட்டின் விளிம்புக்கு வந்ததும் மண்டியிட்டான். போலீஸ் அவனை ராஜகுமாரரின் முகத்தை பார்க்கச் சொன்னார்கள்.

பக்கத்தில் அதிகாரி சுருள் காகிதத்தைப் பிரித்து அவன் குற்றங்களையும், அவனுக்குக் கொடுத்த தண்டனையையும் உரக்க வாசித்தார். கூட்டத்தினர் மிக மௌனமாக இருந்தனர்.

இப்போது -

சட்டென்று போலீஸ் வரிசை விலகி தண்டனைக்காரன் தோன்றினான். அவன் குற்றவாளியைப் பின்பக்கத்தில் சந்தடியில்லாமல் நெருங்கினான். படித்து முடித்ததும் தண்டனைக்காரன் குற்றவாளியைக் குனிந்து தன் விரலால் பின்னால் தொட்டான்.

அவன் திடுக்கிட்டு நிமிர்ந்தான். அதனால் அவன் தலை உயர்ந்தது. அந்தக் கணத்தில் தண்டனைக்காரன் ஒரு திறமையான, வேகமான வெட்டில் அவனைச் சிரச்சேதம் செய்தான். பார்வையாளர்களிடமிருந்து ஒரு நீண்ட மெதுவான பெருமூச்சு, இப்போது ஒரு பெண் முன்னே இழுத்து வரப்பட்டாள். அவளும் சேர்ந்து அவள் மாஜி கணவனைக் கொன்று விட்டார்களாம். அவளும் முப்பது வயசுக்குக் கீழ்தான் இருப்பாள். மெலிசாக இருந்தாள்.

அவள் மண்டியிட அவள் குற்றம் வாசிக்கப்பட்டது.

தண்டனைக்காரன் முன்னால் வந்து ஒரு மரக்கழியினால் தன் முழுபலத்தையும் பிரயோகித்து நூறு அடிகள் அவள் தோளில் அடித்தான். தண்டனை முடிய அந்தப் பெண் பக்கவாட்டில் சரிந்தாள்.

அடுத்து ஒரு லாரி, நிறைய கற்களுடன் வந்து அதன் சுமையைத் தரையில் கொட்டியது. ராஜகுமார் சைகை காட்ட, கூட்டத்தினர் பாய்ந்து வந்து அவளைக் கல்லால் அடிக்கத் தொடங்கினார்கள், சாகும்வரை.

அவள் எப்படி அதைச் சமாளித்தாள் என்பதைப் பார்க்க முடியவில்லை. அவள் ஆடை மறைத்திருந்தது. கதறல்களை மழுப்ப வாயில் துணி அடைத்திருந்தது.

இந்தச் சம்பவம் ஒரு பாலைவனத்தில் நடைபெற்றிருந்தாலே அது விநோதமாக இருந்திருக்கும். ஜெட்டாவின் நவீன பிஸினஸ் சூழ்நிலையில் அது இன்னும் விகாரமாகத் தோன்றியது. நல்ல நீலவானில் பிரகாசமான சூரியன். ஒரு பிரபல அமெரிக்க மென் பான விளம்பரம் தன்னைச் சாப்பிட வற்புறுத்தியது. கடை சன்னலில் விமானக் கம்பெனி விளம்பரம் 'வாருங்கள் மத்தியக் கிழக்குக்கு, அதன் வண்ண வண்ண கனவுகளுக்கும் அதன் மென்மையான சம்பிரதாயங்களுக்கும்' என்று வரவேற்றது.

கூட்டம் இப்போது மௌனமாக இல்லை. ஆண்கள் கல்லெறியும் போது உறுமி சத்தம் போட்டார்கள். அவர்கள் முகங்களை மூர்க்கம் முகமூடியிட்டிருந்தது. கூட்டத்திலிருந்த ஒன்றிரண்டு ஐரோப்பியர்கள் மறக்கவே முடியாத காட்சி.

பக்கத்தில் தயாராக இருந்த டாக்டர் அவ்வப்போது கல்லெறி தலை நிறுத்தி அந்தப் பெண்ணின் நாடித்துடிப்பைப் பார்த்து சோதித்து அவள் இறந்துவிட்டாள் என்று அறிவிக்க ஒரு மணி நேரம் ஆயிற்று.

நேற்றுத்தான் இந்த இரட்டை தண்டனை நடந்தது. பிப்ரவரி 1952.

டி.வி. 13

நீங்கள் எல்லாம் மேம்போக்காகத்தான் குஷ்பு, ஜொள்ளு பார்ட்டி, பானுப்ரியாவின் மூக்கையும் சேஷனின் மூக்கையும் ஒப்பிடுக வகை இல்லை. கொஞ்சம் சுரண்டினால் அறிவு ஜீவிகள் என்று தெரிந்து கொள்வதில் சந்தோஷமே.

மோட்டோரோலா நிறுவனம் 'இரிடியம்' ப்ராஜெக்டில் முதலில் அனுப்ப நினைத்த தாழ் வாகப் பறக்கும் ஸாட்டிலைட்டுகளின் எண்ணிக்கை 77. இது இரிடியம் என்னும் தனிமத்தின் அணுக் கருவைச் சுற்றிக் கொண்டிருக்கும் வெளிப்புற எலக்ட்ரான்களின் எண்ணிக்கை. அதனால் 'இரிடியம்' என்று வைத்தார்கள். இப்போது ஸாட்டி லைட்டுகளின் எண்ணிக்கையை 66க்குக் குறைத்து விட்டார்கள். பெயர் என்னவோ நிலைத்துவிட்டது.

மெட்ரோ வாட்டர் வெள்ளமாகப் பெருகுகிறதோ இல்லையோ மெட்ரோ டி.வி. சென்னைக் குடி மகனைச் சொட்டச் சொட்ட நனைக்கின்றது. பண்பலை வரிசையில் தினம் பதினோரு மணிநேரம் பாப், கர்நாடக சங்கீதம், ஜாஸ், மெல்லிசை, பெரும் பாலும் சினிமா சினிமா, மெட்ரோ டிவி சானல் களில் இந்த நேரம் அந்த நேரம் என்று எல்லா நேரமும் ஒரே நேரமாக சினிமாவில் சரணடைந்து கைச்சொடக்கு வெள்ளை ஷூ ஸ்டெப்புலு,

சினிமா டான்ஸ் அல்லது முகம் தெரியாத கலைஞர்களுடன் பேட்டி, (அவர்களின் மொத்த ஒக்கபிலேரி ஷாட், ஓகே, கட் பண்ணா போன்ற பத்து வார்த்தைகள்.) தமிழ் ஜனங்களின் கலாசாரச் சீரழிவின் உச்சக்கட்டம் இன்றைய வியாபார டி.வி. என்று சொல்லலாம். இதைப் பற்றி ஸோஷியலாஜிஸ்டுகளைக் கவலைப்பட விட்டுவிடலாம். குழப்பம் செட்டில் ஆக இன்னும் சுமார் இரண்டு வருஷம் ஆகும்.

சிவாஜி கணேசன் நடித்த ஏதாவது ஒரு படத்தின் பெயரை ஒரு 'தபாள்' கார்டில் எழுதிப் போடவும். மீண்டும் சொல்கிறேன். சிவாஜி கணேசன் நடித்த ஏதாவது ஒரு தமிழ்ப் படத்தின் பெயரைத் தபாள் கார்டில் எழுதிப் போடவும். போட்டுக் கொண்டிருப்போம். ஜனங்கள் பைத்தியம் பிடித்துத் தபாள் கார்டுக்காக அலைவதாகவும், கூடவே போஸ்ட் ஆபீஸ் அதிகாரிகளும் மயிரிழக்கிறார்கள் என்றும் சேதி. ஒரு போட்டிக்கு ஒரு லட்சத்துக்கும் குறையாமல் கார்டு என்றால் பைத்தியம் பிடிக்காதா பின்னே? ஒரு பெண்மணி நளின விரல்களால் ஒரு கார்டை எடுக்க வியாசர்பாடியைச் சேர்ந்த கவிதா என்ற தர்மலட்சுமிக்கு ஒரு மகாராஜா மிக்ஸி கிடைக்கும் பாக்கியத்தை ஏற்போம்.

இந்த மாதிரிப் போட்டிகளில் எனக்கும் எந்தவித ஆட்சேபணையும் இல்லை. ஆனால் இந்தப் போட்டிகளை அறிவிக்கும் இளம் பெண்களில், ஆண்களில் சிலரின் தமிழ் உச்சரிப்பில்தான் எனக்குக் கடுப்படிக்கிறது.

தமிழில் 'ச' என்ற ஒரு எழுத்து இருப்பதாகவே இவர்களுக்குத் தெரியவில்லை. 'ஸென்னை' 'ஸெய்தி' 'ஸென்ற வாரம் போட்டி' இவ்வாறு உச்சரிக்கிறார்கள். டி.வி. தொலைக்காட்சியில் போனால் போகிற முகபாவத்தில் செய்தி வாசிக்கும் பெண்மணிகளும் இப்படித்தான் உச்சரிக்கிறார்கள். இல்லையென்றால் நடுநாக்கு 'ச'. 'எஸ்.பி.பி.' ஒரு 'ச்ச்' வைத்துக் கொண்டிருக்கிறார். 'என்னடி மீனாட்ச்சி', 'புதுச்சேரி கச்சேரி எக்கச்சக்க பார்ட்டி ஒண்ணு புடிச்ச்சேன்' போன்ற பாடல்களில் பிரயோகப் படுத்தும். 'ச'

அதேபோல் முன்பு கோடி காட்டியவாறு, ல,ள,ன,ண கோளாறுகள் 'கடிதங்கல்,' 'காய்கறிகல்' மணம் நிறைந்த பல்பொடிக்குப் பதிலாக 'மனம் நிறைந்த பள்பொடி!' இப்படி உச்சரிப்பவர்களைச் சேஷனிடம் அனுப்பவேண்டும். தமிழில் உச்சரிப்பு

அகராதி ஒன்றை தயாரிக்க தஞ்சைத் தமிழ் பல்கலைக்கழகத்து டாக்டர் த.வே.வீராசாமி போன்றோரிடம் வேண்டுகோல் ஸாரி, வேண்டுகோள் விடுக்கிறேன்.

'உலாவரும் ஒளிக்கதிரில்' கும்பாபிஷேகங்களும் அபிஷேகங்களும் உடனடியாகத் தடைசெய்யப்பட வேண்டும். அரசியல்வாதிகள் மைக் முன் மௌனப் படம் போல் பேசும் காட்சிகளை உடனுக்குடன் தடை செய்யவும். பரதநாட்டியம் ஆடும் நாற்பது வயசுக்கு அதிகமான மாமிகளை ஸ்டூடியோவுக் குள் சேர்க்கக் கூடாது.

கர்நாடக அரங்கிசை பாடுபவரின் தொண்டைக்குள் உள்நாக்குத் தெரியும்படியான 'க்ளோஸ் அப்' களைத் தடை செய்யவும். கைக் குழந்தைகள் பயந்து கொள்கின்றன.

செய்தி: பதினைந்து நிமிஷ செய்தியில் செய்தி அறிவிப்பவரை இரண்டு நிமிஷத்துக்கு மேல் காட்டத் தடை வேண்டும். நாடகங்களில் ஸ்டூடியோவில் அட்டையில் எழுதப்பட்ட பஸ் ஸ்டாண்டுகளுக்குத் தடை, பழுப்புநிறச் சுவர்களுக்கும், அழுக்குக் கலர் ஜிப்பாக்களுக்கும், பச்சை வண்ண செட்டுகளுக்கும் தடை.

பேட்டிகள் ஸ்டூடியோவில் எடுப்பதற்குத் தடை (பேட்டி எடுப்பவர்களின் வீட்டில்தான் எடுக்க வேண்டும்.) அவர்கள் கால் ஆட்டாமல் ஆணியடிக்க வேண்டும். இவையெல்லாம் கடைப் பிடித்தால் முதல் சானலைப் பலபேர் பார்க்க முடியும்.

சென்ற பத்து ஆண்டுகளில் எட்டு முக்கிய அறிவியல் ஐடியாக்கள் என்ன என்று நிபுணர்களைக் கேட்டபோது முதல் ஐட்டம் எய்ட்ஸ் ஆராய்ச்சி, அதில் செலவழிக்கும் பணம் ஏராளம்.

இரண்டு: 'வாயேஜர்' போன்ற விண்வெளிக் கப்பல்களினால் நம்முடைய சூரியக் குடும்பத்தைப் பற்றிப் புதிய தகவல்களைத் தெரிந்து கொண்டோம்.

மூன்று: மனிதனும், மிஷினும் இணையும் செயற்கை, அறிவு சாதனங்கள் வேறு வடிவம் பெற்றன.

நான்கு: நம் பூமியை ஓர் அஸ்டிராய்டு அடித்து அகஸ்மாத்தாக அழியும் சாத்தியமும் சென்ற பத்து வருஷங்களில் பேசப் பட்டது.

ஐந்து: அணுவுக்குள் உள்ளே இருக்கும் ஸப் அட்டாமிக் துகள்களில் பிரபஞ்சத்தின் சிருஷ்டி ரகசியம் இருக்கும்போல தோன்றுகிறது.

ஆறு: கான்ஸருக்கு ஜெனட்டிக் காரணங்களைக் கண்டுபிடிக்கும் முயற்சிகள் தீவிரமடைகின்றன.

ஏழு, எட்டு: கணிப்பொறியின் மாஜிக் திரையில் அதிசயங்கள் நிகழ்ந்தன.

இவை எட்டையும் பற்றி இந்தப் பகுதியில் அதிகம் வலிக்காமல் சொல்லத்தான் போகிறேன். இரிடியம் கொடுத்த தைரியம்!

எய்ட்ஸ் 14

சென்ற வாரம் எட்டு அறிவியல் ஐடியாக்களைப் பற்றிப் பகர்ந்தது நினைவிருக்கலாம். அவைகளில் முதலாவதாக எய்ட்ஸைப் பற்றி கொஞ்சூண்டு சொல்ல விருப்பம். சென்ற பத்து வருஷங்களில் எய்ட்ஸ் ஆராய்ச்சிக்குச் செலவிடப்பட்ட காசு இந்தியாவின் பட்ஜெட்டை விட அதிகம். பத்து வருஷ ஆராய்ச்சியில் அவர்கள் கண்டு கொண்ட சில உண்மைகள் கலங்க வைப்பவை. 1979 வரை தொத்து வியாதிகளை, முன்னேற்ற நாடுகளில் வென்று விட்டோம் என்று இறுமாந்திருந்தார்கள். தடுப்பூசிகளும், ஆண்ட்டி பயாட்டிக் மருந்துகளும் எபிடெமிக் என்று சொல்லப்பட்ட எல்லாத் தொத்து வியாதிகளையும் வென்று விட்டன என்று நம்பினார்கள். தப்பு. இரண்டாவது நம்பிக்கை ஒரு தொத்து நோய் உலகம் முழுவதும் பரவ அதன் கிருமிகள் சுலபமாகப் பரவ வேண்டிய கட்டாயம் இருக்கிறது. எனவே செக்ஸ் பாலுறவு சம்பந்தப்பட்ட எய்ட்ஸ் போன்ற நோய்கள் உலகம் முழுவதும் பெரும் அளவில் பரவ வாய்ப்பில்லை என்று நம்பிக் கொண்டிருந்தார்கள். அதுவும் தப்பு.

மூன்றாவது ரிட்ரோ வைரஸ் என்னும் ஒரு வைரஸ் வகை மனிதர்களிடம் கிடையாது. மிருகங்களில் மட்டும்தான் உள்ளது என்று எண்ணிக்கொண்டிருந்தார்கள். அதுவும் தப்பு.

ரிட்ரோ வைரஸ் என்பது உள்ளுக்குள் வருஷக் கணக்கில் உறங்கியிருந்து சமயம் வரும்போது பூதம்போல் புறப்படும் நுண் கிருமி. இது மனிதனில் இல்லை என்பதும் தப்பான சித்தாந்தம் என்பதை எய்ட்ஸின் பரவல் நிரூபித்து விட்டது.

இன்று மொத்தம் உலகம் முழுவதும் ஆறு லட்சம் கேஸ்கள் உள்ளன. ஒரு லட்சம் அமெரிக்காவிலேயே. இந்தியாவில் இப்போதுதான் கணக்கு எடுக்கலாமா என்று யோசித்துக் கொண்டிருக்கிறார்கள். எய்ட்ஸ் வந்தால் ஆள் காலி. அவனுக்கு நிவாரணம் இல்லை. ஆசாமி சாவதை வேடிக்கை பார்த்துக் கொண்டு இருக்கவேண்டும். என்ன எண்ணிக் கொண்டிருந்தது இப்போது மாறாகிறது. பலபேர் ரத்ததானத்தில் அல்லது எப்போதோ எங்கோ செய்த ஒரே தப்பிலிருந்து பெற்றுச் சாவின் நிழலில் வாழும் ஒரு பயங்கர வியாதி இது. இதற்கு முன் இந்த வகையில் பரவிய தொத்து நோய் முதல் உலகப் போரில் இன்ப்ளுயென்ஸ்ஸா இரண்டுகோடி பேரைச் சாப்பிட்டது. அதற்கப்புறம் இத்தனை நாட்களுக்குப்பின் இந்தப் பயங்கரம் புறப்பட்டிருக்கிறது.

'எய்ட்ஸ்' வைரஸ் பரவ செக்ஸ் வேண்டும் அல்லது ரத்தப் பரிமாற்றம் வேண்டும். இந்த முறையில் உள்ள அந்தரங்க நெருக்கத்தினால் இன்றி எய்ட்ஸ் பரவாது என்று கொண்டது தப்பு. காரணம் எய்ட்ஸ் வைரஸ் சாதுமாதிரிப் பத்து வருஷம் கூடத் தூங்கிக் கொண்டிருக்கும். அதனால் எப்போதோ பண்ண கெட்ட காரியங்களிலிருந்து, பாவங்களிலிருந்து இப்போது தப்பிவிட்டோம் என்று யாரும் நிம்மதியாக இருக்க முடியாது. மேற்கத்திய நாடுகளின் சுதந்திர செக்ஸ் போக்குக்கும் ப்ரொமிஸ்குவிட்டிக்கும் நகரத்துக்கு நகரம் சுலபமாகப் பிரயாணம் செய்யும் வசதிக்கும், நாகரிகத்துக்கும் கொடுத்த விலை இது என்கிறார்கள்.

1950ல் ஒரு நார்வே மாலுமி மத்திய கிழக்கு ஆப்பிரிக்காவில் செக்ஸ் தேடிப்போய், அவன்தான் உலகின் முதல் எய்ட்ஸ் நோய் கேஸ். நூற்றாண்டின் பிற்பகுதியில் உலகம் முழுவதும் பரவி விலை மாதர்களிடம் போகும் எவரும் இயற்கைக்கு விரோத மான உறவுகள் கொள்பவர்களும் டிரக் எடுத்துக்கொள்ள ஊசிகளைப் பகிர்ந்து கொள்பவர்களும் எய்ட்ஸ் பெறும் அபாயம் இருக்கிறது. குறிப்பாக ரத்த தானம் பெறும்போது, எய்ட்ஸ் தீட்டுப்படாத ரத்தம் என்று ஊர்ஜிதம் செய்துகொள்ள

வேண்டியது மிக முக்கியம். அடுத்த தடவை தனியாகப் பம்பாய் போன்ற நகரத்தில் மாட்டிக்கொள்ளும் இளைஞர்களுக்கு உபதேசம், பேசாமல் லைப்ரரிக்குப் போவது நல்லது.

எய்ட்ஸ் பற்றி டில்லியில் ஜோக்.

ஃபாரின் எய்ட் வாங்கப் போனாரே மந்திரி, வந்துட்டாரா?'

'வந்துட்டாரு. கூடவே ஃபாரின் எய்ட்ஸும் வாங்கிண்டு வந்துட்டாரு.'

கமல் இப்போது சிங்கப்பூர் ஷோவின் வெற்றியில் உற்சாகமாக இருக்கிறார். இப்போது தென் ஆப்பிரிக்கா, சிலோன் என்று உலக மேப்பை ஆள்காட்டி விரலால் ஆராய்ந்து கொண்டிருக்கிறார். கமல் என்னும் கலைஞனின் பல பரிமாணத் திறமைக்கு எப்போதுமே செல்வாக்கு இருக்கிறது. 'மகாநதி'க்கு அவர் DTPயில் ஒழுங்காக எழுதிய ஸ்கிரிப்டைக் காட்டினார். ஸ்க்ரீன் ப்ளே எப்படி எழுதுவது என்பதற்கு இலக்கணமாக இருந்தது. அதைப் பற்றி நாங்கள் இருவரும் ஒன்று சேர்ந்து ஒரு புத்தகம் எழுத இருக்கிறோம். உங்கள் காப்பிக்கு முந்துங்கள். கமல் ஒரே சமயத்தில் முப்பது விஷயங்களைச் சிந்திக்கிறார். பழைய கருப்பு வெள்ளைப் படங்களை கம்ப்யூட்டர் மூலம் கலர்ப்படுத்தி ரிலீஸ் செய்யலாமா என்று யோசித்து 'இது நிஜமா' போன்ற சில படங்களை வாங்க உத்தேசித்துள்ளார். AVID போன்ற கம்ப்யூட்டர் மூலம் வேக வேக எடிட்டிங், டப்பிங் ஸாஃப்ட்வேரை வாங்கலாமா என்று யோசிக்கிறார். இடையே மய்யம் பத்திரிகை, ஒரு புதுக் கவிதை, சிங்கப்பூர் ஷோ, நடுவே மற்றொரு கதை டிஸ்கஷன், இடைவிடாமல் பார்க்க வரும் பழைய டைரக்டர் நண்பர்கள், அப்பப்போ ஆக்ஸிடண்ட் என்று ஒரு கலைஞனைச் சுற்றிலும் இயங்கும் அத்தனை திறமைகளின் இடையில் அவருடைய முக்கிய சங்கடம் நேரப்பங்கீடுகள். இடையே இந்தப் புத்தகத்தையும் எழுத இருக்கிறோம். பொங்கல் வரை டயம் கேட்டிருக்கிறார், பார்க்கலாம்.

சில வாரங்கள் முன்பே, ஏ.கே.ராமானுஜனின் சங்கப் பாடல்கள் மொழிபெயர்ப்புப் பற்றி எழுதியிருந்தது வாசகர்களுக்கு ஞாபகம் இருக்கலாம். ராமானுஜனின் மொழி பெயர்ப்புக்களை அண்மையில் நாட்டிய நாடகமாகப் போட்டுக் காட்டினார்கள் என்றும், அதனால் தமிழர்கள் எல்லோரும் சென்னையில் இங்கிலீஷில்

சங்கப் பாடல்களைக் கேட்டபோது இந்த மாதிரியெல்லாம் நம் தமிழில் இருக்கின்றனவா என்று ஆச்சரியப்பட்டதாகவும் பேப்பரில் போட்டிருந்தார்கள்.

ராமானுஜனின் ஆங்கில மொழி பெயர்ப்புக்கு ஓர் உதாரணம் தர விரும்புகிறேன். முதலில் ஒரிஜினல் சங்கப்பாடல் குறுந்தொகை (119) சத்தினாதனார் பாடல்:

'சிறு வெள்ளரவின் அவ்வரிக் குருளை
கான யானை அணங்கியா ஆங்கு -
இளையள் முளைவாள் எயிற்றள்
வளையுடைக் கையள் - என் அணங்கியோளே.'

கான்வெண்ட் மாணவிகளுக்காக இதன் இங்கிலீஷ் வடிவம் இதோ:

As a little white snake

with lovely strips on its young body

troubles the jungle elephant

this slip of a girl

her teeth like sprouts of new rice

her wrists stacked with bangles

troubles me.

திஸ் இஸ் சங்கம் யார்!

அண்மையில் சென்னை மாற்றி வந்திருந்ததால் என் வாகனத்துக்கு டாக்ஸ் இன்ன பிற விஷயங்கள் கட்டி விலாசத்தைச் சென்னைக்கு மாற்றி ஆர்.சி.புக் சகிதம் கிண்டி ஸ்டேஷனுக்கு எதிரே ஒளித்து வைக்கப்பட்ட வாகனப் போக்குவரத்து அதிகாரியின் (ஆர்.டி.ஓ) அலுவலகத்துக்குச் சென்றேன். மூன்றாவது மாடியில் முழங்கால் ஒடிய நடந்து போனபின் இருநூறு சதுர அடியில் சுமார் நூறு பேர், ஃபைல் சூழ உட்கார்ந்திருந்தார்கள். படியெல்லாம் போக்குவரத்து விதிகளை நெட்டுருப் போட்டுக் கொண்டு ட்ரைவிங் லைசென்ஸ் விரும்பும் மாணவிகள், ஆங்காங்கே கழுகுபோல் அலையும் ஏஜெண்டுகள். புதுக்கவிதை எழுதும் ஓர் அலுவலர் என்னை அடையாளம் கண்டு கொண்டு, 'என்ன சார், இங்க வந்திங்களே. உங்க ஏரியா ஆள்வார் பேட்டைன்னா, விருகம்பாக்கத்தில் ஆபீஸ் இருக்கு. அங்க

சுஜாதா | 71

போங்க சார், நான் போன் பண்றேன்' என்றார் அங்குள்ள சூப்ரண் டெண்ட்.

விருகம்பாக்கம் என்பது ஏறக்குறைய பெங்களூர் அருகேயே இருக்கிறது. அத்தனை தூரம் போனபின் அடையாளமற்ற வீட்டில் ஓர் ஆபீஸ். அங்கே போனால் அங்கே மற்றொரு சூப்ரண் டெண்டு புன்னகைத்து, 'உங்களுக்கு யார் சார் சொன்னாங்க, இங்க வரும்படி? கிண்டில தப்பா சொல்லிட்டாங்க சார். நீங்க கே.கே.நகர் போங்க.'

கே.கே. நகர் போனபோது மணி இரண்டாகிவிட்டது. 'இந்த ஆபீஸ்தாங்க. என்ன பண்றீங்க, பணம் கட்ட நாளைக்கு வந்துருங்க. ரெண்டு மணிக்கப்புறம் பணம் வாங்கறதில்லை!' எனக்குள் கேள்விகள் சில. மாநில அரசுக்கு முக்கியமாக ரெவின்யு கொடுக்கும் இந்த ஆர்.டி.ஓ. ஆபீஸை ஏன் இப்படி சம்பந்தமில்லாத ஸ்தலங்களில் அணில் பொறி ஆபீஸ்களில் வைத்திருக்கிறார்கள்?

கிண்டி ஆபீஸில் ஒழுங்கான மேசை நாற்காலியோ வெளிச்சமோ இல்லாத ஆபீஸ்தான் அகப்பட்டதா உங்களுக்கு? ஆர்.டி.ஓ. ஆபீஸ் வாகனங்களுக்கு லைசென்ஸ் வழங்கும் ஆபீஸ். அதனால் அங்கே வாகனங்கள் வரும் வாய்ப்பு அதிகம் என்பது தெரியாதா? அதற்கு முதல் தேவை அலுவலகத்துக்கு முன் பார்க் பண்ணு வதற்கு ஒரு கோவண சைஸ் இடமாவது தேவை என்றுணர்ந்து ஆவன செய்ய மாட்டீர்களா? கிண்டி ஆபீசை பார்க்க வேண்டும்!

ஓர் ஆள் சர்க்காருக்கு டாக்ஸ் கட்ட வருகிறான் என்றால் எந்த ஆபீசாக இருந்தால் என்ன, வாங்கிக்கொள்ள வேண்டியது தானே? விருகம்பாக்கத்துக்கும் கே.கே.நகருக்கும் ஏன் ஓட ஓட விரட்டுகிறார்கள். கர்நாடகாவில் போஸ்ட் ஆபீசில்கூட டாக்ஸ் கட்டும் வசதி பண்ணியிருக்கிறார்கள். சம்பந்தப்பட்ட ஆர்.டி.ஓ.க்களைக் கேட்டால், 'இருக்குங்க, ஒரு ப்ளான் இருக்கு' என்கிறார்கள் ஃபைலால் விசிறிக்கொண்டே.

இருபத்தோராம் நூற்றாண்டு பிறப்பதற்குள் ஆர்.டி.ஓ. ஸ்தலத்தை மாற்றுவார்கள் என்று நம்புகிறேன் நகரத்துக்குள்ளே! போரூர் அல்லது அரக்கோணம் அருகில் அல்ல!

உங்களுக்கு நோபல் பரிசு வேண்டுமா? 15

1947ல் கண்டுபிடிக்கப்பட்ட ஒரு சின்ன பட்டாணி போன்ற சாதனம் இந்த நூற்றாண்டின் பின் பகுதியின் சரித்திரத்தை மாற்றியது. அதன் பெயர் டிரான்சிஸ்டர்.

அமெரிக்க ஏ.டி. அண்ட் டி. பெல் லாப்ஸ் நிறுவனத்தைச் சார்ந்த வில்லியம் ஷாக்லி, வால்டர் ப்ராட்டெய்ன், ஜான் பார்டீன் மூவருக்கும் அதற்காக 1957ம் வருஷத்திய நோபல் பரிசு கிடைத்தது.

ட்ரான்சிஸ்டர் கம்ப்யூட்டர் புரட்சிக்கு அஸ்திவாரம் அமைத்தது. பாக்கெட் கால்குலேட்டர், ரேடியோ, டெலிவிஷன், காமிரா, எலக்ட்ரிக் கித்தார், பேஸ் மேக்கர், கைகடிகாரம், ஹியரிங் எய்டு, ஸாட்டி லைட்டுகள், டெலிபோன்கள் எதிலும் ட்ரான்சிஸ்டர்களும் அதிலிருந்து கிளைத்த சிலிக்கன் சில்லுகளும் தான்.

நோபல் பரிசை இவ்வாறான சரித்திர பாதிப்புள்ள கண்டுபிடிப்புக்களுக்கும், ஆராய்ச்சிகளுக்கும் கொடுப்பது குறைந்துகொண்டு வருகிறது. அறுபதுகளிலும், எழுபதுகளிலும் கொடுத்த பரிசுகள் அவ்வளவாக ட்ரான்சிஸ்டர் அளவில் சமூகத்தை மாற்றவில்லை. அவ்வப்போது ஒரு லேசர் தென்பட்டாலும்.

சுஜாதா | 73

இந்த வருஷம் போபல் பரிசு கிடைத்த விஷயங்களைப் பார்க்கலாம். இயற்பியல் பரிசு பைனரி பல்ஸார் (Binary Pulsar) என்னும் விட்டு விட்டு ஒளிரும் இரட்டை நட்சத்திரம் போன்றவைகளை 1974ல் கண்டுபிடித்ததற்கு ஜோஸப் டெய்லர், ரஸ்ஸல் ஹல்ஸ் இருவருக்கும் கிடைத்துள்ளது. ஐன்ஸ்டைனின் ஈர்ப்பு விசை சித்தாந்தத்தை இதனால் நிரூபிக்க முடிந்ததாம்.

வேதியியல் கெமிஸ்ட்ரிக்கு ஜெனட்டிக் எஞ்சினியரிங் எனும் பகுதியில் பாலிமரேஸ் செய்ன் ரியாக்ஷன் (Polymerase Chain Reaction) என்பதைக் கண்டறிந்த கேரி முல்லிஸ் என்பவருக்கும் ஸைட் டிரக்டட் ம்யுட்டா ஜெனஸிஸ் (Directed Mutagenesis) என்ற முறையைக் கண்டுபிடித்ததற்காக கனெடிய மைக்கல் ஸ்மித்தும் பெறுகிறார்கள்.

இப்போதெல்லாம் நோபல் பரிசின் காரணங்களைப் புரிந்து கொள்வதே கஷ்டமாக இருக்கிறது. பண்டிதர்களுக்குப் பண்டிதர்கள் கொடுக்கும் பரிசுகளாகத்தான் இருக்கிறது. ட்ரான்சிஸ்டர், லேசர் போன்றவை நூற்றாண்டுகளுக்கு ஒரு முறைதான் வரும் போல.

உங்களுக்கு அடுத்த நோபல் பரிசு வரவேண்டும் என்றால் கீழ்காணும் விஷயங்களைக் கண்டுபிடித்தால் காரண்ட்டியாக கிடைக்கும் என்று ஸ்டாம்பு பேப்பரில் எழுதி கையெழுத்துப் போட்டுத் தருகிறேன்.

1. எய்ட்ஸுக்கு ஒரு தடுப்பூசி. இதைப் போட்டுக்கொண்டு விட்டால், என்ன கெட்ட காரியம் பண்ணாலும் எய்ட்ஸ் வரக்கூடாது.

2. கான்ஸருக்கு ஒரு மருந்து. ரேடியேஷன் தெரப்பி கதிரியக்க எரிப்பு இல்லாமல் கான்ஸர் செல்களுக்கு 'எதுக்காகப்பா சும்மா காட்டுத்தனமா வளர்றே' என்று அதன் ஜெனட்டிக் செய்தியைத் திருத்திக் கட்டுப்படுத்தும் மருந்து.

3. மனித மூளையின் நியூரான் இணைப்புகளில் எப்படி செய்தி, தகவல் ஞாபகப்படுத்துவது போன்றவை வேலை செய்கின்றன என்று அதன் ரகசியம் தெரிந்தால் இரண்டு நோ.ப. கொடுக்கப்பட்டு இலவச இணைப்பாக திருவான்மியூரில் கல்கண்டுபோல தண்ணீர்கொண்ட ஒரு கிரவுண்ட் ப்ளாட்டும் கொடுக்கப்படும்.

4. ஸூப்பர் கண்டக்டிவிட்டி என்று ஒரு விளைவு இருக்கிறது. அதைக் கொண்டுவர ரொம்ப குளிர்விக்க வேண்டியிருக் கிறது. இந்த ஸூப்பர் கண்டக்டிவிட்டியை நம் அன்றாட உஷ்ண நிலைக்குக் கொண்டுவந்துவிட்டால் நூற்றாண்டின் சரித்திரமே ட்ரான்ஸிஸ்டருக்கு மேல் மாறி விடும். அதாவது நம் தின வாழ்க்கை உஷ்ணங்களில் ஸூப்பர் கண்டக்ட் டிவிட்டியைக் காட்டும் பொருள் ஏதாவது இருக்கிறதா என்பது தெரிந்தால் போதும்.

மேற்சொன்ன ஏதாவது ஒன்று நீங்கள் கண்டுபிடித்திருந்தால் ஒரு சுயவிலாசமிட்ட தபால்கார்டுடன் எழுதினால் உங்கள் நோபல் பரிசு உடனே அனுப்பி வைக்கப்படும்.

கடந்த சில இதழ்களுக்கு முன் டெலிவிஷனில் தமிழ் உச்சரிப்பைப் பற்றி எழுதி அவர்களுக்கெல்லாம் பயிற்சி கொடுக்க வேண்டும் என்று எழுதியிருந்ததற்கு எனக்குச் சில புத்தகங்களை அனுப்பி வைத்த அன்பர்களுக்கு நன்றி. அவைகளில் இரு புத்தகங்கள் குறிப்பிட வேண்டியவை.

திருச்சியைச் சேர்ந்த திருமதி. விஜயா கணபதி தன் தந்தையார் திரு.சு.நடராஜன் எழுதிய 'தமிழ் எழுத்துக்கள் சீர்திருத்தம்' என்ற புத்தகத்தை அனுப்பியிருந்தார்.

தூத்துக்குடி ஸ்டேன்டர்ட் எலக்ட்ரிக் கம்பனியை (468, விக்டோரியா ஸ்டேஷன் ரோடு, தூத்துக்குடி-2) நிறுவிய காலஞ்சென்ற திரு.நடராஜன், வீனஸ் வாட்டர் ஹீட்டர்களுடன் பௌதிகத்திலும், வான் ஆராய்ச்சியிலும், தமிழ் எழுத்துக்களிலும் பற்றுடன் இருந்தார் என்று தெரிவது வியப்பாக இருக்கிறது. தமிழில் வல்லொலி, மெல் ஒலி, உரசொலிகளைச் செம்மையாகப் பாகுபடுத்தி எழுதியிருக்கிறார். அதேபோல் அப.சோமசுந்தரன் அனுப்பிய அகி.பரந்தாமனார் எழுதிய 'பேச்சாளராக' (பாரி நிலையம், 101, பிராட்வே, சென்னை) என்னும் புத்தகத்தையும் குறிப்பிட வேண்டும்.

இதன் 17'ம் அத்தியாயமான 'எழுத்தை உச்சரிக்கும் முறை'யில் பரந்தாமனார் எவ்வெப்போது மேல்வாயை நாநுனி தடவ வேண்டும். நன்றாகத் தடவ வேண்டும். பல்லைத் தொட வேண்டும் போன்ற நுட்பமான குறிப்புகள் கொடுத்திருக்கிறார். இறுதியில் 'உரக்கப் படித்தும், பிறர்க்கு முன் நின்று படித்துக் காட்டியும் உச்சரிப்புப் பிழையைப் போக்கிக்கொள்ள வேண்டும்'

என்று அவர் சொல்வது நல்ல அறிவுரை. (குறிப்பாக மனைவி அல்லது கணவன் முன்) எனவே புத்தகங்களுக்குக் குறை வில்லை. புத்தகங்களை இந்தச் செய்தியாளர்கள் படிக்க வேண்டும். அதுதான் குறை.

ஆனால் தாத்தா தலைல இருக்கிற மண்டைல இன்னும் கொஞ்சம் மூளை இருக்கு. டெலிபோனைக் கீழே வை! போன்ற 'ஜுனூன்' தமிழை என்ன செய்வது என்று கேட்டால் குறக்களி போட்டு மூச்சை நிறுத்தவேண்டும் என்பேன்.

'நீ நான் மற்றும்' என்னும் கவிதைத் தொகுப்பில் (அன்னம் புத்தக மையம், தெற்கு உஸ்மான் சாலை, சென்னை-17) உள்ள சந்தானத்தின் கவிதைகளிலிருந்து ஒரு கவிதை மேற்கோள் காட்டுமுன் அதில் ஆல்பெர் காம்யுவின் கொட்டேஷன் ஒன்று நம்மைக் கவர்கிறது.

'எனக்கு முன்னால் நடக்காதே
என்னால் பின்பற்ற முடியாது
எனக்குப் பின்னால் நடக்காதே
என்னால் செலுத்த முடியாது
என்னுடன் நடந்து என் நண்பனாக மட்டும் இரு.'

இனி சந்தானம்:

'மெல்லப் பனி இறங்கும்
இந்த இரவில்
என் அங்கங்கள் தளர்ந்திருக்கும்
தொட்டிலில் சிறார்கள் சுமந்து
பகல் தோறும் சுழன்ற ராட்டினம்
ஓய்வில் திளைத்திருக்கும்.
வலிக்கச் சுழற்றிய என் கைகள்
வாங்கிய துட்டை
நாணயம் நாணயமாய்
உண்டியலில் நழுவவிடும்
எனக்குள் ஒவ்வொன்றாய் விழுந்து
கலகலக்கும் ஞாபகங்கள்

ராட்டினம் உயரும்போது
சிறுவர்கள் எழுப்பும்
ஓ...வென்ற ஒலியும்.'

நீங்கள் அனைவரும் அந்தத் தொட்டில் ராட்டினத்தை விழாக் களில் பார்த்திருப்பீர்கள். ஆனால் ராட்டினக்காரனைக் கவனித்து அவன் மனத்தில் புக ஒரு கவிஞன் வேண்டும்.

'விளம்பரங்கள் அத்தனை வருவதால் அவைகளை யாரும் படிப்பதில்லை. அதனால் கவனத்தை ஈர்ப்பதற்காக மகத்தான சத்தியங்களும், மிகையான வார்த்தைகளும் அவைகளுக்குத் தேவையாகிவிட்டது. சில சமயம் பரிதாபமாக இருக்கிறது.'

இவ்வாறு சொன்னது: ஸாம்புவெல் ஜான்ஸன். சொன்ன வருஷம்: 1759!

அக்டோபர் 17'ம் தேதி ஏழ்மையை ஒழிக்கும் தினமாகக் கொண்டாடப்பட்டது. அது பற்றி -

'அக்டோபர் 17 அன்று ஏழ்மையை ஒழிப்போம்
மற்ற தினங்களில் வளர்ப்போம்.'

என்று எனக்கு எழுதிய அன்பர் பெயர், விலாசம் குறிப்பிட்டால் அவருக்கு என் 'அடுத்த நூற்றாண்டு' புத்தகம் அனுப்ப விரும்பு கிறேன்.

லிமரிக் எழுதிப் பாருங்களேன் — 16

தீபாவளி இதழில் இலங்கைக் கவிஞரான மகாகவியின் கவிதை ஒன்று வெளியிட்டிருந்தோம். மகாகவி இலங்கையில் பெரிதாக மதிக்கப்படும் கவிஞர். அவர் பல விதமான மரபு வழிக் கவிதைகளில் எளிய அன்றாட விஷயங்களைச் சொல்லும் திறமை படைத்திருந்தார். 'லிமரிக்' என்னும் ஆங்கில குறும்பா அல்லது குறும்புப் பாவின் வடிவத்தை தமிழுக்கு நளினமாகக் கொண்டு வந்த பெருமை அவருடையது. மகாகவி தற்போதைய முக்கியமான ஈழக் கவிஞரான சேரனின் தந்தை. மகாகவியின் விமர்சனங்களுக்கு ஒரு சில உதாரணங்கள் இதோ:

முத்தெடுக்க மூழ்குகிறான் சீலன்
முன்னாலே வந்து நின்றான் காலன்
சத்தமின்றி வந்தவனின்
கைத்தலத்திற் பத்துமுத்தைப்
பொத்திவைத்தான், போனான் முச்சூலன்

சொந்தத்தில் கார், கொழும்பில் காணி
சோக்கான வீடு, வயல், கேணி
இந்தளவும் கொண்டு வந்தால்
இக்கணமே வாணியின்பால்
சிந்தை இழப்பான் தண்டபாணி.

கம்பர் ஒரு காவியத்தைச் செய்தார்
கண்டபடி இராவணனை வைதார்
நம் போன்றோர் இன்றெடுக்கும்
அவர்விழாவிற்கு இங்குவர
நம்பிக்கையாக 'விசா' எய்தார்.

உத்தேசம் வயது பதினேழாம்
உடலிளைக்க ஆடல்பயின் றாளாம்
எத்தேசத் தெவ்வரங்கும்
ஏறாளாம் ஆசிரியர்
ஒத்தாசையாற் பயிற்சி பாழாம்.

மகாகவியின் சிறந்த 'லிமரிக்' என நான் கருதுவது இது:

குலோத்துங்கன் வாகையொடு மீண்டான்
குவலயமே நடுங்க அரசாண்டான்
'உலாத்துங்கன் பேரில் இதோ!'
ஒரு புலவர் குரலெடுத்து
'நிலாத் திங்கள்' எனத் தொடங்க மாண்டான்!

மகாகவியின் பாடல்களை எனக்கு எழுதிக் கொடுத்த யாழ்பாணப் பல்கலைக்கழக தமிழறிஞர் டாக்டர்.என். சுப்ரமணியன் அவர்களுக்கு நன்றி. டாக்டர். சுப்ரமணியன் இன்றைய யாழ்ப்பாண இண்டலச்சுவல்களுக்கு ஓர் உதாரணம். சிறந்த தமிழறிஞர். பல்கலைக்கழக தமிழ்த் துறையில் பணிபுரிகிறவர். மகன், மகள் படிப்புக்காக இந்தியா வந்து சென்னையில் சிறிய வீட்டில் வாசம் செய்து யாழ் நகருக்கும் சென்னைக்குமாக பிரிந்து, சேர்த்து வாழும் பல இலங்கைத் தமிழர்களில் ஒருவர். இவர் யாப்பிலக்கணத்தின் மாறுதல்களைப் பற்றி டாக்டர் பட்ட ஆராய்ச்சி செய்திருக்கிறார். இங்கே வந்து தமிழ்நாட்டுத் தமிழர்கள் வெறுமென உச்சுக்கொட்டி விட்டு வேறு எதும் உதவி செய்யாத மேம்போக்கு ஆசாமிகள் என்பதை உணர்ந்து, மீண்டும் யாழ்ப்பாணம் போயிருக்கிறார் தன் பல்கலைக் கழக வேலையைத் தொடர. இந்த வருஷங்களில் ஆஸ்திரேலியாவிலும், கனடாவிலும், லண்டனிலும், பாரிஸிலும் அவர்களுக்குப் புகலிடமும், உதவியும் கிடைக்கும்போது, தமிழ்நாட்டில் அவர்களுக்கு

ஆதரவு கிடைக்காதது ஒரு பெரும் முரண்பாடு. அதற்குக் காரணம் நம் கவலைகள் இப்போது சோளிகே பீச்சேவில் என்ன இருக்கிறது என்பதில் இருப்பதால் அதைக் கவனித்துவிட்டு யாழ்ப்பாண தமிழ் ப்ரொபஸர்களைக் கவனிப்போம்.

டெலிவிஷனில் உச்சரிப்பு பற்றி நான் எழுதியதை பலபேர் சிலாகித்து 'நான் சொல்ல இருந்ததைச் சொல்லிட்டிங்க' என்று பாராட்டினார்கள். கள்ளக்குறிச்சி பாஸ்கரன் மட்டும் ஒரு கடிதத்தில் உச்சரிப்பு கொலையைக் குறை கூறும் சுஜாதா உரைநடையைக் கொலை செய்கிறாரே 'உச்சரிப்பைக் குறை சொல்ல இவருக்கு என்ன உரிமை இருக்கிறது' என்று கேட்பதில் நியாயம் இருக்கிறதா என்று வாசகர்கள் யோசிக்கலாம். சமையல் நன்றாக இல்லை என்று சொன்னால் நீ எப்படி சமைக்கிறாய் என்று கேட்பதுபோல் இது. ஒரு சாதாரணமான டி.வி. பார்வையாளன் என்கிற உரிமையில்தான் எழுதியிருந்தேன். என் அறைக்குள் பிடிவாதமாக வந்து ஒலிக்கும் தமிழைத் திருத்த எனக்கு உரிமை உண்டு. இதாவது பரவாயில்லை. ஆனால் என் 'உரைநடைக் கொலை'க்கு உதாரணமாக 'அணுவுக்குள் உள்ளே' என்று நான் எழுதி இரண்டு 'உள்ளே' போட்டது தப்பு என்று சொல்லும்போது இந்தப் பிரயோகம் ஆழ்வார் பாசுரங்களி லிருந்து வந்தது என்பது அவருக்குத் தெரியாமல் இருக்கலாம்.

'காண்கின்றனவைகளும் கேட்கின்றனவைகளும்' போன்று பன்மைக்குப் பன்மை கொடுக்கும் சின்னச் சின்ன சுதந்திரங்கள் எடுத்துக் கொள்ளாவிட்டால் தமிழ் பண்டிதத்தனத்திலிருந்து விடுதலை பெறாமல் நவீன அறிவியல் விஷயங்களை சொல்ல கஷ்டப்படும். 'ஸப் அட்டாமிக் பார்ட்டிக்கிள்'களை குறிப்பிட, அணுக்கரு என்று இருக்கிறது. அதற்குள் எலக்ட்ரான் ப்ரோட்டான்கள் உள்ளன. அதற்குள் புகுந்தால் க்வார்க் என்று கிடைக்கிறது. அதனால் இரண்டு 'உள்' இல்லை. மூன்று 'உள்' தேவைப்படுகிறது. இம்மாதிரியான மீறல்கள் இல்லையேல் தமிழில் புதுக்கவிதையே தோன்றியிருக்காது. எல்லாரும் அறுசீர்க்கழி நெடிலடியாசிரிய விருத்தமும் தரவு கொச்சகக் கலிப்பாவும் எழுதிக் கொண்டிருப்போம்.

எஸ்.வி.சேகரின் 'சின்ன மாப்பிளே பெரிய மாப்பிளே' நாடகத் தில் இரண்டு ஜோக்குகள் எனக்குப் பிடித்திருந்தது. ஸாரி, தன:

1. சேகர் (மேசையிலிருந்து திராட்சையை எடுத்து ருசி பார்த்து) சீ! என்ன புளிப்பு இதுக்கே பர்மிட் வாங்கணும் போலிருக்கே.

2. சேகர் (அனுதாபத்துடன்) ச் ச் ச் ச் (அதை கேட்டு என்னப்பா கூப்ட்டியா என்று பெரிய மாப்பிளை 'டாக்ராமு' வர)

சேகர்: உங்களுக்கு சொந்த ஊர் எது ராஜபாளையமா?

...இந்த மாதிரி நாடகங்களை குறை கூறிக்கொண்டே சனங்கள் கூட்டம் குறையாமல் பார்த்துக் கொண்டுதான் இருக்கிறார்கள். 'இன்றைக்கு கேட் கலெக்ஷன் 8500' என்று சேகர் சொல்லிக் கொண்டார் டி.வி. சினிமா இவைகளில் இடையே சிரிக்க வைத்தே மேடை நாடகத்தை இன்னும் உயிருடன் வைத்துக் கொண்டிருப்பதுதான் சேகரின் முக்கிய சாதனை.

உயிர்தான் பிரபஞ்சத்தின் மிகப் பெரிய அதிசயம் 17

இரு அத்தியாயங்களுக்கு முன் இந்த நூற்றாண்டின் பிற்பகுதியை ஆக்கிரமித்த எட்டு அறிவியல் ஐடியாக்களைப் பட்டியலிட்டு எய்ட்ஸைப் பற்றிக் கொஞ்சம் விவரித்திருந்தது அறிவியல் அன்பர்களுக்கு நினைவு இருக்கலாம்.

இவ்வாரம் இரண்டாவது விஷயம்! வாயேஜர், மாரினர் போன்ற விண்வெளிக் கலங்களை அனுப்பி கிடைத்த விவரங்களால் நம் சூரியக் குடும்பத்தைப் பற்றி நாம் இதுவரை தெரிந்து வைத்திருந்த விஷயங்களையெல்லாம் திருத்த வேண்டியதாகிவிட்டது. சுக்கிரன், சனி போன்ற கிரகங்களுக்கு மிக அருகே சென்று போட்டோ பிடித்துப் பலவிதமான விஞ்ஞானக் கருவிகள் மூலம் அவைகளை அலசிப் பார்த்துக் கண்டறிந்த உண்மைகளின் சாரம் இதோ:-

மார்ச் 1979ல் வாயேஜர் என்னும் கலம் வியாழன் அல்லது குருவின் சந்திரனான அயோ (நம் ஜோஸ்யத்தில் அயோ கிடையாது) வுக்கு மூன்று லட்சம் மைல் அருகில் சென்று அங்கிருந்து அனுப்பிய போட்டோ ஓர் எரிமலைப் பிழம்பு. சுமார் முப்பத்தெட்டு கோடி மைல் தூரத்திலிருந்து நமக்கு கிடைத்த முதல் படம் சரித்திரம் படைத்தது.

அதன்பின் பயனியர், மாரினர், வைக்கிங் என்று பல கலங்கள் அனுப்பப்பட்டு அறிந்தவை இவை:

வியாழன், யுரானஸ் (இது நம் நவக்கிரக லிஸ்டில் இல்லை) போன்ற கிரகங்களுக்கும் சனி கிரகத்தைப்போல சுற்றிலும் வளையங்கள் இருக்கின்றன. வியாழனுக்குப் பதினாறு சந்திரன்கள், சனி பகவானுக்குப் பதினேழு, யுரானஸ் பதினைந்து, நெப்ட்யூனுக்கு எட்டு என்று சந்திரன்களின் எண்ணிக்கை திருத்தப்பட்டது.

நெப்ட்யூனின் சந்திரனான ட்ரைட்டன், குருவின் சந்திரனான யுரோப்பா இவைகளில் உயிரினங்கள் இருக்கும் சாத்தியக் கூறுகளையும் ஆராய்ந்திருக்கிறார்கள். சனி பகவானின் டைட்டன் என்னும் சந்திரனில் முழுவதும் ஈத்தேன், மீத்தேன் திரவ வடிவில் சமுத்திரம்.

சனி கிரகத்திற்கு ஐந்து வளையங்கள் என்று நாம் கண்டுபிடித்தது தப்பு. அதற்கு ஏழு பெரிய வளையங்களும், பல குட்டி வளையங்களும் இருக்கின்றன என்று கண்டுகொண்டார்கள். வாயேஜர் என்னும் ஒரு விண்கலம் பன்னிரண்டு வருஷத்தில் ஒரு லட்சத்துப் பதினைந்தாயிரம் படங்கள் அனுப்பியது. அதிலிருந்து நாம் சூரியக் குடும்பத்தைப் பற்றித் தெரிந்து கொண்டது ஏராளம்.

இப்போது விண்வெளிக் கப்பல்கள் அனுப்பும் ஆராய்ச்சி கொஞ்சம் சூடு குறைந்துவிட்டது. அமெரிக்கா, காஷ்மீர், ஈராக் என்று சொந்த விஷயங்களில் குறுக்கிடாமல் மனித மேம்பாட்டுக்குப் பணம் செலவழித்தால் மனிதன் செவ்வாய் கிரகத்தில் இறங்கும் சாத்தியம் இருபத்தோராம் நூற்றாண்டில் இருக்கிறது. அதற்கு அட்வான்ஸ் புக்கிங் செய்ய விரும்புபவர்கள் ஒரு சுய விலாசமிட்ட தபால் கவரில் போஸ்டல் ஆர்டர்... வேண்டாம், இதை நிஜம் என்று நினைத்துக்கொண்டு ஏராளமான பேர் பணம் அனுப்பி விட்டால் சமாளிக்க முடியாது.

இந்தக் கண்டுபிடிப்புகளில் முக்கியமாக நாம் அறிவது நம் தனிமைதான். இதுவரை மற்றக் கிரகம் எதிலும் உயிர்கள் இருப்பதாக நிரூபிக்கப்படவில்லை. எனவே உயிர்தான் பிரபஞ்சத்தின் மிகப் பெரிய அதிசயம்.

மதுரை, திண்டுக்கல், திருச்சி என்று சென்ற வாரம் ஷேத்ராடனம். நல்ல மழை பெய்து வாடிப்பட்டி போன்ற கிராமங்களில் மகசூல் சாலையை முக்கால் பாகம் அடைத்துக் கொண்டிருந்த நெல் குப்பல்கள், திருச்சிக்கு அருகே, முசிறிக்கு அருகே சீனிவாசநல்லூர் என்ற இடத்தில் ஒன்பதாம் நூற்றாண்டுச் சோழர்காலக் கோயிலில்

முதன் முறையாகச் சின்ன மார்புள்ள கன்னிகைகளைப் பார்த்தேன். சிற்பங்களில்தான்.

திருச்சி நகரில் ரஜினிகாந்த் புதுப் படம் வரவில்லையென்று தீபாவளியைத் துக்க நாளாகக் கொண்டாடுவதாக சிலர் தீர்மானித் திருக்கிறது செய்தி.

மதுரையில் சுபமங்களாவின் நாடக விழா பேராசிரியர் கதிரேசன் சொன்னதுபோல் சரியாக வாசிக்கப்பட்ட 'தப்பாட்டத்துடன்' தொடங்கியது. பவளக்கொடி என்ற 'ஸ்பெஷல்' நாடகத்தில் தமிழ்நாடு நாடக நடிகர் சங்கத்தினர் ஜிலுஜிலுவென்று ஆடைகள் அணிந்து முழு மூச்சுடன் பாடி புலந்திரன் பளவத்தேர் கேட்பதை ராணி சம்மதிக்க, ராஜ இளம் குமாரனாக வந்த சிறுவன் மைக் உயரம் போதாமல் அண்ணாந்து தைரியமாக சுருதி சுத்தமாக பாடியதற்கு ஓர் அவார்டு கொடுக்கணும். எம்.ஏ. மஜீத், கோமல் சுவாமிநாதன் போன்றோர் நம் பழைய நாடகங்களை உயிருடன் வைத்திருக்க அமோகப் பிரயத்தனப்படும்போது, தமிழ்நாடு கண்ணிமைக்கவே மறந்துபோய் டி.வி.பார்த்துக் கொண்டிருப் பது சோகம்தான்.

கவிஞர் மனுஷ்ய புத்திரனைச் சந்தித்தேன். ஹமீதுடைய கவிதைகளுடன் மட்டுமே பரிச்சயம் இருந்தவன் அத்தனை இளைஞரை எதிர்பார்க்கவில்லை.

திண்டுக்கல் ரத்தினவேல் சுப்பிரமணியம் கல்லூரியின் புரவலர் பாலகனாய் இறந்துபோன தன் மகன் பெயரில் கல்விச் சாலை களை அமைத்து ஏறக்குறைய எட்டு இடங்களை நிர்வகிப்பதைப் பாராட்டவேண்டும். வி.ஆர்.எஸ். கல்லூரியின் கணிசமான கணினி வசதிகளைக் கவனித்து அவைகளை நீங்கள் சரிவரப் பயன் படுத்துகிறீர்களா என்று கேட்கப்போய் மாணவர்களிடையே கனமான மௌனம்.

ஏன் பேசமாட்டிங்கறீங்க என்று கேட்டதற்கு ஒட்டு மொத்தமாக ஆர்ஸி என்று பதில் வந்தது.

ஆர்ஸி என்றால் 'ரிபீட் கோர்ஸ்' என்று பின்பு தெரியவந்தது. மாணவர்கள் சுதந்தரமாக ஏதாவது பேசிவிட்டால் ஆர்ஸி கிடைத்துவிடலாம் என்ற பயம்தான்.

மாணவிகள் சுடிதார் அணிவதில்லை. ஏன் எல்லோரும் புடவை என்று கேட்டதற்கு ஆர்ஸிதான் பதில்.

கேள்வி நேரத்தின் போதுதான் அவர்களுக்கு தைரியம் வந்து காதலைப் பற்றி என்ன நினைக்கிறீர்கள் என்ற கேள்விக்கு காதலில் எனக்கு நம்பிக்கையில்லை என்று சொன்னபோது ஏன் அமோகக் கைதட்டல்? திண்டுக்கலில் காதலே இல்லையா!

மற்றொரு கேள்வி சுயநிதிக் கல்லூரிகளின் சுயநலம் பற்றி. காப்பிடேஷன் என்கிற வார்த்தையை நாம் வெறுக்க வேண்டியதில்லை. அமெரிக்காவில் பெரும்பாலான கல்லூரிகளில் பணம் கொடுத்துத் தான் படிக்க வேண்டும். செமஸ்டருக்கு ஆறாயிரம் டாலர் எல்லாம் சாதாரணம். அனைத்துக் கல்லூரிகளும் அங்கே ஆட்டானமஸ். ஆகவே கொடுக்க வசதிப்பட்டவர்கள் காப்பிடேஷன் கொடுப்பதில் தப்பில்லை. பணத்திற்கேற்ப வசதிகள் கல்லூரியில் தரவில்லையென்றால் அவர்களுக்குச் சுளுக்கு எடுங்கள்.

டில்லியில் தேர்தலில் யார் ஜெயித்தார்கள் என்று இப்போது தெரிந்திருக்கும். இதை எழுதும்போது தெரியவில்லை. ஆனால் யார் ஜெயித்தாலும் அதற்குக் காரணம் வசீகரமான தேர்தல் பிரச்சாரம்தான் இருக்க முடியும்.

கீர்த்தி ஆஸாத் போன்ற கிரிக்கெட்காரர்களும், சினி நடிகர்களும் போட்டியிட்ட தேர்தலில் பரவலாகப் பயன்படுத்தப்பட்ட மெட்டு 'சோளி கே பீச்சே'யாம்.

அதன் வாசகங்கள் மாற்றப்பட்டு 'சூட்கேஸ் கே நீச்சே க்யாஹை' என்று சுருதி சுத்தமாகப் பாடினார்களாம். பாபரும் ராமரும்தான் வடநாட்டு எலக்‌ஷனில் முக்கிய பிரச்சாராயுதங்கள். இதற்கெல்லாம் இடையில் மனுஷ்ய புத்திரனின் மெலிதான குரல்தான் எனக்குக் கேட்கிறது.

> 'பாபருக்கு வேண்டும் மசூதி
> இராமருக்கு வேண்டும் கோயில்
> ஜனங்களுக்கு வேண்டும் சுகாதாரமான
> கழிப்பறைகளேனும்.'

இதை யாராவது தேர்தல் பிரச்சாரமாகப் பயன்படுத்தினால் நல்லது.

2000-ல் சென்னை நகரம் — 18

'சென்னை 2000' என்றொரு விளம்பரத்தைச் சமீபத்தில் பார்த்தேன். சென்னை நகரத்தைச் சீர்ப் படுத்துவதற்காக யோசனைகள் கேட்டிருந்தார்கள். அதற்கு பரிசும் அறிவித்திருந்ததாக ஞாபகம். பரிசோ, பரிசில்லையோ, சென்னைவாசியாகி விட்ட என்னைக் கேட்டால் கீழ்கண்ட யோசனை கள் கூறுவேன்:

மவுண்ட்ரோடு அண்ணாசாலை, சைதாப்பேட்டை அல்லது தேனாம்பேட்டையிலிருந்து துவங்கி ஹிந்து அலுவலகம்வரை அதை CBZ என்று அறிவிக்க வேண்டும். 'சென்ட்ரல் பிஸினஸ் ஸோன்' மைய வியாபாரப்பகுதி என்று அதில் காலை ஒன்பதரை யிலிருந்து மாலை ஐந்துவரை நுழைவதற்கு கட்டணம் கொடுக்க வேண்டும். அதற்காக மாதாந்திர சீட்டு களும் விற்கலாம். கட்டணமின்றி நுழையக்கூடாது. இவ்வாறு செய்வதால் கார்ப்பரேஷனுக்குப் பணம் கிடைப்பது மட்டுமின்றி அந்தப் பகுதியில் ஜோலி இருப்பவர்கள் மட்டும்தான் அங்கே போவார்கள். இதனால் அந்தப் பகுதியில் தாறுமாறான ட்ராபிக் குறையும்.

அண்ணாசாலையின் அந்தப் பகுதி முழுவதிலும் ஒரு வழிப்பாதை அமைத்து உள்ள செல்ல ஒரு பாதையும் வெளியே வர அதன்மேல் ஒரு பாதையும்

அமைக்கவேண்டும். குறிப்பிட்ட இடங்களில்தான் விலகலாம். இப்போது இருக்கும் லேன் சிஸ்டத்தை முழுவதும் ரத்து செய்து நடுவே தடையில்லாத அதிவேக ஆறுபாட்டை வழி அமைக்க வேண்டும். அண்ணாசாலையில் தியேட்டர்களை மெல்ல மெல்ல லைசென்ஸ் புதுப்பிக்காமல் நீக்கிவிட வேண்டும். இல்லையேல் இந்த நேரங்களுக்கு அப்பால் மட்டுமே காட்சிகளை அனுமதிக்க வேண்டும். இப்போதே பெங்களூரில் கெம்பகௌடா சர்க்கிளில் சாயங்காலம் ஏழரைக்கு ஒரே ஒரு காட்சிதான் அனுமதிக்கிறார்கள்.

இரண்டாவது யோசனை: சென்னையில் கார்களில் யாரும் தனியாகப் போகக்கூடாது. கூட இரண்டு பிரயாணிகள் இருந்தால் தான் காரில் போகலாம். அவ்வாறு செய்வதால் பெட்ரோல் மிச்சமாகிறது. ஒண்டியாகப் போகிறவர்கள் பஸ் ஸ்டாண்டில் காத்திருக்கும் என்னைப்போன்ற சாதாரணமானவர்களையும் ஏற்றிச் செல்வார்கள். கருணையால் அல்ல, கட்டாயத்தால்.

மூன்றாவது யோசனை: ஒற்றைப்படை எண் கார்கள் வாரங்களில் திங்கள், புதன், வெள்ளியிலும் இரட்டைப்படை எண் கார்கள் செவ்வாய், வியாழன், சனியிலும்தான் அனுமதி, இவ்வாறு செய்வதால், பெட்ரோல் பாதி மிச்சமாகும். ஞாயிற்றுக்கிழமை களில் 'பந்த்'. சிறுவர், சிறுமியர்கள் வீதியில் விளையாட அனுமதிக்கலாம். தமிழ்நாடு பந்த் தினத்தில் கிடைத்த அமைதியைப் பார்த்தபோதும் இதை வாரா வாரம் வைக்கலாம் என்று தோன்றியது. சைக்கிள் பாதைகள் தனியாக அமைத்து அதில் செல்பவர்களுக்கு உபகாரப் பணம் அளிக்க வேண்டும்.

லாரிகள் சென்னைக்குள் நுழையவே கூடாது. புதிய கார்களின் ரிஜிஸ்ட்ரேஷன் எண்ணிக்கை கட்டுப்படுத்தப்பட வேண்டும். புது கார்களின் மேல் கடினமான கார்ப்பரேஷன் வரி போட வேண்டும். பழைய காரை பத்து வருஷங்களுக்குள் யாரும் விற்கக்கூடாது.

சொல்ல மறந்துவிட்டேனே. இந்த 'CBZ' பகுதியில் பாட்டரி பஸ், மெட்ரோ ரயில் போக்குவரத்தை அனுமதிக்கலாம்.

சென்னை சனத்தொகை கி.பி.இரண்டாயிரத்தில் இத்தனை என்று அறுதியிடவேண்டும். அம்பது லட்சம் என்று தீர்மானித்து அதற்கு மேல் சென்னையில் மக்களை அனுமதிக்கக்கூடாது. அதற்காக தினசரி சென்னைக்குள் வந்து சேருகிறவர்களை

ஏர்போர்ட், ரயில், பஸ் நிலையங்களில் கட்டுப்படுத்த வேண்டும். வந்து சேர்கிறவர்களுக்கு சென்னைக்குள் நுழைவதற்கு அனுமதிச் சீட்டு கொடுக்க வேண்டும். 'வொர்க் பர்மிட்' போல் அவர்களுக்கு ஏதாவது ஜோலி இருந்தால்தான் அவர்களை அனுமதிக்கலாம். இந்த அனுமதிச் சீட்டை எக்கணத்திலும் சோதிக்கலாம். இல்லாதவர்களை எல்லைக்கு வெளியே கொண்டுபோய் கையில் ஓர் உணவுப் பொட்டலமும் பஸ் டிக்கெட்டும் கொடுத்து வழி அனுப்பிவிட வேண்டும்.

சென்னைவாசியாவது எளிதாக இருக்கக்கூடாது. புதிய கட்டடங்கள் மூன்று அல்லது நான்கு மாடிக்கு மேல் அனுமதிக்கக்கூடாது. சென்னை மாநகரத்தில் எந்த இடத்தில் மக்கள் வாழும் பகுதி, எந்த இடம் வியாபாரப் பகுதி என்ற மாஸ்டர் ப்ளான் போட வேண்டும். அந்த இடத்தில் வாழ அனுமதிக்கும்போது, ஓர் இன அல்லது மதத்தை அல்லது மொழியைச் சேர்ந்த மக்கள் அதிகமாகப் போகாமல் சமமாகக் கலக்க வேண்டும். சுற்றுவட்ட ஸாட்டிலைட் டவுன்களில்தான் இனி வீடு கட்டலாம் என்று சட்டம் கொண்டுவர வேண்டும்.

சுவர்களில் எழுதுபவர்கள், ஒட்டுபவர்கள், ரோடில் ஒன்றுக்கு மற்ற அசிங்கங்களைச் செய்பவர்கள், திட்டுகிறவர்கள், துப்புகிறவர்கள் இவர்களுக்கெல்லாம் கடுமையான அபராதம் விதிக்க வேண்டும். மூன்று முறைக்குமேல் ஃபைன் கொடுப்பவர்களின் அனுமதி சீட்டை ரத்து செய்துவிட்டு உன் ஊரைப் பார்க்கப் போ என்று சொல்லிவிடவேண்டும். சினிமா சுவரொட்டிகளுக்கென்று ஊருக்கு வெளியே மைதானத்தில் ஒரு சுவர் கட்டி கொடுத்துவிட்டால், சனங்கள் அங்கே வந்து பார்த்துக் கொள்ளலாம். அல்லது சுவரொட்டிகள் போஸ்டர்கள் இரண்டடிக்கு மூன்றடிக்கு மேல் இருக்காமல் சில விளக்குக் கம்பங்களில் அனுமதித்த இடங்களில் மட்டும் ஒட்டலாம். அதற்காக நிறைய சில்லரை வாங்கலாம். சூப்பர் ஸ்டார்களுக்கு லட்சக்கணக்கில் கொடுப்பவர்கள், கார்ப்பரேஷனுக்கும் கொடுக்கட்டுமே.

ஒவ்வொரு கடைக்காரரும், ஒவ்வொரு வீட்டுச் சொந்தக்காரரும் அவரவர் கடை அல்லது வீட்டுக்கு முன்னாலே இருக்கும் ப்ளாட்பாரம் பகுதியையும் சுத்தமாக வைத்துக்கொள்ள வேண்டும் என்று சட்டம் கொண்டுவந்து அதை மீறினால் அவர்களுக்கு அபராதம் விதிக்க வேண்டும். சிறப்பாக வைத்துக் கொள்கிறவர்களுக்குப் பரிசு தர வேண்டும்.

நகரத்தில் 'ராபிட் ட்ரான்ஸிட்' என்னும் அதிவேகப் பயணத்துக்காக தரையடி ரயிலோ, தரைமேல் ரயிலோ, காந்த ரயிலோ அல்லது எலக்ட்ரிக் பஸ்ஸோ ஏதாவது ஒரு திட்டம் கொண்டுவந்து, அதை அமுல்படுத்த தனிப்பட்ட அதிகாரிகளை நியமித்து இத்தனை வருஷத்துக்குள் அதை அவர்கள் முடிக்க தேவைப்பட்ட பட்ஜெட்டும், அதிகாரமும் கொடுத்து, முடிக்கவில்லையென்றால் அவரை பொது இடத்தில் பாண்ட்டை கழற்றிவிட வேண்டும்.

சென்னை சேரிகளை என்ன செய்வது என்பது பற்றிய ஆக்கப் பூர்வமான ஒரு யோசனை கொண்டுவந்து ரோடில் வாழும் ப்ளாட்பாரத்து மக்களை நீக்க வேண்டியது முக்கியம். அவர்களை பலவந்தமாக இடம் பெயர்த்தோ, அல்லது ஊரை விட்டுத் துரத்தியோ அல்ல. அவர்களுடைய வாழ்க்கை நிலையை உயர்த்தி. அதற்காக பொருளாதார மாற்றம் சென்னையில் ஏற்பட்டால் சேரி மக்களுக்குப் புதிய வேலை வாய்ப்புகள் வந்து அவர்களும் சென்னையின் சுபிட்சத்தில் பங்கு கொள்ள முடியும்.

ஒரு மாஸ்டர் ப்ளான் இல்லாமல் முடியாது. அந்த மாஸ்டர் ப்ளானில் முதல் ஐட்டம் குடிதண்ணீர். சென்னைக்கு அடுத்த நூற்றாண்டில் இத்தனை டி.எம்.ஸி. தண்ணீர் வேண்டும் என்று நிர்ணயித்து அதை புலிகாட் ஏரியோ ரிவர்ஸ் ஆஸ்மாஸிஸ் முறையிலோ அல்லது சூரிய உஷ்ணத்து முறையில் சமுத்திரத் தண்ணீரிலிருந்தோ என்று ஒரு முத்தான திட்டம் வேண்டும். அன்றாடம் காய்ச்சும் இந்த பிஸினஸ் முதலில் ஒழிய வேண்டும். இல்லையெனில், கி.பி. இரண்டாயிரத்தில் சென்னை தெருக்கள் முழுவதும் தண்ணி லாரிகளைத் தவிர மற்ற எந்த வாகனத்தையும் பார்க்க முடியாது.

அதே போல் பால், குடியிருப்பு, பார்க்குகள், ஸாட்டிலைட் நகரங்கள் என்று எல்லாவற்றிற்கும் ப்ளான் போடாமல் வருஷா வருஷம் செலவழிப்பதில் அர்த்தமே இல்லை. சென்னை பட்டணத்தைப் ப்ரான்ஸிஸ் டே ஈஸ்ட் இண்டியா கம்பெனியின் குடியிருப்புக்காக வாங்கியது சுமார் முன்னூற்று அம்பது வருஷங்களுக்கு முன்னால். மைலாப்பூரும், ஸென்தாமஸ் மவுண்டும் அதைவிட மிகப்பழமையானது. சென்னையின் சரித்திரத்தை நாம் சுவரொட்டிகளால் அழித்துக் கொண்டிருக்கிறோம். இந்த நகரத்துக்கு மில்லியன் கணக்கில் டாலர் வருமானம் தரக்கூடிய விஷயங்கள் எல்லாம் சிதிலமாகிக் கொண்டிருக்கின்றன.

1637ல் மான்யுவெல் மத்ரா என்னும் போர்ச்சுகீசியரின் சமாதி செ‌ன்னையில் எங்கே இருக்கிறது என்று யாருக்காவது தெரியுமா. அதிலிருந்துதான் மதராஸ் எ‌ன்கிற பெயர் வந்தது என்று சொல் கிறார்கள். எத்தனையோ டூரிஸ்டுத்தனமான விஷயங்கள் இருக் கின்றன. அவர்களை வரவேற்போம். அவர்கள் வரும் வழியை அடைக்காமல் சுவரொட்டாமல், துப்பாமல், திட்டாமல், ஒன்றுக்கிருக்காமல் இருந்தால் அவர்கள் வருவார்கள்.

உங்கள் குழந்தைகளை அழைத்துச் செல்லுங்கள் 19

ரஷ்ய அமெரிக்க கான்ஸல்களில் நடந்த இரண்டு நிகழ்ச்சி களுக்குச் சென்றிருந்தேன்.

முதல் நிகழ்ச்சி ரஷ்ய கலாச்சார மையத்தில், சுஹாசினி தலைமை வகித்துப் பெண் சிசுக்களைக் கொல்லும் பழக்கத்துக்கு எதிராகத் தயாரிக்கப்பட்ட வீடியோவின் வெளியீடு. வீடியோவை போட்டுக் காட்டினார்கள். ரஷ்ய ப்ரொஜெக்டருக்கும், இந்திய டேப்புக்கும் ஒத்துப் போகாமல் வீடியோ பெரும் பாலும் காவி வண்ணத்தில் தெரிந்தாலும் அந்தக் கதையில் உள்ள ஆதாரமான உண்மை திகைக்க வைத்தது.

இரண்டாம் பெண் குழந்தையை எருக்கம் பால் புகட்டிக் கொல்லும்போது சபையில் இருந்த நாகரீகப் பெண்மணிகள் அனைவரும் கண்ணீரை டிஷ்யு பேப்பரால் துடைத்துக் கொண்டார்கள்.

யுனிசெஃப் நிறுவனத்தைச் சார்ந்த பெண் அதிகாரி, 'இந்தப் படம் உங்களுக்கல்ல, மதுரை கிராமத்துப் பெண்களிடம் போட்டுக் காட்ட வேண்டும்' என்று சொன்னார்.

சுஹாசினி 'பெண்' தொலைக்காட்சித் தொடரைத் தொடர இப்போது காரணம் கிடைத்துவிட்டதாகச் சொன்னார்.

யு எஸ் ஐ எஸ் ஆடிட்டோரியத்தில் 'ஐ எல் எம்' இண்டஸ்ட்ரியல் லைட் அண் மாஜிக் என்னும் அமெரிக்க ஹைடெக் நிறுவனத்தின் நிபுணர்கள் இருவர் அதிசாமர்த்திய கம்ப்யூட்டரின் உதவியால் அண்மைக் காலத்தில் திரைப்படங்களில் நிகழ்ந்து வரும் மாறுதல்களைப் பற்றிய இரண்டு தின நிகழ்ச்சி.

மழையாக இருந்தாலும் அரங்கத்தில் ஆர்வலர்கள் நிரம்பியிருந்தார்கள் (பாலுமகேந்திரா உட்பட). ஜுராஸிக் பார்க், டெர்மினேட்டர் போன்ற படங்களில் மாடல்களை வைத்து ஸ்டாப் மோஷன் அனிமேஷன் செய்வதுடன் கம்ப்யூட்டர் அனிமேஷன் கிராஃபிக்ஸ் என்னும் இயல் எப்படிப் பயன்படுகிறது என்பதைப் பற்றி அவர்கள் விளக்கமாகச் சொன்னபோது, சினிமாவின் எதிர்காலத்தை யோசிக்க வாய்ப்பளித்தது. எதிர்காலத்தில் நடிக நடிகையர் லொகேஷன் போக வேண்டாம். டப்பிங், வீட்டிலேயே அவர்கள் படுக்கையறையிலேயே செய்யலாம். எதிர்கால செட்டுகளைக் க்ளைமாக்ஸ் காட்சிகளில் தீப்பற்றி எரிய வைக்க வேண்டாம். கம்ப்யூட்டரே எரித்துவிடும். நெருப்புப் பெட்டியோ தீயணைப்புச் சாதனமோ தேவையின்றி மதுரைக் கோயிலைப் பாண்டியன் காலத்துக்குக் கொண்டு செல்ல வேண்டுமெனில், 'நோ ப்ராப்ளம்'. இன்றைய காலத்திலேயே எலக்ட்ரிக் கம்பங்கள் கட்பாடி விளம்பரங்களுடன் படமெடுத்து உறுத்தும் இன்றைய தின சமாசாரங்களைக் கம்ப்யூட்டரின் உதவிகொண்டு அழித்துவிடலாம். ஏன் அதன் கோபுரங்களின் அக்ரிலிக் பெயிண்ட்டைக் கூடத் திருத்திவிடலாம்.

கொஞ்சம் செலவாகும். இந்த நுணுக்கங்கள் இப்போதே சென்னைக்கு வந்துவிட்டதுதான் ஆச்சரியம். ஒரு பக்கத்தில் ப்ளாட்பாரத்தில் குழந்தைகள் விஸர்ஜனம் பண்ணிக் கொண்டிருக்கும் கட்டத்துக்குள்ளே கம்ப்யூட்டர் க்ராஃபிக்ஸ் ஹைடெக் உலகம் இந்தியா!

The Oxford Book of Homorous Prose என்னும் பல பக்க தலையணைப் புத்தகத்தைத் தினப்படி நான்கு பக்கம் ஒழுங்காகப் படித்து முடித்துவிட்டேன். அச்சாபிசை முதலில் கொண்டு வந்த பதினாறாம் நூற்றாண்டு காக்ஸ்டனிலிருந்து உட்ஹவுஸ்வரை ஆங்கில இலக்கியத்தில் உள்ள அத்தனை நகைச்சுவை கதை கட்டுரைகளிலிருந்து ஒவ்வொரு ஆசிரியருக்கும் அழகான சுருக்கமான அறிமுகத்துடன் கொடுக்கப்பட்ட இந்த மாதிரி

புத்தகம் தமிழில் யாரும் தொகுத்துக் கொண்டுவரவில்லையே என்று ஏக்கமாக இருந்தது.

தமிழில் நகைச்சுவை என்று பார்த்தால் வீரமா முனிவரின் பரமார்த்த குரு கதைகளிலிருந்துதான் தொடங்கும் என்று தோன்றுகிறது. வையாபுரிப் பிள்ளை 'பரிபாடலும் நகைச்சுவையும்' என்று ஒரு கட்டுரை எழுதி 'கொடியறு பிறுபு செவி செவிடு படுபு' போன்ற வரிகளில் சிரிப்பு வரும் என்கிறார். நரசிம்மராவிடம் புன்னகையைத் தேடுவதுபோல் சங்க இலக்கியத்தில் நகைச்சுவை தேடியிருக்கிறார். பக்தி இலக்கியங்கள், ஐம்பெரும் காப்பியங்கள் இவைகளில் நகைச்சுவையைத் தேடிப்பிடித்து யாராவது எழுதியிருந்தால் எனக்குப் புத்தகத்தை அனுப்பினால் அவர்களுக்கு இலவசமாக ஒரு ஹென்கோ பாக்கெட் அனுப்பப் படும் (சென்னை வாசகர்கள் மட்டும்).

ஆக்ஸ்போர்டு புத்தகத்தில் கி.பி.1583 - ஐ சார்ந்த நகைச்சுவைக்கு இரண்டு உதாரணங்கள்:

ரோம் நகரத்துக்கு ஒரு அன்னியன் வந்தான். அவன் அசப்பில் சக்ரவர்த்தி அகஸ்டஸ் போலவே இருந்தான். அவனை அரசவைக்கு அழைத்துச் சென்றபோது சக்ரவர்த்தி அவனிடம் கேட்டார். 'ஏம்பா உங்கம்மா எப்பவாவது ரோமுக்கு வந்திருக் காங்களா?'

அதற்கு அவன் 'இல்லைங்க, எங்கப்பாதான் அடிக்கடி வருவார்' என்று பதிலளித்தான்.

ஒரு பிரபு குதிரைமேல் சென்று கொண்டிருக்கும்போது கட்டியங் காரனைப் பார்த்தார். 'நண்பா உன்னை எங்கோ அடிக்கடி பார்த்த மாதிரி இருக்கிறது.'

'பிரபுவே நான் உங்க வீட்டில வாடகைக்கு இருந்தேனே ஞாபக மில்லையா?'

'அட இப்ப ஞாபகம் வரது. நீங்க ரெண்டுபேரும் சகோதரர்கள் தானே? ஆனா ஒருத்தன் செத்துப்போய்ட்டான் இல்லை? அப்ப உங்க ரெண்டு பேர்ல உயிரோட இருக்கிறது யாரு?'

கன்னிமரா லைப்ரரியில் ஆறு லட்சத்துக்கும் அதிகமாகப் புத்தகங்கள் இருப்பதாக அதன் அதிபர் திரு.ஜி. ரங்கநாதன் சொன்னார். அவைகளில் இரண்டு புத்தகங்கள் எடுக்க அனுமதி

பெற்று மெம்பராகச் சேர்ந்தேன். கன்னிமரா கட்டிடம் பழைய வாசனையுடன் அப்படியே இருக்கிறது. மாலை வேளைகளில் போனால் சென்ற நூற்றாண்டு எழுத்தாளர்களின் ஆவிகள் நாற்காலிகளில் உட்கார்ந்து மௌனமாகப் படித்துக் கொண்டிருப்பதை டிஸ்டர்ப் பண்ணாமல் உங்களுக்கு வேண்டிய புத்தகங்களைத் தேர்ந்தெடுத்து அழகான மரவேலைப்பாடமைந்த சென்ற நூற்றாண்டு நாற்காலிகளில் உட்கார்ந்துகொண்டு படிக்கலாம். ஆறு லட்சம் புத்தகங்கள்! புதிய நவீன கட்டடமும் இருக்கிறது. கம்ப்யூட்டர் கொண்டு வரலாமா என்று யோசித்திருக்கிறார்கள்.

லைப்ரரிக்காக பஞ்சாயத்துக்களும், முனிசிபாலிட்டிகளும் ஸெஸ் வரிவசூல் செய்வது தவறாமல் நடக்கிறது. அந்தப் பணம் பொது நூலகங்களுக்குத் தவறாமல் செலவழிக்கப்படுகிறதா என்றால் அது நடப்பதில்லையென்றுதான் வருத்தத்துடன் சொல்லிக்கொள்ள வேண்டும். இதை முதலில் ஒழுங்குபடுத்த வேண்டும். மக்கள் புத்தகத்துக்காகக் கொடுக்கும் வரியை, முனிசிபாலிட்டிகள் ப்ளீச்சிங் பவுடருக்கும், பினாயிலுக்கும் செலவிடுவது அநியாயம்.

ரஷ்யாவில் தெருவுக்குத் தெரு பொது நூலகங்கள் இருப்பதாக விஜய திருவேங்கடம் (சென்னை வானொலி இயக்குநர்) சொன்னார். அமெரிக்காவில் டிவி, சினிமா போன்ற சமாசாரங்களிலிருந்தும் லட்சக்கணக்கான பேர் பொது நூலகங்களில் படிக்கிறார்கள் என்றும் சொன்னார்கள். சென்னை மக்களுக்கு வேண்டுகோள். கன்னிமரா வாருங்கள். ஏதாவது ஒரு புத்தகத்தை எடுத்து வைத்துக்கொண்டு படியுங்கள். பத்து நிமிஷத்தில் தூக்கம் வந்தாலும் தூங்கினாலும் பரவாயில்லை. பத்து நிமிஷம் படித்தால் கூட ஒரு வருஷத்தில் ஆயிரம் பக்கம் படிக்கலாம், நான் ஆக்ஸ்போர்டு புத்தகத்தைப் படித்ததுபோல். ஆனால் தவறாமல் உங்கள் குழந்தைகளை, மகன், மகள்களை அழைத்துச் செல்லுங்கள்.

என் தந்தை அப்படித்தான் செய்தார்.

லிமரிக் போட்டியில் பலபேர் உற்சாகமாகப் பங்கு கொண்டாலும் லிமரிக் வடிவம் பலருக்குப் பிடிபடவில்லை என்பது தெரிகிறது.

லிமரிக் வடிவம் இதுதான்.

மொத்தம் ஐந்து வரி. முதல் இரண்டு வரியும் ஐந்தாம் வரியும் கடைசிச் சீர்களில் எதுகை வேண்டும். மூன்றாம் நான்காம் வரி

களுக்குள்ளும் எதுகை வேண்டும். கவிதை சிந்துவடிவத்தில் இருக்கவேண்டும். இதுதான் குறும்பா.

இவ்வாறு பார்த்ததில் லிமரிக் வடிவத்தில் தேறி வந்தவை நூற்றுக்கணக்கிலிருந்து சுமார் பத்துக்குக் குறைந்தன. அதில் சிறந்தவைகளை இங்கு வெளியிடுகிறோம்.

திருநெல்வேலிக் கவிராயர் 'கால் நிமிடத்தில் எழுதிய'

'அண்ணாமலை ரெட்டியாரின் சிந்து
அறியாமலே சுஜாதா இங்கு வந்து
சொன்னாரய்யா லிமரிக் என்று
சூலன் காலன் குறும்பாவென்று
என்னா செய்ய விதியை நொந்து'

என்பது முழு லிமரிக் வடிவத்தில் இல்லையென்றாலும் ரசிக்க முடிந்தது. இனி பரிசு பெற்ற லிமரிக்குகள்:

கண்ணகிக்கு நகை செய்யும்போது
'காற்சிலம்பில் முத்துப் பரல் தீது;
மாணிக்கம் வைங்க, அண்ணே!'
என்றவரின் மேதை என்னே,
அஃது இன்றேல் க்ளைமாக்ஸே ஏது?

முந்திரி ஏலம் கிஸ்மிஸ் இட்டு
மூன்று செ.மீ. விட்டத்தில் லட்டு
செய்து விற்பாள் பட்டு;
விலை ஒன்று ரூபாய் எட்டு!
வர தட்சிணைக்காய்ச் சேர்க்கிறாளாம் துட்டு.

காரிகையர் பஸ் ஏறும் வேளை
கால் இடற வைத்திடுமாம் சேலை!
பெல்-பாட்டம் சூரிதார்
ஜீன்ஸ் அணிவோரே சரியார்...
அரை-ட்ராயரோ கிளிப்பும் தூளை.

- இந்திரமோகன்

கண்ணப்பனோட ஊர் மெட்ராசு
கள்ளத்தோணிக்காகப் போனான் செட்ராசு
கிடைச்சது தோணி அமோக போணி
இப்ப காணோம் கண்ணப்பன் அட்ராசு

- பி.கே.விஸ்வேஸ்வரன்.

முத்தமொன்று தந்துவிடு! என்றான்!
முதலிரவில் மோகமுடன் சென்றான்!
அத்தைமகள் ரத்தினமோ
அணிந்த நகை கண்டவுடன்
எத்தனை பொன்? கணக்கு போட்டு நின்றான்!

- திருநெல்வேலிக் கவிராயர்

சுஜாதா எழுதச் சொன்னார் ஒரு லிமரிக்கு
சுவையா நான் எழுதி வைத்தேன் ஒரு குமரிக்கு
அவ வாயெல்லாம் இங்கிலீசு பேச்சு
அவ முகமெல்லாம் பவுடரு பூச்சு,
சும்மா யாருன்னு பார்த்தா அட!
நம்ம - ருக்கு.

- மோ.சி.பாலன்

ஒரு எக்ஸ்போர்ட் ரக சினிமா விமர்சனம் — 20

புத்தக நேசத்துக்குத் தலைநகரம் கோவைதான். கோவை விஜயா பதிப்பகத்தின் வாசகர் விழாவுக்கு முதல் நாளே பத்தாயிரத்துக்கும் மேல் வியாபாரமா யிற்று. அதுவும் தீபாவளிக்கு மறுநாள்! 12 புதுப் படங்களின் கவர்ச்சி இருக்கும் போது புத்தகம் வாங்கும் கோவை மக்களுக்கு ஒரு ஜே! கோவை இவ்வாறு பல அதிசயங்கள் கொண்டது.

பெர்க்ஸ் கல்வி நிறுவனத்தின் உள்ளே கருங்கல் பிரமிடு. அதற்குள் வைத்தால் ஒரு பிளேடை 200 தடவை ஷேவிங் செய்யலாமாம்.

புவியரசு, சிற்பி, சக்திக்கனல் போன்ற பிரசித்தி பெற்ற புதுக் கவிஞர்களின் இடையில் ஒரு செல்வ கணபதியும் இருக்கிறார். குழந்தைகளுக்காக எளிய பாப்பா பாட்டுக்கள் எழுதி அழகாகப் பதிப்பித்திருக் கிறார்.

குழந்தைகளுக்காக எழுதுவதுதான் மிகவும் கடினம். எத்தனை எளிமையோ அத்தனை கஷ்டமானது.

செல்வகணபதியின் ஓர் உதாரணம்:

'ஆட்டுக்குட்டி ஆட்டுக்குட்டி
அடட, மழையில் நனையாதே

மாட்டிக்கொண்டால் மழையால் உனக்கு
வருமே தும்மல் ஏராளம்
பாட்டி தருவாள் மருந்து அதுவும்
பாகற்காய் போல் கசப்பாகும்
ஆட்டுக்குட்டி ஆட்டுக்குட்டி
அடடா மழையில் நனையாதே!

இந்தப் பகுதிக்கு வரும் நூற்றுக்கணக்கான கடிதங்கள் எல்லா வற்றையும் படித்து முடித்துவிட்டேன். தனிப்பட்ட பதில் எழுதுவது என்பது மனித யத்தனத்துக்கு அப்பாற்பட்டது. மேலும் எல்லாக் கடிதங்களும் பதில் எதிர்பார்த்து எழுதப்படுவதில்லை. ஸ்டாம்பு வைத்து அல்லது சுயவிலாச கார்டு கவர்களை அன்பர்கள் தயவு செய்து அனுப்ப வேண்டாம் என்று கேட்டுக் கொள்கிறேன். தனிப்பட்ட பதில் எழுத இயலாததால் கவனிக்க வேண்டிய கடிதங்கள் நிச்சயம் இந்த அலுவலகத்தில் கவனிக்கப்படுகின்றன.

பல பல கடிதங்களில் குறிப்பிட வேண்டிய சில சில: ஆர்.ஜெய பாலன் வானொலி ஊழியர் குடியிருப்பு, மதுரை - 625 002 எழுதிய கவிதை நாட்டு நடப்பைப் பிரதிபலிக்கிறது.

'கஷ்டப்பட்டு கண்விழித்து
இரவு பகல் பாடம் படித்து
ஐ.ஏ.எஸ். தேறினான்.
இப்போது கதவைத் திறந்து
கரம் குவிக்கிறான்
மூணாங் கிளாஸ் தேறாத
முக்கிய மந்திரிக்கு'

திருபாதிரிப்புலியூர் எஸ்.நாராயணன் திருக்குறள் விளக்கத்தை விமர்சித்து, 'அண்ட சராசரங்கள் தோன்றுவதற்கான முழு காரணம் சூரியன்தான், அதனால் வள்ளுவரின் குறள்' அகர முதல எழுத்தெல்லாம் ஆதி பகவன் முதற்றே உலகு' என்பதைத்தான் ஆன்மீகவாதி எவரேனும் கரெக்ஷன் செய்து 'பகவன்' என்று மாற்றி விட்டார்களோ?' என்று கேட்டிருக்கிறார்.

இது சாத்தியமில்லை என்பதை சுலபமாக நிரூபிக்க முடியும். யாப்புத் தெரிந்த வாசகர்கள் சொல்லுங்கள்.

கே.ராஜேந்திரன், சென்ட்ரல் எக்ஸைஸ் இன்ஸ்பெக்டர், கோவை, தலைப்பில்லாத ஒரு கவிதை அனுப்பியிருக்கிறார்.

'மங்கிய வெளிச்சத்தில்
பளபளக்கும் இமைக்காத கண்கள்
வைக்கோல் திணித்த
கன்றுக்குட்டியின் ஓட்டுத் தோல் பார்த்து
மனம் மறுகும்
முரட்டு விரல்களின்
இயந்திர உரசலுக்கு
மெல்லிய நாவின்
ஈர ஸ்பரிசங்களும்
பிஞ்சுப் பற்கடிப்பும்
நினைவில் தேங்கும்
சாட்டைக் கம்பு
நினைவுக்கு வர
அடைத்த துவாரம்
அரை மனதாய்த் திறக்கும்
மார்வலி மரத்து
வெள்ளை ரத்தம் வடிக்கும்.'

இந்த அழகான கவிதைக்கு தலைப்பு வேறு என்ன இருக்க முடியும் 'பசு'தான்.

அடூர் கோபாலகிருஷ்ணன் (சுயம்வரம், எலிப்பத்தாயம், முகாமுகம் கொடியேற்றம், மதிலுகள்) சத்யஜித்ரேவின் வாரிசாக இன்று இந்திய ஜோல்னாக்களினால் கருதப்படுகிறவர். மாக்ஸ் முல்லர் பவனில் அவருடைய சமீபத்திய படமான 'விதேயன்' இலக்கியத்திலிருந்து சினிமாவுக்கு மாற்றம்' பற்றிய கருத்தரங்கில் திரையிடப்பட்டது. 'விதேயன்' (அடிமை) பால் சக்காரியாவின் மலையாள குறுநாவலிலிருந்து கோபாலகிருஷ்ணன் தேர்ந்தெடுத்த கதை. ஒரு பரிபூரணமான மூர்க்கமுள்ள எஜமானன் (வயநாடு கிராமத்தில் ஒரு பட்டேவர்) அவருடைய பரிபூரண அடிமை இருவரைச் சுற்றி இயங்குவது. நடிப்பவர்கள் மம்முட்டி, கோபகுமார்,. அடிமையென்றால் இப்படியா?

கதையின் ஆரம்ப ஃப்ரேமிலேயே மார்பில் உதைத்து முகத்தில் துப்பப்படுகிறான். தன் பெண்டாட்டியை எஜமானன் கெடுப்பதை கையாலாகாமல் பார்த்துக் கொண்டிருக்கிறான். எஜமானன் செண்ட் மணம் பெண்டாட்டியின் மேல் வீசுவதை ரசிக்கிறான். மோசமான கெட்ட வார்த்தைகளை அசட்டுச் சிரிப்புடன் கேட்கிறான். எஜமானனுடைய தொண தொண மனைவியைக் கொல்வதற்கு உதவி செய்கிறான். எஜமானன் ஊர் கோபத்திலிருந்து தப்பிக்கச் சரண் தருகிறான். அவர்களால் துரத்தப்பட்டு ஊரை விட்டு ஓடும்போது தன் மனைவியை விட்டு அவர் பின்னால் உதவிக்குச் செல்கிறான். இறுதியில் அவர் எதிரிகளால் சுடப்பட்டு இறந்தபின் 'எஜமானே' என்று கதறி யழுது விட்டு அதற்கு அப்பால்தான் அவன் நடையில் லேசான துள்ளல் வருகிறது.

இந்த வினோதக் கதையை விளக்க அதன் ஆசிரிய எழுத்தாளரும் டைரக்டரும் கருத்தரங்கில் வேறுபட்ட கருத்துக்களைச் சொன் னார்கள். ஸக்காரியா, 'நான் இந்த எஜமானன், அடிமை வினோத மான உறவைத்தான் அந்தக் கதையில் வியந்தேன். எதிர்ப்பே இல்லாத அடிமைத்தனத்தைத்தான் வியந்தேன்' என்றார். கோபால கிருஷ்ணன் கதையின் பின்னணியில் இரண்டு விஷயங்கள் இயங்குகின்றன. ஒன்று 'பவர்' அதிகாரம். மற்றது அடிமைத்தனம். இருவரும் இரண்டு விதமான அடிமைகள்தாம். எஜமானனும் அவன் மூர்க்கத்தனத்துக்கு அடிமை என்பதுபோல் சொன்னார். அதன்பின் நிறையக் கேள்வி கேட்டவர்கள் தத்தம் இங்கிலீஷ், ஆர்ட், திரைப்பட டைரக்டர்களின் பெயர் ஞானங்களைக் காட்டிக் கொள்ளும் முற்றுப்புள்ளி வைக்காத ஐந்து நிமிஷக் கேள்விகள், அதற்குப் பதில் ஒவ்வொன்றும் மற்றொரு ஐந்து நிமிஷங்கள் ஒரு வசீகரமான பாசாங்கு போல இருந்தது.

என்னைப் பொறுத்தவரை அந்த அடிமையைச் செலுத்தியது பயமா, கோழைத்தனமா என்பது படத்தில் கடைசிவரை தெளி வாக இல்லை. ஷ்யாம் பெனகலின் 'அங்கூர்' படத்தின் கோழை இந்த விதேயனுடன் ஒப்பிட்டால் கட்டபொம்மன், பட்டேவரின் மனைவியைக் கொல்வதற்குக் காரணம் போதவில்லை. மார்க்ஸ்முல்லர் பவனுக்கு ஒரு வேண்டுகோள். இம்மாதிரி நிகழ்ச்சிகளுக்கு அழைப்பிதழ் அனுப்பிவிட்டு நேரத்தில் வருகிறவர்களுக்கு, குறைந்த பட்சம் ஒரு நாற்காலியாவது கொடுக்க வேண்டும். அழைப்பிதழ் இல்லாதவர்கள் கால்மேல்

கால்போட்டுக்கொண்டு உட்கார்ந்து 'என்ன சார், இடம் இல்லையா த்சொ த்சொ' என்று வெறுப்பேற்ற, அழைக்கப்பட்ட வர்கள் தரையில் உட்காரும் நிலையில்லாமல் பார்த்துக் கொண்டால் உங்கள் அடுத்த நிகழ்ச்சிக்கு வருகிறேன்.

இந்திய சினிமாவில் கமர்ஷியல் சினிமா, மிடில் சினிமா இவை களுடன், 'எக்ஸ்போர்ட் சினிமா என்று ஒரு கதர் ஜிப்பா ரகப் புதுவிதமான சினிமா சேர்த்துக் கொண்டிருக்கிறது. ஒரு சில மினி திரையரங்குகளில் இவ்வாறு ஸ்பெஷல் காட்சிகள் காண்பிக்கப் பட்டு அப்புறம் வெனிஸ், கான் போன்ற விழாக்களுக்கு ஸப்டைட்டில் போட்டு நேரடியாக ஏற்றுமதிக்க அவர்கள் பாதி புரிந்தும் புரியாமலும் அதை குடலாப்பரேஷன் பண்ணி 'க்ரேட் மூவி' என்று காதில் பூ வைக்கும் சமாசாரங்கள்.

விதேயனில் டெக்னிக்கல் குறைகளை பாலுமகேந்திரா விவரித்த போது அதிகம் புரியாவிட்டாலும் இந்த ஏமாற்று வேலை தெளிவாகப் புரிகிறது. இதற்கு ஆங்கிலத்தில் Intellectual tyranny என்பர் அறிவு ஜீவி அராஜகம்.

கடவுள் வேலை அபாயமானது 21

இருபத்தோராம் விளிம்பு கொஞ்ச வாரங்கள் முன்பு நான் எட்டு பெரிய அறிவியல் ஐடியாக்களைப் பற்றிச் சொன்னது, த.நாடு தழுவிய மழைக்குப்பின் உங்களுக்கு ஞாபகம் இருப்பதை எதிர்பார்ப்பது நியாயமில்லை.

போனமாதம்தான் தண்ணீர் கஷ்டத்தில் வருண ஐயங்களையும், ஐயொடைடு விதைகளையும் முயன்று கொண்டிருந்த சென்னையில் மாதம் மும்மாரிக்குப் பதில் முப்பது மாரி பொழிந்து, 'த்தா இவ்ளவ் மய யாருக்குடா வேணும்' என்று ஜனங்கள் தத்தம் சூப்பர் மார்க்கெட் பாலித்தீன் பை குல்லாய்களில் புகார் செய்ய, வெளிப்புறப் பாக்க வாசிகள், 'அமைதியான நதியினிலே ஓடம்' என்று பாடிக்கொண்டே ஆபீசுக்கு வர, சென்னை ரோடுகள் அனைத்துக்கும் அம்மை போட்டு கொஞ்சூண்டு நீலவானம் இப்போதுதான் தெரிகிறது.

இடையில் மாலிக்யுலர் பயாலஜி பற்றி உங்களுக்கு நினைவு இருக்கும் என்று எண்ணுவது என்ன நியாயம்? மாலிக்யுலர் பயாலஜி ஓர் இளம் இயல். 39 வருஷத்துக்கு முன் ஜேம்ஸ் வாட்ஸனும், ஃப்ரான்சிஸ் க்ரிக்கும் மாலிக்யுலர் பயாலஜி முறைகளைப் பயன்படுத்தி நம்முடைய உயிரணுக்களின் டி.என்.ஏ. அமைப்பு, ஓர் இரட்டை நூலேணி போல

முறுக்கிக் கொண்டு இருக்கிறது என்று சொல்லி நோபெல்லினார்கள். அதன்பின் ஒரு தலைமுறையில் ப்ரோட்டீன் மாலிக்யூல்களின் சிதம்பர ரகசியம் தெரிந்து, எழுபதுகளில் ஆராய்ச்சியாளர்கள் ஜீன் என்னும் உயிரணுக்களை வெட்டி ஒட்டும் வேலை துவங்கியது. ஓர் உயிர் வகையிலிருந்து டி.என்.ஏ.யை எடுத்து அதை மற்றோர் உயிர் வகையின் மாலிக்யூல் அமைப்பில் புகுத்தி புதிய ரிகாம்பினண்ட் டி.என்.ஏ. என்னும் இயலையும் பயோ எஞ்சினியரிங் என்ற இயலையும் துவக்கினர். இதன் ஆதாரமான நியாயங்களைப் பற்றியும் அதற்கு நமக்கு உரிமை இருக்கிறதா (கடவுள் வேலை அபாயகரமானது) என்பதைப் பற்றியும் கவலைகளும் துவங்கின. எண்பதுகளில் பயோ டெக்னாலஜி என்னும் புரட்சிகரமான இயல் துவங்கியது. இன்றைய தினம் நம் மனித ஜீன்களை வழக்கமாகச் சாதாரண பாக்டீரியா, யீஸ்ட் போன்றவற்றுக்குள் செலுத்தி, இன்சலின் போன்ற ப்ரோட்டின்களையும், ரத்தம் கட்டாமல் காக்கும் டிபிஏ என்னும் மருந்தையும் தயாரிக்கிறோம். சீக்கிரமே நாம் பசுக்களின் உடலுக்குள் டிஎன்ஏ சாகசம் செய்து அவைகளை நமக்குத் தேவையான ப்ரொட்டின் நிரம்பிய பால் கொடுக்குமாறு செய்யலாம். ஏன், பயிர்களையே நமக்கு ஏற்றவாறு நேரடியாகச் சாக்லேட் அல்லது பிஸ்கட் காய்க்க வைக்கலாம். நமக்கு ஏற்ற விளைச்சலுக்குப் பழக்கிவிடலாம். 'சகோதரி' என்ற படத்தில் சந்திரபாபு பால்காரராக வருவார். தமிழ் சினிமாவில் மிக அருமையான காமெடி ட்ராக் அதில் இருக்கிறது. அதில் அவர் சகாவிடம் மெட்ராஸ் பாஷையில், 'வாத்யாரே, ஒரு பசுமாடு கண்டு பிடிக்கப் போறேன், நாலு காம்பில் ஒரு காம்பில் காப்பி, மற்றொரு காம்பில கோகோ, கறக்கிற மாதிரி வாத்யாரே!' என்று சொல்வது தற்காலத்து பயோ டெக்னாலஜியில் சாத்தியமாகப் போகிறது.

இந்த முன்னேற்றங்கள் கதையின் ஒரு பகுதிதான். டிஎன்ஏ வெட்டி ஒட்டும் சமாசாரம் இந்த இயலை மிகுந்த அளவில் ஒருமைப்படுத்தி விட்டது. பயோ கெமிஸ்ட்ரி, மைக்ரோ பயாலஜி, ஜெனிட்டிக்ஸ் ஆசாமிகள், இம்யுனாலஜிஸ்டுகள் இவர்கள் எல்லாம் இப்போது ஒரே பாஷை பேசுகிறார்கள். ஒரு ஈக்கும், பாக்டீரியாவுக்கும், மனிதனுக்கும் ஜெனட்டிக் அமைப்பில் சில ஒற்றுமைகள் இருப்பதை அறிந்து ஆச்சரியம் ஏற்படுகிறது. இயற்கை தன் மாடலை அதிகம் மாற்றவில்லை என்பது தெரிந்திருக்கிறது.

இன்றைய இயலில் ரொம்பச் சூடானது புற்றுநோய் கான்ஸர் ஆராய்ச்சிதான். கான்ஸர் செல்கள் ஒழுங்காக வளர மறுக்கும்.

காட்டுத்தனமாக வளரும் செல்கள் என்பதுதான் இதுவரை தெரிந்திருந்தது. தாறுமாறாக வளர்வதற்குக் காரணம் இப்போது ஜீன்களில் இருப்பதாக ஆணித்தரமாகக் கண்டு பிடித்துள்ளார்கள். ஆன்கோ ஜீன்ஸ் என்று இந்தக் கான்ஸர் தரும் செல்களைப் பிரித்து கான்ஸரை ஆரம்பிக்கும் மாலிக்யுல் மாறுதல்களை அவர்களால் அடையாளம் கண்டுபிடிக்க முடி கிறது. தப்பான செய்தி போகிறது. அதனால் செல்கள் தாறு மாறாக வளர்கின்றன. இந்தச் செய்தியை நிறுத்த முடியுமா, அல்லது திருத்த முடியுமா என்பதுதான் ஆராய்ச்சி. அதுபோல் எய்ட்ஸுக்கும் இந்த மாலிக்யுலர் பயாலஜி ஆராய்ச்சி நடந்து கொண்டிருக்கிறது.

இந்த நூற்றாண்டின் இறுதிக்குள் இந்த இயலில் ஓர் ஊடுவெடிப்பு ‘ப்ரேக்த்ரூ’ - நிகழும் என்று எதிர்பார்க்கிறார்கள். அதுவரை எனக்குக் கான்ஸருக்கும், எய்ட்ஸுக்கும் மருந்து உத்தரவாத மாகக் கண்டுபிடித்துவிட்டதாக போன்செய்தும், கடிதம் எழுதி யும் அன்புத் தொல்லை தரும் நேயர்களுக்கு ஓர் அறிவுரை: இந்த ஆராய்ச்சி அத்தனை சுலபமில்லை.

சென்னை 2000த்துக்கு வந்த யோசனைகளில் சிலவற்றைக் கொடுத்துள்ளேன்.

‘விளம்பரங்களை அதிகம் அனுமதித்து வரும் பணத்தில் பாதாள சாக்கடை கட்ட வேண்டும்’ - வசந்தா, வேலூர்.

‘அறுபது வயது ஆசாமிகளை முதியோர் இல்லத்துக்கு அனுப்பி அவர்களை ஒருநாளில் மட்டும் வீதியில் நடக்கலாம் என்று உத்தரவு போட வேண்டும்.’ - பி.ஜி.பி. இசக்கி, டி.மாரியூர் கொடுத்த இம்மாதிரி நூறு யோசனைகளில் ஒன்று இது. இவருக்கு அறுபது ஆனவர்கள் மேல் ஏன் கடுப்போ?

‘அண்ணாசாலையில் பாதசாரிகளை மட்டும் அனுமதிக்க வேண்டும். சைக்கிள் பரவாயில்லை’ - ஆர் ராஜதுரை, சென்னை-95.

‘உற்பத்தித் தொழில்களை மற்ற மாநிலங்களுக்கு மாற்றுவது. சினிமாத் தொழிலை அரக்கோணத்துக்கு மாற்றுவது. கடலூர் நாகைக்கு அகல ரயில் பாதை. என்னைப் போன்றோருக்கு பணியாற்ற வாய்ப்பு’ என்று மதுரை நடராசன் யோசனை.

'தலைவர்களுக்கு சமாதி பீச்சில் கூடாது. சிலைகளுக்குத் தடை. ஒருமுறை ரோடு போட்டால் காண்ட்ராக்டர் ஐந்து வருஷத்துக்கு உத்தரவாதம் அளிக்க வேண்டும். ஊர்வலங்களுக்குத் தடை'

- எஸ். சிவராமன், திருச்சி-14

இடக்குறைவினால் மற்றப் பயனுள்ள யோசனைகளைப் பிரசுரிக்க இயலவில்லை. நன்றி.

ஹஜ் யாத்திரைக்கு அப்புறம் அதிகம் எண்ணிக்கையில் உலகில் பக்தர்கள் வருஷாந்திர யாத்திரை போவது ஐயப்பன் மலைக்குத் தானாம். செப்டம்பரிலேயே இந்த பக்தி தொடங்கி, டிசம்பர், ஜனவரியில் தீவிரமாகி, மகரஜோதி காலத்தில் உச்ச நிலை பெற்று, பிப்ரவரியில் அடங்குகிறது. வருஷத்தில் சுமார் ஆறு மாதம் இந்த அலை பரவி சந்துக்குச் சந்து நூறு டெஸிபல்களில் லேசான அபசுரத்தில் பஜனைகளும், மாலை போட்டுக் கொள்வதும், தரையில் தூங்குவதும், தாடி வளர்ப்பதுமாக புதுடில்லி யிலிருந்து கன்யாகுமரிவரை பரவியுள்ள Phenomenon இது. இதனை ஒட்டி மலைக்குப் போகும் வழியில் உள்ள கோயில்க ளெல்லாம் பிரகாசமும், புது வாழ்வும், வருமானமும் பெறு கின்றன. ஸ்ரீரங்கத்திலும், குருவாயூரிலும் ஐயப்பன் சீஸனின் போது கூட்டம் அம்முகிறது.

ஆண்டாள் காலத்திலிருந்தே 'மையிட்டெழுதோம் மலரிட்டு நாம் முடியோம்' என்று விரதமிருந்து தூய்மையுடனும், சுய கட்டுப்பாட்டுடனும் கடவுளை அணுகுவதை வலியுறுத்தி வந்திருக்கிறோம்.

கஷ்டப்பட்டு விரதமிருந்து, அனுஷ்டானங்கள் செய்து மெய் வருத்தத்துடன் தரையில் உறங்கி, தாடி வளர்த்து இறுதியில் மலையேறி கடவுளைக் காண்பதில் ஒரு விதமான சிலிர்ப்பும், ஏறக்குறைய தெய்வத்தைச் சந்திக்கும் சைக்கலாஜிக்கல் அனு பவமும் ஏற்படுவது இயற்கையே! எல்லாக் கோயில்களையும் கொஞ்சம் கஷ்டமான இடங்களில் வைத்திருப்பதும், அலகு குத்திக் கொள்வதும், பூமியில் புரள்வதும், இந்தக் காரணத்துக் காகத்தான். குன்றின் மேலும், குகைக்குள்ளும் நம் தெய்வங்கள் ஒளிந்திருப்பதும் இதே காரணத்துக்காகத்தான். தெய்வத்தைச் சந்திக்க, உணர கொஞ்சமாவது சிரமப்படு! இன்றைக்கு கோடிக்கணக்கான ஐயப்ப பக்தர்கள் இந்த விரதங்கள்

மேற்கொள்கிறார்கள். அவர்களில் ஒருவரை இந்த மாதம் மூன்றாம் தேதி சந்தித்தேன்.

'சாமி சரணம்!'

'சாமி சரணம், என்ன வேணும்?'

'நான் உங்க வீட்டுக்குப் பேப்பர் போடறங்க. எழுபத்தாறு ரூபாய் நாற்பது பைசா ஆச்சு பில்.'

எழுபத்தாறு ரூபாய் நாற்பது பைசாவைக் கண்ணில் ஒற்றி வாங்கிக்கொண்டு, 'அண்ணா ரசீது கொண்டுவருவார், சாமி சரணம்' என்று அடுத்த வாரம் மலைக்குப் போவதையும், தொடர்ந்து இது ஆறாவது வருஷம் என்பதையும் என் குடும்பத்தின் சுபிட்சத்துக்கும் வேண்டிக் கொள்வதாகச் சொல்லி விட்டுப் போனார்.

மறுதினம் பேப்பர் பில்லுக்கு நிஜ ஏஜண்டு வந்திருந்தார். 'கொடுத்தாச்சே உங்க தம்பி கிட்டே?'

'தம்பியா? எனக்கு தம்பியே கிடையாதுங்க.'

'ஐயப்பன் விரதம் எடுத்து மாலை போட்டுக்கிட்டு சந்தனப் பொட்டு வெச்சிக்கிட்டு...'

'பில்லு கொடுத்தானா?'

'பில்லு நீங்க கொண்டு வந்து கொடுக்கறதா...'

'ஐயோ, என்னங்க நீங்க ஏமாந்துட்டிங்க.'

என் சுண்டெலியைக் காணவில்லை! 22

சமாதானத்தின் ஆயுதங்கள் என்று ஒரு பட்டியல் இருக்கிறது. அவைதான் இந்தியா போன்ற முன்னேறும் நாடுகளின் தலைவிதியை மாற்றக்கூடியவை. அவை என்ன? எந்த விதத்தில் நமக்குப் பயன்படுகின்றன?

முதலில் ஆயுத லிஸ்ட்

1. டெலிபோன் 2. ரேடியோ 3. டெலிவிஷன் 4. டெலக்ஸ் 5. டேட்டா கம்ப்யூட்டர் நெட்வொர்க் இணைப்புகள் 6. எலெக்ட்ரானிக் கல்வி.

இந்தப் பட்டியல் என்னுடையதல்ல. சிறந்த எழுத்தாளரும், எதிர்கால இயலாளருமான ஆர்தர் கிளார்க் கொடுத்திருக்கும் பட்டியல்.

டெலிபோன்: நம்பகமான டெலிபோன் வசதிதான் ஒரு நாட்டுக்கு முதல் தேவை. அதி நவீன வாழ்வின் எல்லாக் கட்டங்களையும் பாதிக்கிறது. சொந்த வாழ்வு, பிசினஸ், அரசாங்கம், டெலிபோன் மூலம் எரிசக்தியும் மிச்சமாகிறது. எப்படி? டெலிபோனிலேயே பல அனாவசியப் பிரயாணங்களைத் தவிர்க்க முடிகிறது. டெலிபோனிலேயே பல தொழில் ஒப்பந்தங்கள், கல்யாணங்கள், ஏன் வேலைக்கு இண்டர்வியூகூட இப்போது டெலிபோனிலேயே செய்கிறார்கள்.

ஒவ்வொரு இந்தியனுக்கும் டெலிபோன் வர 2020 ஆகிவிடலாம். ஆனால் ஒவ்வொரு கிராமத்துக்கும் டெலிபோன் வந்தால் அதுவே பெரிசு. தந்தி சமாசாரங்களைச் செய்தியாய்ப் படித்துக் காட்டித் தக்க இடங்களுக்குச் சில மணி நேரங்களில் சேர்ப்பித்து விடலாம். இதனால் ஏற்படப் போகும் சமூக மாறுதல் மிக மிக முக்கியமானது.

ரேடியோ: இதன் பங்கும் கணிசமானது. நாடு தழுவிய தகவல் பரப்புக்கும், ஒருவிதமான தேசிய உணர்வு ஏற்படுவதற்கும் என்னதான் டெலிபோன் முக்கியம் எனினும். ரேடியோ அதைவிட முக்கியம். ரேடியோத் துறையில் தொழில் நுட்ப முன்னேற்றம் இன்னும் முடிவு பெறவில்லை. சின்ன டிரான்சிஸ்டர் ரேடியோக்கள் பட்டிதொட்டிகளில் பரவியுள்ளன. இன்னும் இந்தத் துறையில் இரண்டு முன்னேற்றங்களாவது மிச்சமுள்ளன. பாட்டரி சக்தி தேவையின்றி, சூரிய சக்தியைப் பயன்படுத்தும் சோலார் செல் வைத்த ரேடியோ, இரண்டாவது, ஸாட்டிலைட்டுகளிலிருந்து நேரடி ஒலிபரப்பாகி உலகின் எந்த மூலையிலும் தெளிவாக ரேடியோ கேட்கும் வாய்ப்பும் வரப்போகிறது. சிற்றலை வரிசையின் ஏற்ற இறக்கம் இல்லாத தெளிவான ரேடியோ.

டெலிவிஷன்: ரேடியோவைப் பற்றிச் சொன்னது டெலிவிஷனுக்கும் பொருந்தும் இரட்டிப்பாக!

டெலக்ஸ், ஃபாக்ஸ்: இந்தக் கருவிகள் இன்னும் விலை அதிகமாக உள்ளன. நகரங்களில் மட்டும்தான் கிடைக்கும். இந்த வசதி அண்மையில் கம்ப்யூட்டர் துறை முன்னேற்றங்களினால் விலை குறைந்து கொண்டிருக்கிறது. உடனடிச் செய்தி, கடித பரிமாற்றத்துக்கு - குறிப்பாக, ஃபாக்ஸ் வசதி, டெலிபோன் கம்பிகளிலேயே கடிதங்களை அனுப்பவும் வசதி பயங்கரமாகப் பரவிக் கொண்டிருக்கிறது.

டேட்டா கம்ப்யூட்டர் நெட்வொர்க் வசதி: இப்போது நம் நாட்டில் ஆரம்ப நிலையில் உள்ளது. சந்தேகமின்றி இது ஓர் எதிர்கால இயல். இந்தியாவின் பிரதான நகரங்களை இந்தத் தகவல் பின்னல் மூலம் இணைத்துவிடுவோம். இதன் முன்னேற்றச் சாத்தியங்கள் அளவிலாதவை.

எலெக்ட்ரானிக் கல்வி நம் நாட்டைக் கரை சேர்க்க முடியும். மேலே நாம் அனுப்பும் ஸாட்டிலைட்டுகளின் சக்தி அதிகரிக்க, கீழே அவைகளின் செய்திகளை வாங்கிப் பரிமாறக் கூடிய 'டிஷ்'

ஆன்டெனாக்கள் எண்ணிக்கை அதிகரித்துவிட்டன. விலையும் குறைந்துவருகின்றது.

இப்போது 'டி.பி.எஸ்' (Direct Broadcaste Satellite) என்னும் இயலின் விளிம்பில் இருக்கிறோம். விரைவிலேயே மேலே செல்லும் ஸாட்டிலைட்டுகள் டெலிபோன், டெலிவிஷன், டெலக்ஸ், கம்ப்யூட்டர் இணைப்பு எல்லாம் ஒன்றிணைந்து செய்யப் போகிறது. மேலும் இவைகளைப் பூமியில் வாங்கிப் பயன்படுத்தத் தேவைப்படும் சாதனங்கள் எளிதாகிக் கொண்டிருக் கின்றன. இதன் மூலம் உலகெங்கும் ஒருங்கிணைந்த பள்ளிப் பாடங்களும், அறிவுப் பரிமாற்றமும் சாத்தியம்.

இந்தியா போன்ற நாடுகளுக்கு இது ஒரு வரப்பிரசாதம். டாக்டர் விக்ரம் சாராபாய் 1968'ல் ஐ.நா. மகாநாட்டில் சொன்னது இன்று பலிக்கிறது.

'இந்தியா போன்ற முன்னேறும் நாடுகள் ஸாட்டிலைட் செய்தித் தொடர்பைப் பயன்படுத்தும் சாத்தியக் கூறுகள் அதிகம். முன் னேறிய நாடுகளுடன் ஒப்பிடுகையில் ஒரு சலுகை இந்தியாவுக்குக் கிடைத்திருக்கிறது. பழைய டெக்னாலஜிகளில் பணவிரயம் செய்ய வேண்டியதில்லை. நேரடியாகத் தாவிவிடலாம்!'

எல்லாப் புதிய டெக்னாலஜியிலும் நன்மையும் இருக்கிறது. தீமை யும் இருக்கிறது. ஸாட்டிலைட் டி.வி. இந்தியாவுக்கு வந்ததில் தீமைதான் அதிகமாக இருப்பதாக நம் அறிவுஜீவிகள் புகார் செய்து கொண்டே, வீட்டில் ஸ்டார் டி.வி. பார்த்துக் கொண்டிருக் கிறார்கள்.

டாக்டர் யஷ்பால் அப்போதே எச்சரித்திருக்கிறார்.

பெரிய நகரங்களில் வரவேற்பு அறைகளில் பலரைச் சந்திக் கையில் நம் இந்திய கிராமங்களை வெளியுலகின் வினோதங் களுக்கு அறிமுகப்படுத்துவதில் உள்ள அபாயங்களைப் பற்றிப் பேசுகிறார்கள்.

இது ரொம்ப மோசம் என்று சொல்லிவிட்டு உடனே இந்த நகர நாகரிகர்கள் எப்போது அமெரிக்க டி.வி. ப்ரோக்ராம்களை எங்களுக்குக் காட்டப் போகிறீர்கள் என்றும் கேட்கிறார்கள். இவர்களுக்கு மட்டும் அந்தக் கலாச்சாரத் தாக்குதல் கிடையா தாம்!

சுஜாதா | 109

- ஸாட்டிலைட் டி.வி.யினால் நமக்கு அதன் கெடுதல் விஷயங்கள் முதலில் அறிமுகமாகிவிட்டது துரதிர்ஷ்டமே. அதில் இருக்கும் நல்லது இது: நாட்டின் தலைசிறந்த பள்ளிப் பாடங்கள், மிகச் சிறந்த ஆசிரியர்கள், மிகச் சிறந்த சாதனங்கள் மூலம் இந்தியாவின் கடை நிலையிலும் கடை நிலையான கிராமத்திலும் இருக்கும் குழந்தையை அடைந்து கல்வி கற்றுத் தர முடியும். ஏன், அந்தச் சிறுவனோ, சிறுமியோ 'புரியவில்லை' திருப்பிச் சொல்லிக் கொடுங்க' என்று கேட்கவும் முடியும்.

அதற்கான டெக்னாலஜி நம்மிடம் இன்று இருக்கிறது. மனம் தான் இல்லை.

ரொம்ப சீரியஸாகப் பேசி விட்டோம் அல்லவா? அதற்குப் பதிலாக ஜூன் 1924'ல் பஞ்ச் பத்திரிகையில் வெளிவந்த ஏ.ஏ. மில்ன் (A.A. Milne) எழுதிய When we were young என்னும் தொகுப்பில் ஒரு பாட்டைத் தருகிறேன்.

காணவில்லை

என் சுண்டெலியை யாரும் பார்த்தீங்களா?
அரைநிமிஷம்தான் அதன் டப்பாவைத் திறந்தேன்.
நிசமாவே உள்ள இருக்கா என்று பார்க்க.
பார்த்துக்கிட்டே இருக்கேன். குதிச்சிருச்சு.
புடிக்கப் பாத்தேன், முடியலை.
வீட்ல எங்கயோ இருக்கு.
என் சுண்டெலியை யாரும் பார்த்தீங்களா?
ஜான் அங்கிள்! என் எலியைப் பார்த்தீங்களா?
குட்டி எலி, லேசா பழுப்பு கலர்
கிராமத்திலிருந்து வந்த எலி, நகர எலி இல்லை.
நகரத் தெருக்கள் அதுக்குத் தெரியாது.
அது சாப்பிடவும் ஏதும் இங்க கிடைக்காது.
எங்கயாவது இருந்தாகணும், போயி அத்தையைக் கேட்டுர்றேன்.
புருபுருன்னு மூக்கை வெச்சுக்கிட்டு ஒரு எலியை பார்த்தீங்களா?
இங்கதான் எங்கயாவது
இப்பதான் தப்பிச்சுது.
யாருமே என் எலியை பார்க்கலையா?

சில அத்தியாயங்களுக்கு முன் லிமிரிக்குகள் பற்றி எழுதியிருந்தது ஞாபகம் இருக்கலாம். மயிலாப்பூர் இந்திரா மோகன் அதன்பின் சுமார் ஐம்பது ஐந்தடியார்கள் அனுப்பிவிட்டார். அவைகளில் எனக்குப் பிடித்தவை இவை:

தில்லி டிஃபென்ஸ் காலனி தீபா
ஸ்பீல்பெர்க் படம் என்றால் பா(ர்)ப்பா...
    சிகரெட் பிடிப்பா,
    சில புக்ஸ் படிப்பா;
ஸிட்னி ஷெல்டன், லக்ஷ்மி, நா.பா.

முதலிர விலே, முத்துப் பேச்சி
முனியன் மார்பில் தலையைச் சா(ய்)ச்சி,
    கேட்டா ளாம்; 'மாமா,
    இப்பவே போ லாமா?
'சென்டில்மேன்' டெண்ட்டில் வந் தாச்சி!'

காந்தனது காதலி யாம் சாந்தி
காலையி லெடுத் தாளாம் வாந்தி...
    'அத னாலே' இல்லே
    இது வேறே தொல்லே;
ஒத்துக் கலே, காரா பூந்தி.

குழலூதும் கண்ணா நீ யோசி;
அழகியரை ஈர்ப்பதினி ஈஸி...
    'காஸியோ' ஸிந்த
    ஸைஸரிலே எந்த(ப்)
பழைய ட்யூன் வேணாலும் வாசி!

இந்திய கோர்ட்டுகளில் கேஸ் போட்டால் வக்கீல்களைத் தவிர யாரும் ஜெயிப்பதில்லை 23

எனது நண்பரும் நேபரும் (Neighbour) ஆன ஆதிசங்கர நாராயணன் 'நீங்க 'ஏர்போர்ட்' சினிமா பார்த்தீங்களா? உங்க 'ஜே.கே.' கதையிலிருந்து ஐடியாவை அப்படியே தட்டிட்டாங்களே. என்ன சார் இது அநியாயம்?' என்று கேட்டார்.

தமிழ் சினிமாவுக்கு அவ்வப்போது என் நாவல்களில் மோகம் வந்து இங்கே கொஞ்சம் அங்கே கொஞ்சம் பீராய்வார்கள். நானும் பேக்கு மாதிரி காட்டிக்கொண்டு புண்பட்ட இடங்களில் பர்னால் தடவிக் கொள்வேன். அடிக்கடி அன்பர்கள் வந்து 'அப்ஸரா' 'தேடாதே' போன்ற கதைகளிலிருந்து சொல்லாமல் கடத்தப்பட்டு, பயன்படுத்தப்பட்ட சினிமாக்களின் பெயர்களை எல்லாம் சொல்லி அங்கலாய்ப்பார்கள். நீங்க ஏன் ஸார் இவங்க மேலே கேஸ் போடக் கூடாது என்பார்கள்.

என் போன்ற ஏமாளிகள் கேஸ் போடமாட்டார்கள் என்கிற தைரியத்தில்தான் அவர்கள் திருடுகிறார்கள். மேலும் இந்தியக் கோர்ட்டுகளில் கேஸ் போட்டால் வக்கீல்களைத் தவிர யாரும் ஜெயிப்பதில்லை. எனவே என் கதைகளிலிருந்து சுரண்டும் சினிமா டைரக்டர்களுக்கு ஒரு விண்ணப்பம். டைட்டில் காட்டும்போது எங்கேயாவது ஓர் ஓரத்தில் 'தாங்க்ஸ்' என்று சொல்லிவிட்டு குறைந்தபட்சம்

ரூ.101 அல்லது ஒரு டிரைவர் பேட்டா தமிழ் எழுத்தாளர் சங்கத் துக்காவது, வண்டலூர் அனாதைப் பிள்ளைகளின் ஆசிரமத்துக் காவது அனுப்ப வேண்டுகிறேன்.

Intellectual Property என்பதற்கு இந்தத் தேசத்தில் மதிப்பில்லை அமெரிக்காவில் சில பெயர்கள், வார்த்தைகள்கூடக் காப்பிரைட் சட்டத்துக்கு உட்பட்டவை. அதேபோல் மெட்டுக்கள், பாடல் வரிகள்... ஏன் அச்சாபீஸ், 'டைப்' எழுத்துக்கள்கூட உரிமைப் பதிவு செய்யலாம்.

மெல்வின் பெல்லை (Melvin Belli) என்கிற வக்கீல் இம்மாதிரி உரிமை வழக்குகளில் (Torts) பெயர் போனவர். அண்மையில் இந்தியாவிலும் இந்த உரிமை மீறல்களை அமெரிக்கர்கள் கவனித்து வழக்குப் போடுகிறார்கள். பிரபல கணிப்பொறி நிறு வனமான Apple அவர்கள் பெயரைப் பயன்படுத்தி கம்ப்யூட்டர் பள்ளி ஆரம்பித்த ஓர் இந்திய நிறுவனத்தின் மேல் கேஸ் போட்டது.

'ஸாஃப்ட்வேர்' என்னும் கணிப்பொறியில் மெல்லினம், மென் பொருள் அதன் ஆணைத் தொடர்களை உரிமைப் பதிவு செய் வதில்தான் திணறுகிறார்கள். என்னதான் காப்பிரைட் பயமுறுத்தி னாலும் 'டிஸ்க்'கில் வருவதைக் காப்பி அடிப்பதைத் தடுக்க முடியவில்லை.

Hardware lock என்று பூட்டுப் போட்டாலும் அந்த பூட்டைத் திறக்க ஒரு கோஷ்டி இருக்கிறது. காசு கொடுக்காமல் ப்ரோக்ராம்களைக் காப்பி அடிப்பதும், எஸ்.டி.டி. போட்டுப் பேசுவதும் அமெரிக்க இளைஞர்களின் பொழுதுபோக்கு. ஆப்பிள் கம்பெனியை நிறுவிய வாஸ்னியாக்கும் (Wazniak) ஸ்டீவ் ஜாப்ஸும் (Steve Jobs) இளமையில் திருட்டு டெலிபோனில் மற்ற நாடுகளுக்கு கால் போடுவதில் விற்பன்னர்கள்.

காப்பி அடிப்பதைத் தடுக்க இயலாமல்தான் 'வைரஸ்' கொண்டு வந்துவிட்டார்கள்.

இப்படி ஜனங்கள் சகட்டு மேனிக்குப் பிரதி எடுத்துக் கொள் வதைக் கவனித்து ஒரு புத்திசாலி எஞ்சினியர் காப்பி அடிக்கும் போது அறியாமல் ஒரு சிறிய ப்ரொக்ராமையும் சேர்த்துக் காப்பி அடிக்கும்படிச் செய்தார். அந்த ஆணைத் தொடர் காப்பி அடித்தவர் கம்ப்யூட்டரில் உள்ள அத்தனை செய்திகளையும் கொஞ்சம் கொஞ்சமாக நக்கி அழித்துவிடும். சில நாட்களில்

தகவல் அனைத்தும் கெட்டுப்போய் வருஷக்கணக்கில் உள்ளே செலுத்திய எல்லாம் கெட்டுப் போகும்.

வைரஸுக்குப் பயந்து அமெரிக்காவில் இப்போது காப்பி பண்ணுவது குறைந்துள்ளது. இந்தியாவில் அப்படி இல்லை. சட்டப்படி வாங்கினால் 50,000க்கு மேல் விலை உள்ள 3 D Studio போன்ற ஸாஃப்ட்வேர்களைப் பலர் ரூ.500க்குத் திருட்டுப் பிரதி வாங்கி வைரஸ் கவலையில்லாமல் ஓட்டிக் கொண்டிருப்பதைக் கண் கூடாகப் பார்த்துக் கொண்டிருக்கிறேன்.

'Anthology of Magazine verse' என்று அமெரிக்காவில் வருஷா வருஷம் 80 வருஷங்களாக வெளிவருகிறது. 1913- ல் ஏழு பத்திரிகை களிலிருந்து தெரிந்தெடுத்த கவிதைகள் எழுபது பக்கங்கள் வந்து, இப்போது ஐந்நூறு பக்கம் ஏறக்குறையத் தொள்ளாயிரம் கவிதைப் பத்திரிகைகளிலிருந்து இரண்டாயிரத்துக்கும் மேற்பட்ட கவிதை களாக வருஷா வருஷம் வருகிறது.

தமிழிலும் இப்படி யாராவது செய்தால் வருஷா வருஷம் 500 கவிதையாவது தேறும்.

அமெரிக்கத் தொகுப்பில் 1980 - ம் வருஷம் எழுதிய கவிதைகளில் இரண்டை மொழி பெயர்த்துள்ளேன். அமெரிக்கர்களின் கவலை கள் எந்தத் திசையில் உள்ளன என்று பார்த்தால், மற்ற தேசத்துக் கவிதைகள் போலத்தான் அன்பு, பாசம், யுத்தம், மரணம் இவை பற்றி கவிஞர்கள் எந்தத் தேசத்திலும் ஒரே மொழிதான் பேசு கிறார்கள்.

இனி உதாரணங்கள்:

மறுபடி கடவுள் வருகிறார்
தினங்கள் சுருங்கி நீள்கின்றன
இரவுகள் எப்போதும் நீள்கின்றன
குழப்ப இதயங்களுக்குப்
பகுத்தறிவு மெல்லமெல்லத் தேவையற்றதாகிறது.
கடவுளைக் காணோம்,
இரவு பகல் எப்போதும்
இத்தனை அவலங்கள் இருந்தும்...
இல்லை அவர்,

அதன்பின், ஒரு முத்தத்தின் ஞாபகம் வர
ஒரு களைப்பின் வாசனை வர
ஒரு குழந்தையின் மென்மையான பார்வை பெற
வசந்தத்தின் மென்தொடுகை மாலைநேரத்தில்
கடவுள் மறுபடி வருகிறார்
தன் எல்லாத் தேவதைகளுடன்!

- சார்லஸ் அன்காஃப் லிடாரி ரெவ்யூ

டூரிஸ்டுகளை மெஷின் கன்னால் சுட்டேன்
பாலஸ்தீன விடுதலைக்கு
கத்தோலிக்கர்களை வதைத்தேன்
அயர்லாந்தின் சுதந்திரத்துக்கு...
அமேஜான் பழங்குடியினரை
விஷம் வைத்துக் கொன்று
புதிய குடியிருப்புக்களுக்கும் முன்னேற்றத்துக்கும்
வழிவகுத்தேன்.
ஏசுவைக் கொன்றேன்
காந்தியைக் கொன்றேன்.
கென்னடியை, லூதர் கிங்கை,
ஜனநாயகத்தைப் பாதுகாக்க
மைலாயில் கொன்றொழித்தேன்
எத்தனையோ நாள் முயற்சிகள் செய்தும்
உலகம் தொடர்ந்து
அப்படியேதான் இருக்கிறது.

- க்ளாரிபெல் அலெக்ஷியா
வர்ஜினியா க்வார்ட்டர்லி ரெவ்யூ

விஷம் 24

நீங்கள் யாரையும் விஷம் வைத்துக் கொல்ல விரும்ப மாட்டீர்கள். இருந்தாலும் ஒரு மாறுதலுக்கு விஷங்களைப் பற்றிச் சொல்லலாம் - ஒரு விஷத்தைப் பற்றிக் குறிப்பாக.

மனிதன் சில சங்கதிகள் தனக்குச் சரிபட்டு வருவ தில்லை. சிலதைச் சாப்பிட்டதும் பிராணனை விட்டு விடுகிறோம் என்று சரித்திர காலத்துக்கு முன்ன மேயே தெரிந்து வைத்திருந்தான். மக்கியவல்லி விஷம் கொடுத்துக் கொல்வதை ஒரு தண்டனை யாகக் குறிப்பிட்டுள்ளார். சாக்ரடீஸ் 399 கி.மு.வில் விஷம் குடித்து யாருக்கோ கோழி திருப்பிக் கொடுக்க வேண்டும் என்று சொல்லிவிட்டுச் செத்தது பலருக்குத் தெரியும். 16-ம் நூற்றாண்டில் ஸ்பானிஷ் இத்தாலியக் கொடுங்கோலன் போர்ஜியா விஷம் கொடுத்து, சுமார் 100 பேரை அனுப்பியுள்ளான். முகலாய மன்னர்கள் ஒரு விஷ டிப்பார்ட்மெண்டே வைத்திருந்தார்கள்.

17'ம் நூற்றாண்டில் ஆங்கில நாவலாசிரியர் ஹென்றி ஃபீல்டிங் விஷம் கொடுத்துக் கொல்லும் முறை களை பகிரங்கப்படுத்தி அவர்களுக்குத் தண்டனை கொடுக்க வேண்டும் என்று எழுதினார். அப்போ தெல்லாம் இறந்தவரின் உடலின் அடையாளங்

களைப் பார்த்து விஷம் உண்டு செத்திருந்தானா என்பதைச் சொல்ல முடியவில்லை.

சாக்ரடீஸ் தினங்களில் விஷங்கள் எல்லாம் தாவர ஆதாரம் கொண்டவை. ஹெம்லாக், ஹென்பேன் என்று பெயர். அப்போதே ஆர்ஸனிக் கூடப் பிரபலமாயிற்று. அடுத்த நூற்றாண்டுகளில் பரவியது. எட்டாம் நூற்றாண்டில் கெபர் (Gber) என்னும் அராபியர் ஆர்ஸனிக் ஆக்ஸைடை ஒரு வாசனை, சுவை இல்லாத வெள்ளைப் பவுடராக மாற்றும் வித்தையைக் கண்டறிந்தார். அதிலிருந்து ஆர்ஸனிக் விஷம் மிகப் பிரபலமாகி ஓசைப்படாமல் அதனால் கொல்லப் பட்டவர்களின் எண்ணிக்கை கணக்கிலடங்காது. நூற்றுக்கணக் கான ஐரோப்பியர்கள் எதனால் இறந்து போகிறோம் என்று அறியாமலேயே செத்துப் போனார்கள். குறிப்பாக, அழகிய பெண்களின் முக்கிய ஆயுதமாயிற்று ஆர்ஸனிக். 10 - ம் நூற்றாண்டைச் சேர்ந்த மேரி மேடலின் போன்றவர்கள் உண விலும் பானங்களிலும் அவ்வப்போது ஆர்ஸனிக் பவுடர் தெளித்து வம்பு செய்தவர்களையெல்லாம் வழியனுப்பிக் கொண்டிருந்தனர். ஆர்ஸனிக்குக்கு அப்போது மறுபெயர். 'வாரிசு பவுடர்!'

1787-ல் கோனிக்ஸ்பர்க்கைச் சேர்ந்த ஜான் மெர்ஸ்கர் ஆர்ஸனிக் கலந்த வஸ்துவைச் சூடு பண்ணிக் குளிர வைத்தால் பளபளவென்று மேல் பாகங்களில் அது படியும் என்று கண்டுபிடித்தார். 20 வருஷம் கழித்து இந்த முறையைப் பயன் படுத்தி ரோஸ் என்பவர் இறந்து போனவரின் வயிற்றில் உள்ள சமாச்சாரங்களிலிருந்து ஆர்ஸனிக் இருக்கிறதா என்று முதன் முறை சோதித்தார்.

மாத்யு ஆர்ஃபிலா என்னும் ஸ்பானிஷ்காரர்தான் முதன் முதலில் விஷங்களைப் பற்றி ஆராய்ச்சி செய்து புத்தகமாக எழுதினார்.

ஆங்கிலேய மெகிஸ்ட் ஜேம்ஸ் மார்ஷ் என்பவர் 1832- ல் ஓர் ஆர்ஸனிக் விஷம் கொடுத்த கேஸில் சாட்சியம் சொன்னார். 80 வயசு தாத்தாவை ஓர் ஆசாமி சொத்துக்காக ஆர்ஸனிக் கொடுத்துக் கொன்ற கேஸ் அது. மார்ஷ் இறந்து போனவர் வயிற்றில் உள்ள வஸ்துக்களைப் பரிசோதித்துப் பார்த்ததில் ஆர்ஸனிக் நிச்சயம்

இருக்கிறது என்று சாட்சி சொன்னார். ஜட்ஜ் அதை ரொம்ப டெக்னிக்கல் என்று ஏற்கவில்லை. கேஸ் தோற்றுவிட்டது.

மார்ஷ் இதை ஒரு சவாலாகக் கொண்டு எளிமையாக எல்லாருக்கும் புரியும்படி ஆர்ஸனிக் கண்டுபிடிக்கும் முறையைக் கண்டுபிடித்துச் சரித்திரத்தில் இடம் பெற்றார். இன்றைய தேதிக்கு ஆர்ஸனிக் விஷம் வைத்து கடி ஜோக்காளர்களையோ, டி.வி. நாடகம் போடுபவர்களையோ, சாலையில் மழைத் தண்ணீரை மேலே இறைப்பவர்களையோ கொல்லும் நோக்கம் யாருக்கேனும் இருந்தால், எச்சரிக்கை: நவீன டாக்ஸிக்காலஜி முறைப்படி ஒரு மில்லிகிராமில் ஆயிரத்தில் ஒரு பாகம்கூட உடலில் இருந்தால் கண்டுபிடித்து விடுவார்கள். எனவே யோசனையை ரத்து செய்துவிடுங்கள்.

விஷம் வேண்டாம் விஷமில்லாமலேயே விபரீத விளைவுகளை ஏற்படுத்தக்கூடிய Sick Jokes பற்றிச் சொல்லலாம். நம் தமிழ்ப் பத்திரிகைகளில் வரும் ஜோக்குகளைச் சுலபத்தில் வகைப்படுத்த லாம்.

1. பிச்சைக்காரன் செல்வச் சிறப்புடன் இருப்பது, டி.வி. பார்ப்பது.

2. மாமனார், மாமியார், விருந்தாளிகள், தீபாவளிக்கு வந்து திரும்பச் செல்லாதிருப்பது.

3. டாக்டர் ஆபரேஷன் செய்யும்போது நோயாளி பயப்படு வது.

4. வேலைக்காரி வீட்டுக்காரியைவிட அழகாக இருப்பது.

5. நடிகைகள் அடிக்கடி டைவோர்ஸ் பண்ணிக் கொள்வது.

6. ஆபீஸில் தூங்குவது (இது ஒரு Perennial)

இவ்வாறான சம்பிரதாய விஷயங்களிலிருந்து முற்றிலும் வேறு பட்ட ஜோக்குகள், சில தர விரும்புகிறேன். இதன் ஆதார திருப்தி வாழைப்பழத்தில் வழுக்கிவிழும்போது சிரிப்பதுதான். ஓர் ஆசாமியின் தர்மசங்கடம் அல்லது துன்பம் ஏனோ பிறருக்கு இன்பம் தருகிறது. இதற்கு சைக்காலஜி காரணம் சொல்வதை விட, சில ஜோக்குகள் தருகிறேன் சிரிப்பு வருகிறதா பாருங்கள்.

ஹோமரின் இலியாட் காவியத்தில் இது உள்ளது. நம் எமலோகத்தின் எண்ணெய்க் கொப்பரைகளின் ஆதாரமும் இதுதான்.

'எடிஸன் கூனனை முதுகில் தடியால் அடித்தான். தடியின் முட்களால் ஒரு ரத்தத் தடிப்பு ஏற்பட்டு கூனன் சுற்றிலும் பார்த்துக் கண்ணீர் விட்டான். பார்த்துக் கொண்டிருந்த மற்ற கிரேக்கர்கள் வாய்விட்டுச் சிரித்தார்கள்.'

இது 'இலியாட் இரண்டாம் புத்தகத்தில் வருகிறது.'

இனி Sick jokes.

'ஏம்பா நீ தானே என் சின்னப் பெண்ணை வெள்ளத்தில் மூழ்கறதில் இருந்து காப்பாத்தினே?'

'ஆமாங்க. அதனால என்னங்க. என் கடமையைத்தானே செய்தேன்.'

'அவளுக்கு ஒரு கொலுசு போட்டிருந்ததே, அதை என்ன செய்தே?'

★★★

பையன்: ஏம்மா நாம மட்டும் ஜனவரியிலேயே தீபாவளி கொண்டாடறோம்?

அம்மா: எத்தனை தடவை சொல்றது. உங்கப்பாவுக்கு எய்ட்ஸ்ன்னு.

★★★

'குழந்தைகளா, மாடில என்ன பண்றீங்க?'

'அப்பா அம்மா விளையாட்டும்மா!'

'நல்லது. ஆனா சண்டை போட்டுக்காதீங்க.'

★★★

சர்வர் (எக்ஸிமா தேமல் உள்ள மூக்கைச் சொறிந்துகொண்டே): என்ன சார் வேணும்?

டாக்டர்: ஏம்பா எக்ஸிமா இருக்கா?

சர்வர்: இல்லைங்க. உப்புமாதான் இருக்கு.

★ ★ ★

'டாக்டர் சீக்கிரம் வாங்க. என் புருஷன் ஃபவுண்டன் பேனாவை விழுங்கிட்டார்.'

'உடனே வரேன். அதுவரைக்கும் என்ன செய்றீங்க?'

'பென்சிலை வச்சுக்கிட்டு எழுதறேன்.'

★ ★ ★

புதிதாகச் சேர்ந்த நிருபரை ஆசிரியர் செய்திகளைச் சுருக்கமாக எழுதச் சொன்னார். அடுத்த செய்தியை இப்படி எழுதினான்:

ராமன் நாயர் அசோகா ஓட்டலில் லிப்ட் கதவை பலவந்தமாகத் திறந்து மேலேயிருந்து லிப்ட் வருகிறதா என்று பார்த்தார். வேகமாக வந்தது ! வயது 25!

★ ★ ★

'பாட்டி எதுக்கு பகவத்கீதையை அப்படி நெட்டுருப் போடறா?'

'இறுதிப் பரீட்சைக்குத் தயாராகிறார்.'

★ ★ ★

'நான் சின்னப் பொண்ணு!'

'நான் சின்னப் பையன்.'

'எப்படித் தெரியும் நீ சின்னப் பையன்னு?'

'அவங்கள்ளாம் போகட்டும் காட்டறேன்டி!'

அவர்கள் சென்றதும் தன் சட்டையை உயர்த்தி 'பார்த்தியா, தொப்புள் எவ்வளவு சின்னதா இருக்கு' என்றான்.

★ ★ ★

குடிகாரன்: என்னை விட்டுருப்பா. நான் குடிக்கிறதைப் பத்தி யாருமே கவலைப்படறதில்லை.

நண்பர்: நான் கவலைப்படறேம்பா! என் விஸ்கியைன்னா நீ குடிச்சிக்கிட்டிருக்கே!

★ ★ ★

டைரக்டர்: உன்னை அப்படியே கடிச்சுச் சாப்பிடலாம்போல இருக்கு!

நடிகை: உங்களுக்குத்தான் பல்லே இல்லையே சார்!

★ ★ ★

சிங்கப்பூர் டைரி
25

சிங்கப்பூருக்கு இது என் நான்காவது விஜயம். மாதம் மும்மாரி நிஜமாகவே பொழியும் இந்த நகரத்தின் ஆச்சரியங்கள் ஒவ்வொரு முறையும் அதிகமாகி வருகின்றன.

இந்தமுறை முதல் ஆச்சரியம் சிங்கப்பூரின் அன்னியச் செலவாணி சேமிப்பு இந்தியாவைப் போல ஐந்து மடங்கு! (சிங்கப்பூர் பெங்களூரை விடச் சின்னது என்று உணரும்போது இந்த ஆச்சரியம் அதிகமாகிறது.) நவீன டெக்னாலஜி யின் அத்தனை முன்னேற்றங்களும் வந்து விட்டன. முழுவதும் பயன்படுத்தவும் படுகின் றன. கணிப்பொறி இல்லையேல் இந்தத் தமிழ் முரசு இல்லை. இந்த அலுவலகத்திலே கணிப் பொறியின் அத்தனை பிரயோகங்களையும் காண் கிறேன்.

தமிழ்நாட்டில் இந்தவகையில் கணிப்பொறி உப யோகம் ஒரு சில பத்திரிகை ஆபீசில்தான் உண்டு. சிங்கப்பூரில் சில ஏன்களுக்கும் எனக்கு இன்னும் பதில் கிடைக்கவில்லை.

1. ஏன் சிரங்கூன் ரோட்டில் முஸ்தபா, கல்யாண சுந்தரம் வாசல்களில் டாக்ஸிக்காரர்கள் நிறுத்தா மல் விர்ரென்று போகிறார்கள்?

2. ஏன் ஐம்பது செண்ட் நாணயம் ஒரு டாலர் நாணயத்தைவிட பெரிசாகவும் அம்சமாகவும் இருக்கிறது?

இதனால் எங்களைப் போன்றோருக்கு எத்தனை குழப்பம் தெரியுமா? ஐம்பது பைசாவைக் கொடுத்துவிட்டுச் சில்லறை எதிர்பார்ப்பதும் ஒரு டாலரைக் கொடுத்துவிட்டு, சில்லறை இன்னும் வேண்டுமா என்று கேட்பதும்.

3. ஏன் சிறுபான்மையினரின் மொழியான மலாய் மொழி தேசிய மொழியாக இருக்கிறது?

மலாய் மொழியில் நாம் பாராட்ட வேண்டிய ஒன்று. அதற்கு ரோமன் (ஆங்கில) எழுத்துக்களைப் பயன்படுத்துவது. இதனால் கிடைக்கக்கூடிய நன்மைகள் ஏராளம். மலேசியா நிச்சயம் நூற்றாண்டு இறுதிக்குள் முன்னேற்ற நாடுகளின் பட்டியலில் சேர்ந்துவிடும். மொழியை ஒரு செய்தித் தொடர்புச் சாதனமாகக் கொண்டு அதைப்பற்றி உணர்ச்சி வசப்படாத நாடுகள் அனைத்துமே முன்னேறிய லிஸ்ட்டில் இருப்பதை நீங்கள் காணலாம்.

சிங்கப்பூர், மலேசிய ரேடியோக்களில் நான் சென்ற பதினைந்து ஆண்டுகளாகக் கேட்டிராத டி.எம்.எஸ்., சீர்காழி பாடல்களும் தமிழன்னையின் பெருமை, தமிழின் பெருமை போன்ற விஷயங்களைப் பற்றிய பேச்சுகளும் வித்தியாசமாக இருக்கின்றன. இப்போது எல்லாம் தமிழ் நாட்டின் தேசியகீதம் ‘சிக்கு புக்கு சிக்கு புக்கு ரெயிலே...இவ ஒக்கேன்னா அடி தூளு’ போன்ற தூய தமிழ் வார்த்தைகள் பெய்த கருத்துவளப்பமான தொரு பாடல். இந்திய தேசத்தின் தேசிய கானம் ‘சோளி கே பீச்சே க்யா ஹை?’ அதாவது ரவிக்கைக்கு பின்னால் என்ன என்று வினவும் இந்திப் பாட்டு.

4. ஏன் நம் தமிழர்கள் பெரும்பாலும் மத்தியதர நிலையிலேயே இருக்கிறார்கள்? சில விதிவிலக்குகளை விட்டுவிட்டால் பெரும் பாலானோர் ரோடு போடுவது, ஓட்டல்களில் கழுவுவது, மிருகக் காட்சி சாலையில் குரங்குகளைப் பழக்குவது, ஜுராங் பேர்ட் பார்க்கில் பஞ்சவர்ணக் கிளியைப் பார்வையாளர் கையில் உட்கார வைத்து ஃபோட்டோ எடுப்பது போன்ற வேலைகளில் தான் தமிழ் முகங்களைப் பார்க்கிறேன். இதனால் இந்தத் தொழில்கள் எல்லாம் கவுரவக் குறைவு என்று சொல்லவில்லை. அடிப்படையாக, சம்பாதிக்கும் திறமை எதில் இருந்தாலும் பயன்படுத்துவது நல்லதே. போதும் என்ற மனமே பொன்

செய்யும் மருந்து போன்ற நம் பழமொழிகள் சிங்கப்பூருக்குத் தோதுபடாது. இது சந்தர்ப்பங்களின் சொர்க்கம். அதனால் இன்னும் பல தமிழ் எஞ்சினியர்களையும் டாக்டர்களையும் பார்க்க விரும்புகிறேன். லாயர்கள் நிறைய இருக்கிறார்கள் என்று கேள்விப்படுகிறேன். மலேசிய டெலிவிஷனில் தமிழ் இளைஞர் ஒருவர் மலாய் மொழியில் செய்தி வாசிப்பதைக்கண்டு சந்தோஷமாக இருந்தது.

சிங்கப்பூரில் உள்ள கம்ப்யூட்டர்கள் அனைத்தும் உலகில் உள்ள மற்றக் கணினிகளுடன் இணைக்கப்பட்டு அதன்மூலம் கிடைக்கக்கூடிய தகவல் வெள்ளம் மூச்சுத் திணறுகிறது. இங்கே என் மகன் கணிப்பொறி இயலில் பணி புரிகிறான். அவன் இன்ட்டர்நெட் பற்றிச் சொன்னான். நாம் எல்லாம் இருப்பது தகவல் சமூகத்தில். ஒற்றை ஆசாமியோ, ஒரு கார்ப்பரேஷனோ - ஒரு கணிப்பொறி இருந்தால் போதும் - உலக அறிவின் கோடிக் கணக்கான பக்கங்களை அணுக முடிகிறது. பல்வேறு துறைகளில் இருப்பவர்கள் தத்தம் துறைகளில் சேர்ந்து போய் விட்ட அறிவுக் களஞ்சியங்களை அணுக இந்த இன்டர்நெட் போன்ற இணைப்புக்களைப் பயன்படுத்துகிறார்கள்.

இன்டர்நெட் மூலம் ஜப்பானிய கணிப்பொறிகளுடன் உரையாடலாம் அல்லது ஒரு சிறுகதை எழுதி அதை உலகுக்கு அனுப்பி அதைப்பற்றி அபிப்பிராயம் கேட்கலாம்.

கனடாவில் உள்ள ஒரு கணினியை சிங்கப்பூரில் இருந்து 'ஆன்' செய்யலாம். அல்லது ஆஸ்திரேலியாவில் யாராவது தம் கணினியின் முன் உட்கார்ந்திருப்பவரை வம்புக்கு இழுக்கலாம்.

இந்த மாதிரி நெட்வொர்க் இணைப்புக்கள் யுயுஸிபி, பிட்நெட் என்று பலதும் இருக்கின்றன.

அவற்றில் வேடிக்கைக் கணக்குகள், விடுகதைகள் இருக்கிறதா என்று என் மகனிடம் கேட்க, சுமார் 120 பக்கம் கேள்விகளும் கணக்குகளும் விடுகதைகளும் கொண்ட 'பிரிண்ட்அவுட்' கொண்டுவந்தான்.

உலகில் உள்ள அத்தனை திறமைசாலிகளும் ஒருமித்துச் சேகரித்த இவற்றில் சுவாரஸ்யமானவை சில கொடுத்திருக்கிறேன்.

கீழே இரண்டு பட்டியல்கள் உள்ளன. முதல் பட்டியலில் உள்ள பொருள்கள் எல்லாவற்றிற்கும் ஒரு பொதுவான குணாம்சம்

உண்டு. இரண்டாவது பட்டியலில் உள்ள பொருள்களுக்கு அந்த அம்சம் இல்லை.

1. பாட்டரி செல், சாவி, தயிர் தோய்க்கப் பயன்படும் யீஸ்ட், புக் மார்க் (புத்தக அடையாளச் சீட்டு).

2. ஸ்டேப்ளர், நெருப்புப் பெட்டி, ரூபிக் க்யூப், மாத்திரை பாட்டில்.

ஒரு தர்க்கப் பேராசிரியர் கடைக்குள் நுழைந்தார்.

கடைக்காரர் இடக்காகப் பேசுபவர். பேராசிரியரை மடக்க எண்ணினார்.

ப்ரொபசர் கேட்டார்: 'அய்யா, உங்களுக்கு எத்தனை குழந்தைங்க?'

'மூணுங்க.'

'வயசு என்ன?'

கடைக்காரர் அவரை மடக்க எண்ணி, 'மூணு பேர் வயசையும் பெருக்கினா 72 வருங்க' என்றார்.

ப்ரொபசர் யோசித்து, 'தகவல் பத்தாதுங்களே?' என்றார்.

கடைக்காரர், 'வெளியே போய் பாத்திங்கன்னா எதிர்க்கடை நம்பர் இருக்கு பாருங்க, அதான் என் பிள்ளைங்க வயசைக் கூட்டினா வர்ற தொகைங்க.'

ப்ரொபசர் வெளியே போய்ப் பார்த்துவிட்டு, 'இப்பகூடத் தகவல் பத்தாதுங்க' என்றார்.

கடைக்காரர் புன்னகைத்து, 'என்ன ப்ரொபசர் நீங்க. மூணாவது தகவல் தர்றேன். என் பிள்ளைங்க மூணு பேத்தில சின்னவனுக்கு - கடைக்குட்டிக்கு - ஐஸ்க்ரீம்னா ரொம்ப ப்ரியம்.'

ப்ரொபசர் 'அப்டியா? இப்ப தகவல் போதுங்க' என்று மூணு பேர் வயதையும் சரியாகச் சொல்லிவிட்டார். என்ன வயசு? எப்படிச் சொன்னார்?

இனி சில கம்ப்யூட்டர் கால விடுகதைகள்

1. இதைச் செய்கிறவனுக்கு இது தேவையில்லை. இதை வாங்கு கிறவனுக்கு இது பயன்படாது. இதைப் பயன்படுத்துபவனால் இதைப் பார்க்கவோ, தொடவோ முடியாது. இது என்ன?

2. இதைச் செய்யும் எவனும் சொல்ல மாட்டான். வாங்குபவன் எவனும் அறிய மாட்டான். அறிந்தவன் எவனும் வாங்க மாட்டான். இது என்ன?

3. இரண்டு எழுத்து வார்த்தை. ஓர் எழுத்துச் சேர்த்தால் குறைவாகும். அது என்ன?

மூன்றாவது Situation Puzzles என்னும் வகை. ஒரு நிலைமை அல்லது கூற்று உங்கள் முன் வைக்கப்படும். அது எப்படிச் சாத்தியம் என்று சொல்ல வேண்டும். உதாரணம்:

ஒருவன் பாரில் நுழைந்து குடிக்க ஏதாவது கேட்டான். பார்காரன் ஒரு துப்பாக்கியை எடுத்துக் காட்டினான். வந்தவன், 'ரொம்ப தாங்க்ஸ்ங்க' என்று சொல்லிவிட்டு வெளியே வந்துவிட்டான் இது எப்படி சாத்தியம்?

(எப்படி சாத்தியம் என்றால் உள்ளே வந்தவனுக்கு மோசமாக விக்கல் எடுத்திருந்தது. துப்பாக்கியைக் காட்டிய அதிர்ச்சியில் விக்கல் போய்விட்டது. அதற்கு நன்றியாகத் தாங்க்ஸ் சொன்னான்!)

அது போல் கீழ்காணும் ஸிச்சுவேஷன் பஸில்களை முயன்று பாருங்கள்.

1. கோர்ட்டில் மீனா இந்தக் கொலையை தன் சகோதரி ராதாதான் செய்தாள் என்று சாட்சி சொன்னதை நீதிபதி ஒப்புக்கொண்டு கொலையைச் செய்தது ராதாதான் என்பது ஆணித்தரமாக நிரூபிக்கப்பட்டுவிட்டது. ஆனால் ராதாவுக்குத் தண்டனை கொடுக்க முடியாது என்று சொல்லிவிட்டார். ஏன்?

2. தூக்கமில்லாமல் ஒருவன் படுக்கையில் புரள்கிறான். டெலிபோனை எடுத்து ஒரு நம்பரை டயல் செய்கிறான். ஏதும் பேசுவதில்லை. போனை வைத்துவிட்டு நிம்மதியாகத் தூங்கிப் போகிறான். எப்படி?

3. 1972 - ல் பிறந்த ஒருவன் இருபத்தைந்து வருஷம் கழித்து 1952 - ல் இறந்து போகிறான். இது எப்படி?

இந்த நான்கையும் தீர்வு காண நீங்கள் Lateral Thinking முறையைப் பயன்படுத்த வேண்டும்.

ஸ்விஸ் பாங்கில் சுஜாதா

26

பிரதமர் நரசிம்மராவ் ஸ்விட்சர்லாந்தில் ஜுரிக் தாவோஸ், ஜெர்மனியில் பான், பெர்லின் நான்கு நகரங்களில் ஆறு நாள் சுற்றுப்பயணம் போகிறார். அவருடன் அதே விமானத்தில் செல்வதற்குக் ‘குமுதம்’ அழைக்கப்பட்டிருக்கிறது.

‘குமுதம்’ சார்பாக என்னை அனுப்ப விரும்புவதாக நான் சிங்கப்பூரில் இருக்கும்போது நடு இரவில் செய்தி வந்தது. பாரதப் பிரதமருடன் மேல்நாடு செல்லவேண்டும் என்று சொல்லி விட்டுச் சுவையான கனவு என்று சிரித்துக்கொண்டு தூங்கிப் போய்விட்டேன்.

மறுநாள் அது கனவில்லை என்று தெரியவந்தது. திரும்பி வந்த ஒரு நாளில் ஆயிரம் வேலைகள் காத்திருந்தன எழுத வேண்டிய கட்டுரைகள், சேகரிக்க வேண்டிய உஷ்ணக் கோட்டுகள், வெட்ட வேண்டிய தலைமுடி என்று...

குடியரசு தினத்தின் விழாக் கோலம் முடிந்து டெல்லியின் தவளா குவான் வட்டத்தில் வழக்கம் போல் அரைமணி போக்குவரத்து அடைப்பு. அதைக் கடந்து PIBயை அடைந்து லேட்டாக நுழைந்தபோது ஹாலில் 40 பேர் உட்கார்ந்திருக்க, தாவோஸ் (DAVOS) ஜுரிச், பான், பெர்லின் என்று பல ஐரோப்பிய

நகரப்பெயர்கள் அடிபட, பயணத்தின் நுணுக்கங்களை அரசு அதிகாரி விளக்கிக் கொண்டிருந்தார். பனியில் சறுக்கி விழுவீர்கள். குளிர் அதிகம், எச்சில் துப்பினால் உடனே ஐஸ் ஆகிவிடும். ரப்பர் அடி ஷூ அணியவும். மழை பெய்யும், ஓவர் கோட் வேண்டும். இல்லையேல், சுருங்கிப் புள்ளியாகிவிடுவீர்கள். பெர்லின் நகரத்தில் மொட்டைத் தலையர்கள் அவ்வப்போது மற்றத் தேசத்த வர்களைப் பார்த்தால் மண்டையில் ஒரு போடு போடுவார்கள். இவ்வாறு பிரயாணத்தில் உண்டான சந்தோஷங்களைப் பற்றி நற் செய்திகள் சொன்னார்கள்.

அறை முழுவதும் இந்தியாவின் பல பாகங்களிலிருந்து வந்த பத்திரிகையாளர்கள், பெங்காலியிலும், மலையாளத்திலும், தெலுங்கிலும், ஸ்விட்ஸர்லாந்து குளிர் பற்றிப் பேசிக் கொண்டார்கள்.

இந்த விதத்தில் ஆரம்பித்து விஸ்தாரமாக, கட்டுரை ஒன்று 'குமுதம்' ரெகுலர் இதழ்களில் 21ம் விளிம்பில் வரப்போகிறது. அந்த அனுபவங்களுக்கு ஒரு 'எம்டிவி' ரக டிரெய்லர் இந்தக் கட்டுரை.

தில்லியில் இந்தமுறை புதுசாகப் பார்த்தது தனியார் பஸ்களில் ஏறிக்கொண்டு ஆர்மோனியம் வாசித்து காதைப் பொத்திக் கொண்டு பாடிவிட்டுப் பிச்சை கேட்கும் சிறுவன், சிறுமி. இது வரை இந்தக் குழந்தைகளை ட்ரெயினில்தான் பார்த்திருக் கிறோம்.

விஜயவாடா பத்திரிகையான 'ஸ்வாதி' ஆசிரியர் - நிர்வாகஸ்தர் பலராம், தெலுங்கிலோ இங்கிலீஷிலோ கவலையேபடாமல், 'மீரே சுஜாதாவா? மஞ்சி சந்தோஷம்' என்று கையைப் பிடுங்கிக் குலுக்கினது ஓர் எதிர்பாராத சந்தோஷம்.

பி.எம்.மின் விஜயம் பற்றி ஒரு தனிப் புத்தகமே அச்சடித்துக் கொடுத்தார்கள்.

நரசிம்மராவுடன் மகள் வாணிதேவி குடும்பத்தினர் குமாரி சுஜிதா நித்தின், 2. டாக்டர், 2 மந்திரிகள், செகரட்டரி, அம்பாஸ்டர் வகையறாக்கள் 16 பேர், பத்திரிகைகளிலிருந்து 37 பேர் என்று பழங்கால ராஜாக்களின் திக்விஜயம்போல் சென்ற 347 போயிங் விமானத்தின் பெயர் ஹர்ஷவர்தன். முன்னூறு பேர் கொள்ளும் விமானத்தில் அம்பது பேர். எனக்கு மூணு ஸீட்.

ஏர்போர்ட்டில் புஷ்டியாகக் கறுப்பு நாய் எல்லாப் பெட்டிகளை யும் முகர்ந்து பார்க்க, என் பெட்டியை முகமுகத்துவிட்டு என்னை ஒரு மாதிரி பார்த்தது.

ஜுரிச்தான் ஐரோப்பாவிலேயே அதிக விலைவாசி ஊர். ஓட்டல் ரூம் வாடகை ஒரு நாளுக்கு ஏழாயிரம்.

முன்பணமாகக் கொடுக்க வேண்டும்!

ரூம் டெலிவிஷனல் சானல்களில் -

11 - சண்டைப்படம், 12 - கெட்ட காரியப்படம்.

ஒருமணி படம் பார்க்க பட்டனை அழுத்தினால் சார்ஜ் 12.50 ஸ்விஸ் ஃப்ராங்க், கம்ப்யூட்டரில் ஏறுகிறது. சுமார் 250 ரூபாய். நான் எந்தச் சானல் பார்த்தேன் என்பது விவரிக்கப்படும்.

லிமாட் நதியருகில் உள்ள ஜுரிச் நகரத்தில் 2000 வருஷம் பழைமையான சுவர் இருக்கிறது.

வசதி பெற்ற ஸ்விஸ் பாங்க் ஒன்றில் நுழைந்து என்ன செய்தேன் என்பதும் விவரிக்கப்படும்.

மலை முகட்டில் உள்ள தாவோஸ் நகரம் நிஜமாகவே தேவாஸ் (தேவர்களுக்கு) உரிய ஸ்தலம். இயற்கை எல்லாக் கட்டிடங் களின் கூரைகளிலும் மல்லு வேட்டி போல பனி போர்த்தி நிற்க, தரையில் பனி உருகி, ஐஸில் நடப்பது சுக அனுபவம். அவ்வப் போது சரிந்து விழும்போது இடுப்பு உடையாமல் பார்த்துக் கொள்ளவேண்டும்.

தாவோஸ் மகாநாட்டில் நரசிம்மராவ் பேசுவதற்கு முன் ஹங்கேரி ஜனாதிபதியும், நோபல் சமாதானப் பரிசு பெற்ற ஒருவரும் பேசினார்கள். பின்னவர் தன் பேச்சில், ‘எல்லா நல்ல குணங் களுக்கும் எதிர்ப்பதம் ஒரே ஒரு கெட்ட குணம்தான்’ என்றார். அது என்ன?

பிரதமர் நரசிம்மராவ் கம்யூனிசம் விழுந்துவிட்ட நிலையில் இனி மிஞ்சி இருக்கும் ஒரே ஒரு தேர்வு முதலாளித்துவம் மட்டும் இல்லை. இந்தியாவுக்கு என்று ஒரு வழி உண்டு. அது என்ன? என்று சொன்னார்.

காஷ்மீர், என்பிடி, வெளியேற்றக்கொள்கை, மனித உரிமை இவை மட்டும்தான் நம்மை அடிக்கடி உறுத்தும் சமாசாரங்கள். இதை நரசிம்மராவ் திறமையாகச் சமாளித்தார்.

நிதி அமைச்சகச் செயலர் மாண்டக் சிங் அலுவாலியா கவனிக்கப் பட வேண்டியவர்.

வெளியுறவு அமைச்சரவைக்குப் புதிய செயலர் சீனிவாசன் தமிழர்!

காலை 5.30க்குப் பிரதமர் உங்களை (அதாவது என்னை) சந்திக்க வரச் சொல்லியிருக்கிறார் என்று போன் வந்தது போனேனா!

பான் நகரத்தில் சைக்கிள் விடும் இளைஞர்கள் மிக அதிகம்.

பெர்லின் நகரத்தில் காத்தரினா ப்ளின்ஸ் என்னும் இளம்பெண் நவீன தமிழ் இலக்கியத்தில் டாக்டர் பட்ட ஆராய்ச்சி செய்கிறார்.

ஜெயங்கொண்டத்தில் ஸ ூமன்ஸ் நிறுவனம் மின்சார உற்பத்தி செய்து விற்கப்போகிறார்கள். தமிழ்நாட்டில் முதல் தனியார் மின் உற்பத்தி.

தூத்துக்குடியில் காற்று சக்தியிலிருந்து மின்சாரம் எடுக்கவும், ஜெர்மனி உதவப்போகிறது.

சீக்கிரமே இந்தியாவில் மெர்ஸிடிஸ், பென்ஸ், ஃபோக்ஸ் வாகன், ஒபெல் போன்ற கார்கள் தயாரிக்கப்படும்.

CSIR என்னும் மத்திய அரசு அறிவியல் ஆராய்ச்சி நிலையம் முதன் முதல் அன்னியச் செலவாணி சம்பாதிக்கப் போகிறது.

நரசிம்மராவ் நம் இந்திய கண்ணியத்தை உலர்த்திய இந்தப் பயணம் முற்றிலும் வெற்றி.

தாவோஸ் முன்னேற்பாடுகள் 27

இனி சில அத்தியாயங்களுக்கு உங்களைப் பிரதமர் நரசிம்மராவுடன் தாவோஸ், பான், பெர்லின் போன்ற நகரங்களுக்கு அவருடனேயே பிளேனில் அழைத்துச் செல்ல உத்தேசம்.

டில்லி உஷ்ணமாகத் தொடங்கி திடீர் என்று குளிர ஆரம்பித்ததால் பல பேர் அலுத்துக்கொண்டு புறக்கணித்திருந்த கம்பளிப் போர்வைகளை மறுபடி தூசி தட்டி அணிந்து கொண்டிருக்க, நான் பத்தரை மணிக்குப் பிரஸ் இன்ஃபர்மேஷன் பீரோவின் கூட்டத்துக்கு அதிகாலை சென்னை ப்ளேனில் புறப்பட்டேன்.

விமானத்தில் நண்பர், 'எங்க சார் டில்லிக்கா?'

'டில்லி ப்ளேன் பம்பாய்க்கா போகும்?' என்று பதில் சொல்லும் ஆர்வத்தைத் தடை செய்துகொண்டு, 'ஆமாம்' என்றேன்.

'என்ன காரியமா டில்லிக்குப் போறீங்க?'

'ப்ரைம் மினிஸ்டர்கூட தாவோஸ் யூரோப் போகிறேன்.'

'அப்படியா?'

என்ன இது! அவர் தலைமேல் ஓர் ஆச்சரியக்குறிகூடக் காணோம் என்று செய்தியின் முக்கியத்தை

அடிக்கோடிடும் வகையில், 'ப்ரைம் மினிஸ்டர்! நரசிம்மராவ்! கூட அதே ப்ளேன்ல அரசாங்க அழைப்பினனாக அதே ப்ளேன்' என்று சொல்லிப் பார்த்தேன்.

அதற்கும் 'ஓ, அப்படியா!'தான்.

பாலம் இந்திரா காந்தி விமான நிலையத்தில் பெட்டிகளைக் கவரும் உத்தேசத்துடன் நின்று கொண்டிருக்கையில் நண்பர் ஓடி வந்து என் கையைப் பற்றி 'ப்ரைம் மினிஸ்டர் கூடவா போறதாச் சொன்னீங்க?'

'ஆமாம்.'

'அதே ப்ளேன்ல?'

'ஆமாம்.'

'கை குடுங்க. இதை ஏன் நீங்க அப்பவே சொல்லலை. அவரை விமானத்தில் பார்ப்பீங்களா?'

'பேன்னு நினைக்கிறேன்.'

'பார்த்தா நான் ஒரு பெட்டிஷன் அவருக்கு அனுப்பியிருக்கேன். தவிட்டிலிருந்து எண்ணெய் தயாரிக்கிற ஃபாக்டரி பற்றி, அதைக் கேட்டுருங்க.'

'அது அவருக்கு ஞாபகம் இருக்குமான்னு சந்தேகம். எதுக்கும் கேட்டுப் பார்க்கிறேன்.' அவர் தன் விசிட்டிங் கார்டை, பின்னால் தவிடு என்று எழுதிக் கொடுத்துவிட்டு மறைந்தார்.

பி.ஐ.பி.க்கு நான் சென்றபோது ப்ரீஃபிங் தொடங்கிவிட்டது. பி.ஐ.பி. ஆபீஸை சாஸ்திரி பவனில் ஒளித்து வைத்திருக்கிறார்கள். புதுசாக இடம் தெரியாமல் வாய் வார்த்தையை நம்பிப் போகிறவர்கள் ஸ்டேட் பாங்க் ஆஃப் பாட்டியாலாவிலோ அல்லது காண்டினிலோ தொலைந்து போகக்கூடிய அபாயமிருக்கிறது. எங்கேயோ பின்பக்கத்தில் சின்ன போர்டுகளுக்கு இடையே ப்ரஸ் இன்ஃபர்மேஷன் பீரோ என்று எழுதி இருக்கிறது. அரசாங்க உத்யோகஸ்தர்கள் சுறுசுறுப்பாக டீ சாப்பிட்டுக் கொண்டிருக்க, கான்ஃபரன்ஸ் அறையைத் தேடிப்பிடித்து உள்ளே செல்வதற்குள் அரை மணி லேட்டாகி விட்டது.

அறையில் நாற்பது பேர் இருந்தார்கள். ஜாயிண்ட் செக்ரட்டரி பேசிக் கொண்டிருக்க, அருகே அழகான தோற்றமும் ஷாம்பு

விளம்பரம் போலத் தலைமயிரும் கொண்ட ஒரு பெண்மணி (இப்போதெல்லாம் சர்க்கார் ஆபீஸ்களில் இவ்வாறான நளின விரல் பெண்மணிகளை அதிகம் பார்க்க முடிகிறது. ராஜீவ் வந்தபின் ஏற்பட்ட லிபரலைஸேஷன்) இனிய குரலில், 'ஃபர் ஹெவன் ஸேக் வேர் ரப்பர் ஷுஸ்? இல்லாவிட்டால் தாவோஸில் நிச்சயம் வழுக்கிவிழுவீர்கள். நான் விழுந்திருக்கிறேன்' என்றார்.

நான் என் காலடி ஷுவை ஆராய்ந்து, 'நீ ரப்பராப்பா' என்று கேட்டேன். அறை முழுவதும் இந்தியாவின் பல பாகங்களிலிருந்து பத்திரிகைக்காரர்கள். பெரும்பாலோர் இதற்குமுன் பிரதமருடன் இந்த மாதிரிப் பயணங்களில் சென்று தேர்ந்த உஸ்தாதுகள், பெங்காலியிலும், மலையாளத்திலும், தெலுங்கிலும் ஸ்விஸ் குளிர் பற்றிப் பேசிக் கொண்டிருந்தார்கள். பெங்காலிதான் பெரும் பான்மை மொழி என்று தெரிந்தது. எட்டு பாஸ்போர்ட் போட்டோக்கள் வேண்டும். ரத்த க்ரூப் தெரிய வேண்டும். விசாவுக்கு 550 ரூபாய் பணம் வேண்டும். முதல் தினம் எச்சரிக்கை. சறுக்கி விழுவீர்கள். மழை பெய்யும். கனமான ஓவர்கோட் வேண்டும். இல்லையேல் புள்ளியாகச் சுருங்கிவிடுவீர்கள். பனி இருக்கும். எச்சில் துப்பினால் ஐஸ் ஆகிவிடும். பெர்லின் நகரில் ஸ்கின்ஹெட்ஸ் என்று முரட்டு மொட்டை இளைஞர்கள் இருக் கிறார்கள். வெளி தேசத்தவர்களை அவ்வப்போது மொட்டென்று தலையில் பீர் பாட்டிலால் சாத்துவார்கள் போன்ற யாத்திரா சுகங்களையெல்லாம் பட்டியலிட்டு, 'பின்னால் நாங்கள் சொல்லவில்லை என்று குற்றம் சாட்ட வேண்டாம். ஹேவ் எ நைஸ் ட்ரிப்' என்றார்கள்.

நான் ட்ரிப் என்பதை எந்த அர்த்தத்தில் சொல்கிறார்கள் என்று வியந்தேன். பல்ராம் (ஸ்வாதி என்னும் விஜயவாடா பத்திரிகை ஆசிரியர்) அதைப் பற்றித் தெலுங்கிலோ இங்கிலீஷிலோ எதிலும் கவலைப்படாமல் 'மீரே சுஜாதானா...? மஞ்சி சந்தோஷம்!' என்று வலுவாகக் கை குலுக்கி என்னை அறை அறையாக அழைத்துச் சென்றார். ஓர் அறையில் ஏர் டிக்கெட், மற்றொன்றில் விசா. பிறிதொன்றில் ஏர் இண்டியா பெட்டி (பல்பொடி வியாபாரிகளுக்கு ஏற்றது). இன்னொன்றில் பாகேஜ் சீட்டு.

எல்லாவற்றையும் ஒரே அறையில் வைத்தால் என்ன என்று கேட்டால் பாஸைப் பிடுங்கி விடுவார்களோ என்று அச்சமிருந்த தால் வில்லை. காண்டீனில் அன்னிய செலாவணி, லினன் அண்டர்வேர் போன்ற விஷயங்களைப் பேசிவிட்டு சனிக்கிழமை

அன்னிய செலாவணி மாற்றிக்கொண்டு ஞாயிற்றுக்கிழமை தெற்கு பிளாக்கில் ஐந்தாவது கேட்டில் இடது பக்கம் திரும்ப, இரண்டாவது அறையில் ப்ரோட்டொக்கால் - 1, ரூம் நம்பர் 65 - ல் தீபக் ஷர்மா அல்லது சுபாஷ் சுந்தர் யாரிடமாவது விமான டெர்மினலுக்குள் நுழைய அனுமதிச் சீட்டும் கார் பார்க் பாஸூம் கிடைக்கும் என்று அசுரனுடைய உசிர்நிலைபோல் வழிகாட்டினார்கள்.

ப்ரீஃபிங் விட்டு விலகும்போது பிரிவு உதையாக, 'எக்காரணம் கொண்டும் உங்கள் பெட்டிகளைப் பூட்டாதீர்கள். டினால் செக்யூரிட்டி சந்தேகப்படுவார்கள்' என்றார், அந்தப் பெண்மணி. (பெயர் மஞ்சுவாம்).

டில்லியில் இந்தமுறை புதுசாகப் பார்த்தது பஸ்ஸில் ஆர்மோனியம் வாசித்து, 'மில்தே ஏ ஷூவே தில்' என்று பாடிக்கொண்டு பிச்சை கேட்கும் சிறுவன் சிறுமியை பஸ்ஸில்! அடுத்த ஸ்டாண்டில் பஸ் நின்றதும் இறங்கி வேறு பஸ் மாற்றிக் கொண்டு பாடலையும், பிச்சையையும் தொடர்கிறார்கள். Innovation.

திங்கள் கிழமை காலை பயணம். சனிக்கிழமை பிற்பகல் தாமஸ்குக் சென்று அரசாங்க அனுமதிக் கடிதத்தைக் காட்டி அன்னியச் செலாவணிக்கு நம் ரூபாய்களை மாற்றிக்கொள்ளச் சென்றோம். 'சாரி சார், பத்தாயிரத்துக்கு மேல் ரூபாயை ஏற்றுக்கொள்ள மாட்டோம். பாங்க் ட்ராப்ட் ரூபத்தில் வேண்டும்.'

'அய்யா, மணி பதினொன்றாகிறது. இப்போது எந்த பாங்கில் போய் ட்ராப்ட் எடுப்போம்?'

'ட்ராப்ட் மட்டும் அல்ல. வங்கியிலிருந்து அந்தப் பணம் அக்கவுண்டிலிருந்து எடுத்தது என்பதற்கு அத்தாட்சியாக சர்ட்டிபிகேட்டும் வேண்டும்.'

'மிஸ்டர் குக், இதைப்போய்க் கொட்டுவாயில் சொல்கிறீர்களே!'

'என் பெயர் தீபக் பூரி. இதை அவர்கள் மினிஸ்ட்ரியில் சொல்லியிருக்க வேண்டும்.'

'மிஸ்டர் பூரி, நாங்கள் திங்கள்கிழமை பாரதப் பிரதமருடன் செல்ல வேண்டும். நாளை ஞாயிற்றுக்கிழமை சென்னையில்...'

'ஸாரி, எங்களுக்கு அனுமதி இல்லை. நீங்க மகாவிஷ்ணுவுடன் போனாலும் அனுமதிக்கக்கூடாது' என்று சொல்லிவிட்டார்.

நான் பாரதப் பிரதமருடன் தாவோஸ் பயணம் அற்ப ஆயுளில் முடியவிருந்ததை எப்படிச் சமாளித்தேன் என்பதை அடுத்த அத்தியாயத்தில் சொல்கிறேன்.

அதற்கு முன் கொஞ்சம் கனமான விஷயங்கள்.

நரசிம்மராவின் பயணம் தாவோஸ் என்கிற மலை வாசஸ்தலத்தில் உலகப் பொருளாதார மாநாடு ஒன்றின் இறுதிக் கட்டத்தில் பேசுவதற்கும் அதன்பின் ஜெர்மனி சென்று சான்ஸ்லர் ஹெல்முட் கோல், ஜனாதிபதி டாக்டர் வைஸ்ஸாக்கர் இருவரையும் முக்கியத் தொழிலதிபர்களையும் சந்தித்து இந்தியாவுக்கு நல்லுறவும், வியாபாரமும் சேர்க்கும் நோக்கமுள்ள பயணம்.

World Economic Forum ஒரு மிகப் பெரிய கழகம். உலகத்தின் சிறந்த தலைவர்கள், தொழிலதிபர்கள், விஞ்ஞானிகள் இவர்களை ஒன்று படுத்தி உலக அளவில் சமூகப் பொருளாதார முன்னேற்றத்துக்கு ஒத்துழைக்க விரும்பும் சூப்பர் கழகம் இது. 819 உலக கம்பெனிகள் இதில் மெம்பர்கள்.

வருஷ ஆரம்பத்தில் தாவோஸ் என்னும் மலைவாசஸ்தலத்தில் கூடுகிறார்கள். Everybody who is somebody இந்த வருஷாந்திரக் கூட்டத்துக்கு வருவார்கள்.

இந்த வருஷம் இந்தியாவின் மேல் வெளிச்சமிட்டு நம் நாட்டின் பொருளாதாரக் கொள்கை மாற்றங்களைக் கவனித்து நம் பிரதமரை இறுதிக் கூட்டத்தில் பேச அழைத்திருக்கிறார்கள்.

தாவோஸ் - 2

28

சென்ற அத்தியாய இறுதியில் தாமஸ் குக் என்னும் அன்னிய செலாவணி மாற்றத்தில், 'சனிக்கிழமை மத்தியானம் 11.55 மணியளவில் கணிசமான தொகைக்கு பாங்க் ட்ராப்ட்டும், சான்றிதழும் கொண்டு வந்தால்தான் டாலர் கொடுப்பேன். நீ நரசிம்மராவோடு போனாலும் விதியை மாற்ற முடியாது' என்று சொல்லி விட்டார் அல்லவா? என்ன செய்வது? தினமலர் சத்யமூர்த்தியுடன் அருகே ஆட்டோவில் பாய்ந்து ரிசர்வ் வங்கிக்குச் சென்று அங்கே நரசிம்மராவ் பயணத்தைக் காட்டி, ஜாயிண்ட் கண்ட்ரோலர் அலுவலகத்தில் நுழைந்து, எங்கள் பிரச்னையை விளக்க, அவர் நெற்றியைச் சுருக்கிக் கொண்டு, 'போனால் போகிறது இந்தத் தடவை அனுமதிக்கிறேன். உடனே உங்கள் அலுவலகத்திலிருந்து பணம் பத்திரிகையின் அக்கவுண்ட்டிலிருந்து எடுக்கப்பட்டது என்று அத்தாட்சி லெட்டர் அனுப்புங்கள்.' என்று எங்கள் இருவரையும் பலப்பம் விழுங்கிய குழந்தையைப் பார்க்கும் டீச்சரைப் போல் முறைத்துப் பார்த்துவிட்டு அனுப்பினார்.

இந்தச் சம்பவத்தை நான் சொல்ல வந்தது எதற்கு? அண்மைக் காலத்தில் நம் இந்தியப் பொருளாதாரத்தில் சிவப்பு நாடா நீக்கப்பட்டு எல்லாம் எளிமை யாக்கப்பட்டிருக்கிறது என்று பரவலாக ஒரு பக்கம்

பேசும்போது, சந்தேகத்தின் அடிப்படையில் அமைந்த இது போன்ற எண்ணற்ற விதிகள் இன்னும் பாக்கி இருக்கின்றன. பாரதப் பிரதமருடன் அழைப்பின் பேரில் அனுப்பப்படும் நாட்டின் முக்கிய பத்திரிகை பிரதிநிதிகளையும், நாட்டில் கறுப்புப் பணம் ஹவாலா நடத்தும் ஸ்மக்ளர்களையும் ஒரே நோக்கில் பார்த்து ஈடுபடுத்தும் இந்த விதிகள் மாறினால்தான் நம் வளர்ச்சியில் வேகம் வரும்.

ஞாயிற்றுக்கிழமை ஸௌத் ப்ளாக்கில் பாஸ் வாங்கிக்கொண்டு திங்கள் அன்று காலை புறப்பட்டோம். இரண்டு மணிக்குப் பிரதமர் புறப்பாடு. எங்களைப் போன்ற சில்லறை ஆசாமிகள் 11 மணிக்கே போய்ச் சேர வேண்டும் எனக் கட்டளை. வி.வி.ஐ.பி. புறப்பாட்டுக்கு என்று தனிப்பட்ட விமானப் படை டெர்மினல். அங்கே அனைவரும் கம்பளிக் கோட்டுகளுடன் வந்து இறங்க இமிக்ரேஷன், கஸ்டம்ஸ், போர்டிங் கார்டு போன்றவை சடுதியில் நிகழ, எங்கள் கழுத்தில் அச்சடித்த ஐ.டி.கார்டு போட்டோ, ரத்த குரூப் சகிதம் மாட்டப்பட்டது.

ஆறு நாளும் அனுமதிக்காக அணிய வேண்டிய தாலி. எங்கள் சூட்கேஸ்களைக் கறுப்பாக ஒரு நாய் மோப்பமிட என்னுடைய பெட்டியின் அருகில் வந்து முகர்ந்துவிட்டு என்னை ஒரு முறை நிமிர்ந்து பார்த்தது. என்னைப் பார்த்தால் வெடிகுண்டு ஆசாமி போல இல்லை என்று தீர்மானித்து, பிற முகரல்களைத் தொடர்ந்தது. விமானம் ஹர்ஷவர்தன் என்னும் போயிங் 747 விமானம். பிரதமர், ஸ்ரீமதி வாணி தேவி (மகள்), டாக்டர் சுதாகரன், குமாரி அஜிதா, சிறுவன் நிதின் இவர்கள் பிரதமரின் குடும்பத்தினர். வெளியுறவு ஸ்டேட் மந்திரி சல்மான் குர்ஷித், பிரதமரின் ஸ்டேட் மந்திரி புவனேஷ் சதுர்வேதி, செக்ரட்டரி ஏ.எம்.வர்மா, நீதித்துறை செக்ரட்டரி எம்.எஸ்.அலுவாலியா, வெளியுறவுத் துறை காரியதரிசி கே.ஸ்ரீனிவாசன், பாதுகாப்புக்குச் சரண்யன் (பொருத்தமான பேர்), ஸ்விஸ் நாட்டு இந்தியத் தூதுவர் மங்களமூர்த்தி, ஜெர்மனி தூதுவர் ராணா மற்றும் அந்தரங்கக் காரியதரிசி ராமு தாமோதரன் உட்பட, டைரக்டர்கள், டெபுடி செக்ரட்டரிகள், டாக்டர்கள் ஒரு டஜன் இவர்கள் பி. எம்.மின் சிறு பட்டாளம்.

அவர்களுடன் Accompanying Delegates என்று சுமார் 40 பேர் (பி.எம்.மின் பெட்டி, படுக்கைக்கு என்று இரண்டு ஆபீசர்). இதோடு எங்களைப் போல் பத்திரிகைக் குழு சுமார் 37 பேர். நான்.

விமானத்தில் நுழைந்த உடனே எங்கள் வரிசைக்கு என்று மோனா என்கிற ஏர் இண்டிய ஹோஸ்டஸ் என்னைப் பெயர் சொல்லி வரவேற்று, என் கோட்டை வாங்கி மாட்டி, துடைத்துக்கொள்ள டவல் கொடுத்து, குடிக்க ஏதாவது வேண்டுமா என்று கேட்டதில்-

'தக்காளி ஜூஸ்' என்றேன்.

அருகில் இருந்தவர் 'டொமாட்டோ ஜூஸ்? யு ஆர் டேக்கிங் டொமாட்டோ ஜூஸ்' என்று கம்ப்யூட்டர் கான்ஃபரன்ஸில் குடுமி சாஸ்திரியைப் பார்ப்பதுபோல் என்னைப் பார்த்தார்.

அவர் வந்த கையோடு ஷாம்பேன் ஒரு கையில், ஒரு கையில் சிவப்பு ஒயின் - வலது விரலிடுக்கில் 555, இடதில் பென்ஸன் ஹெட்ஜஸ் என்று மகாவிஷ்ணு மாதிரி சங்கு சக்கர சமேதராக, 'என்ஜாய் மேன்!' என்றார். மோனா பிரெஞ்சுத் தேசத்தில் வறுக்கப்பட்ட வாதாம் பருப்பு பாக்கெட்டுகளை வினியோகம் செய்ய, என் ஜாதக ராசி என்னிடம் வருவதற்குள் கடலைக் கொட்டைதான் பாக்கி இருந்தது.

அதுவும் நம் ஊர் கடலை இல்லை. ஜெர்மனியில் பாக் செய்தது. வேறு உலகத்தில் நுழைந்தது போலத்தான் இருந்தது. இண்டியன் சமாச்சாரமே சுத்தமாக கிடையாது. எங்களைத் தவிர.

பி.எம். வருவதற்குள் ஜூஸ் சாப்பிட்டு விட்டு லஞ்ச் சாப்பிட்டோம். வெஜிட்டேரியன், நான் வெஜிட்டேரியன் என்று தனிப் பட்ட மெனு கார்டு அச்சடித்துக் கொடுத்தார்கள். ஒரு நிமிஷம் படிப்பதற்கு!

வி.வி.ஐ.பி. போர்டிங் என்று பைலட் அறிவிக்க முன்வழியாகப் பி.எம். பிளேனில் ஏறினதை இவர்கள் ஒருவரும் கண்டுகொள்ள வில்லை.

மானினிய பிரதான் மந்திரியை அறிவிப்பில் ஸ்வாகித்து விட்டு விமானம் கிளம்பியது.

மாலை 7 மணி. அதாவது நம் ஊர் ராத்திரி 11.30. தூக்கமா, இல்லையா என்ற குழப்பத்தில் விமான நிலையத்தில் இறங்கிய போது முதலில் வரவேற்றது குளிர். எலும்புக்குள் நுழைந்து குடையும் குளிர். அவரவர் ஆவி பறக்கப் பேசிக் கொண்டு தலைக்குக் குல்லாய், ஸ்வெட்டர், கோட்டு, ஓவர் கோட்டு,

கையுறை, கால் உறை என்று பாதி மனிதன், பாதி கம்பளியாகக் குளிரில் நடுங்கிக்கொண்டு நின்றோம். பஸ் வர அரை மணி ஆகிவிட்டது. ஜெனிவா ஐ.நா. மிஷனிலிருந்து வந்திருந்த திரு.டி.எஸ். திருமூர்த்தி மிகுந்த மன்னிப்புக்களுடன் எங்களை பஸ்ஸில் ஏற்றி ஜுரிச் நகரத்துக்குள் அழைத்துச் சென்றார். (மூர்த்தி, ஆர்.கே.நாராயண் அவர்களின் உறவுக்காரர், எம்பஸியில் பணிபுரியும் ஐ.எஃப்.எஸ்.அதிகாரி. முதல் செக்ரட்டரி).

ஜுரிச் சின்ன அழகான நகரம். ரோடு எல்லாம் நம் ஊர் அகலம் தான். ஆனால் நடுவே போட்டிருக்கும் மஞ்சள் கோட்டை இரு தரப்பினரும் மதிப்பதாலும், சைக்கிள் ரிக்ஷா, கால்நடைகள், ஸ்கூட்டர் போன்ற மற்றக் கலப்புக்கள் இல்லாது கார்கள் கார்களை கார்களால் தொடர்வதால் போக்குவரத்துச் சீராக இயங்கி வந்தது. எங்கள் பஸ் மாடியில் நாங்கள், கீழே பெட்டிகள் என்று தேர் போல நகர டிரைவர் ஜுரிச் நகரத்தை ஜெர்மன் கலந்த ஆங்கிலத்தில் அறிமுகம் செய்தார். 'எங்கள் ஊரில் குப்பைகளை எரித்து ஆஸ்பத்திரிகளைச் சூடு பண்ணுகிறோம்.'

நதிக்கரையில் ஒரு சுத்தமான நகரம். நாங்கள் போன உடனே மீடியா ரூமில் ப்ரீஃபிங் என்றார்கள். எங்களுக்கு அளிக்கப்பட்ட ரூமுக்குச் சாவி கிடையாது. பிளாஸ்டிக் கார்டுதான். அதனுடன் சற்று மன்றாடி விட்டுத் திறந்ததும் சுத்தமான அறை. மினி பார், டெலிவிஷன் எல்லாம் இருந்தது. மினி பாரில் தங்க முலாம் பூசிய டூத் பேஸ்ட், சீப்பு, அதை எடுத்துக் கொள்ளலாம் என்றால் ஒரு சிறிய குறிப்பு. 'நீங்கள் இந்த அலமாரியில் உள்ள எந்தப் பொருளையும் எடுத்துச் சுதந்திரமாகப் பயன்படுத்தலாம். என்ன எடுத்தீர்கள் என்பதை மட்டும் சொன்னால் அதற்கு உண்டான சார்ஜ் உங்கள் ஓட்டல் பில்லில் கூட்டப்படும்.'

தங்க முலாம் சீப்பை எடுக்கும் உத்தேசத்துடன் விலை பார்த்தேன். (12.50 ஸ்விஸ் ஃப்ராங் அதாவது சுமார் ரூ.250).

250 ரூபாய்க்கு நம் ஊரில் ஒரு பார்பர் ஷாப்பையே வாங்கலாமே என்று லஸ் கார்னரில் 2 ரூபாய்க்கு வாங்கின ப்ளாஸ்டிக் சீப்பே போதும் என்று மினி பாரைத் திறக்கவில்லை.

ஆனால் டி.வி.?

சானல் 10 Family Movie

சானல் 11 Action Movie

சானல் 12 Erotic Film ரிமோட் கண்ட்ரோல், வா, பட்டனை அமுக்கு என்று வரவேற்றது. பின் குறிப்பாக ஓரத்தில் Fee per viewing time SFr 12.50 எதை எடுத்தாலும் 250 ரூபாய்.

12'ம் நம்பர் சானலை அமுக்காமல் நான் கொண்டு வந்திருந்த திருவிருத்தமும், லாட்ஸேயின் பொன்மொழிகளும் கொஞ்ச நேரம் படித்துவிட்டு லஸ் கார்னர் சீப்பால் தலைவாரிக்கொண்டு ப்ரீஃபிங்குக்குப் போனேன்.

நரசிம்மராவ் சென்ற உலக பொருளாதார கழகத்தில் அழைப்பின் பேரில் சிலர் பங்கிட்டுக் கொள்ளலாம். சந்தா கட்டி மெம்பராகியும் சேர்ந்து கொள்ளலாம். என்ன, கொஞ்சம் தொகை அதிகம்.

இந்த முறை நரசிம்மராவ் அழைப்பின் பேரில் சென்றாராம். திரு.சரத்பவார் மகாராஷ்டிரா முதல்வர் என்கிற தகுதியில் முன்பே சென்று மகாராஷ்டிரா மாநிலத்துக்கு வியாபாரம் சேர்க்க அங்கே இருந்தார். பிரதமர் சேருவதற்கு முன் திரும்பிவிட்டார்.

இது பற்றி பி.எம்.முக்கு தெரியுமா என்று பத்திரிகையாளர்கள் திரு.வர்மாவைக் குடைந்தார்கள். அவர் பாப்பாத்தியம்மா மாடு வந்தது என்பது போலத்தான் பதிலளித்தார். தனி மாநிலம் தாவோஸில் மத்திய அரசின் அனுமதி இன்றி பங்கு கொள்ளும் முதல் உதாரணம் இது. ஒருவிதத்தில் அரசியல் திருப்பம்தான். அடுத்தமுறை ஜெயலலிதா செல்லலாம். நிச்சயம் நிறையப் பேர் தமிழ்நாட்டில் மூலதனம் செலுத்த முன்வருவார்கள். தாவோஸில் வந்து பங்கு பெற்றுவிட்டு ராவ் வருமுன் விலகிய மற்றொரு பிரமுகர் பெனஸீர் புட்டோ. இங்கேயும் காஷ்மீர்ப் புழுதியைக் கிளப்பிவிட்டு பாஸ்னியா சென்றார்... சென்றார் என்ன, சென்றாள்!

என் ஸ்விஸ் பாங்க் அக்கவுண்ட் — 29

ஜூரிச் நகரில் இறங்கி அங்கிருந்து ஓட்டல் வந்து சேர்ந்த கையோடு மறுநாள் என்ன என்ன செய்யப் போகிறோம் என்பதைப் பற்றி ப்ரீஃபிங் 'மீடியா சென்டர்' இல் திருமூர்த்தி ஏற்பாடு செய்திருந்தார். ஓட்டலில் ஒரு ஹாலில் எம்பஸிகாரர்கள் அமைத்திருந்த மீடியா சென்டரில் நவீன செய்தித் தொடர்பில் எல்லா வசதிகளும் கொடுக்கப்பட்டிருந் தன. ஃபாக்ஸ் மெஷின், டெலிபிரிண்டர், வேர்ட் ப்ராஸஸர், ஃபோட்டோ அனுப்பும் மெஷின் போன்ற சகல வசதிகளும் செய்து வைத்திருந்தார் கள். இருந்தும் வந்திருந்தவர்களில் பல பேர் குறை பட்டுக் கொண்டார்கள். 'டைப்ரைட்டர் எங்கே? டைப்ரைட்டர் இல்லாமல் எங்களால் செய்தி அடிக்க முடியாது.'

'டைப்ரைட்டரா? ஸ்விஸ் தேசத்தில் டைப்ரைட்டர் கள் வழக்கொழிந்து விட்டனவே?' என்றார் மூர்த்தி சற்றே கவலையுடன்.

சிலர் தம் செல்ல டைப்ரைட்டர்களை உடன் அழைத்து வைத்திருந்தார்கள். நிருபர்களை நவீன டெக்னாலஜிக்கு மாற்றுவது கஷ்டம்.

என்னதான் கம்ப்யூட்டரும், வேர்ட் ப்ராஸஸரும் வந்து விட்டாலும் அவரவர் லொடக்காசி டைப் ரைட்டரில் எழுதினால்தான் செய்தியே சுரக்கிறது பலருக்கு.

சுஜாதா | 141

தாவோஸ் மகாநாட்டில் சாயங்காலம்தான் உங்களை அனுமதிப்பார்கள். அதுவரை ஜூரிச் நகரத்தைச் சுற்றிப் பாருங்கள் என்று சொகுசு பஸ்ஸும் வழி காட்டியும் ஏற்பாடு செய்திருந்தார்கள். ஜூரிச் ஒரு குட்டி நகரம். இருபத்தைந்து கிலோ மீட்டர் ஏரியின் முடிவில் வடியும் லிமாட் நதி நகரத்தை வகிடு போட்டுப் பிரிக்கிறது. நதி அடக்கமாகப் பயந்துகொண்டு ஓடுகிறது.

ஜூரிச் நகரத்தின் பழைய சரித்திரத்தைச் சொல்லிவிட்டு அங்கிருந்த இரண்டாயிரம் வருஷம் பழைய சுவரைப் போகிற போக்கில் காட்டினார்கள். சுவர் சுமார் பத்தடி. மற்றதெல்லாம் முந்தாநாள் கட்டியது. 'பான்ஹாஃப் ஸ்ட்ராஸ்ஸெ' என்னும் கடை வீதியில் எங்கள் பஸ் சென்றபோது, 'இங்கேதான் பிரபலமான ஸ்விஸ் பாங்குகளைப் பார்க்கலாம். வலது பக்கம் முழுவதும் வங்கிகள். இடது பக்கம் முழுவதும் அந்த பாங்க்கில் எடுத்த பணத்தைச் செலவழிக்க ஏற்பட்ட போட்டிக் போன்ற பெரிய பெரிய கடைகள்' என்று வழிகாட்டி ஜோக் அடிக்க, யாரும் சிரிக்கவில்லை. பத்திரிகை நிருபர்களைச் சிரிக்க வைப்பதும் கஷ்டம்.

வெய்யில் கொஞ்சம் எட்டிப் பார்க்க மக்கள் வண்ண வண்ண உடைகளில் சாக்லேட் பெட்டிகள் போன்ற ட்ராம்களிலிருந்து இறங்கி நடந்து கொண்டிருந்தார்கள்.

முப்பது ஸ்விஸ் பாங்குகள் இருக்கின்றன. உலக யுத்தத்தின் போது கணக்கற்ற சொத்துக்கள் இந்த வங்கிகளில் முடங்கிப் போய் கேட்பார் இல்லாமல் தேங்கிக் கிடக்கிறதாம். இப்போதும் நம்பர் அக்கவுண்ட் ரகசியங்களைப் பாதுகாக்கும் இந்த வங்கிகளில் ஒன்றில் நுழைந்து ஓர் அஞ்சு டாலர் கணக்குத் திறக்கும் உத்தேசத்துடன் நானும் பலராமும் பஸ் நின்றதும் Scheweizeriche Bank Verein என்று சிக்கலான பெயர் படைத்த வாசலில் ராஷ்டிரபதி பவனுக்குள் நுழையும் ஜிம்மி நாய்போல நுழைந்தோம்.

பெரிய கதவுகள், உள்ளே போனதும் கறுப்பாக ஸூட் அணிந்து ஜீவ்ஸ் போல ஒருத்தர் பின் கையைக் கட்டிக்கொண்டு எங்களைப் பார்த்துப் புன்னகைத்து, 'பிட்டே' என்றார். நாங்கள் 'வி வாண்ட் டு சேஞ்ச் ட்ராவலர்ஸ் செக்ஸ்' என்றோம். பாங்க், பாங்க் போலவே இல்லை. உயரமான உத்தரமும் இங்கே ஒரு கவுண்டர், அங்கே ஒரு பால்பாயிண்ட், மேசை தூரத்தில் ஒரு கம்ப்யூட்டர் டெல்லர் மெஷின் என்று காலியாகவே இருந்தது.

நாங்கள் அன்னியச் செலவாணி பகுதிக்குச் சென்றபோது, 'யுர் பாஸ்போர்ட்ஸ் ப்ளீஸ்.'

எங்கள் பாஸ்போர்ட்டுகளை செக்யூரிட்டிக்காரர்கள் நேற்று ஏர்போர்ட்டில் பிடித்து வைத்துக் கொண்டிருந்தது இன்னும் திருப்பித் தரவில்லை.

'நோ பாஸ்போர்ட்ஸ். நாங்கள் இந்திய ப்ரைம் மினிஸ்டருடன் வந்திருக்கிறோம்' என்று எங்கள் அடையாள அட்டையைக் காட்ட,

'ஸாரி, பாஸ்போர்ட் இல்லாமல் மாற்ற முடியாது' என்று சொல்ல, ஸ்விஸ் பாங்கில் எங்கள் தொடர்பு அதோடு வெட்டப்பட்டது. வெளியே வரும்போது ஜீவ்ஸ் எங்களைப் பார்த்து அதே புன்னகைத்தபோது கொஞ்சம் கேலி இருந்ததாகப்பட்டது.

'நீயெல்லாமா? யார்தான் ஸ்விஸ் பாங்க் வருவது என்று விவஸ்தை இல்லையா?'

நாங்கள் வெளியே வந்தபோது நண்பர் தன் மகளுக்கும் வருங்கால மருமகனுக்கும் ஸ்விஸ் வாட்ச் வாங்க விரும்பினார். அதற்காக ஒரு கடையில் போய் விலை கேட்டால் சுமார் 2500 ஸ்விஸ் ஃப்ராங் என்றாள் பெண்.

இருபதால் பெருக்கிப் பார்த்து, 'பல்ராம், இந்த அமவுண்டுக்குப் பத்து டைட்டன் வாங்கலாம். ஒத்து ரண்டி போதாமு' என்றேன்.

பல்ராம் ஸ்விட்சர்லாந்த் போய் ஸ்விஸ் வாட்ச் வாங்கவில்லை என்றால் விஜயவாடாவில் பேர் கெட்டு விடும் என்று இரண்டு வாட்ச் வாங்கவே வாங்கினார்.

இறுதியாகப் பேக் செய்யும்போது அந்த நீலக் கண் பெண்ணிடம் கேட்டுத்தான் பார்க்கலாமே என்று, 'இந்தியாவிலிருந்து வந்திருக்கிறோம். உங்கள் கடைக்கு இன்னும் கஸ்டமர்களை ஆள்வார் பேட்டையிலிருந்தும் விஜயவாடாவிலிருந்தும் அனுப்புவோம். கொஞ்சம் குறைத்துக் கொள்ளக்கூடாதா?' என்றேன்.

'எவ்வளவு குறைக்க வேண்டும்?' என்றாள்.

'சுமார் முன்னூறு ஃப்ராங்க்?'

அவள் என்னவோ அந்தக் கடையையே அவமானப்படுத்துகிறார் போல அடிபட்ட பார்வையுடன் தங்கள் கடை எத்தனை நஷ்டப் பட்டுப் போய் எங்கள் கைக் குழந்தைகளுக்கு பால் இல்லாமல் போய்விடுவோம் போலப் பார்த்துவிட்டு, 'சரி, முன்னூறு ஃப்ராங்க் குறைக்கிறோம்' என்று அழகாக இரு கடிகாரங்களை யும் பேக் செய்து கொடுத்தாள். பல்ராம் என்னை ஸ்விஸ் நாட்டில் பேரம் பண்ணி வாட்ச் வாங்குவதில் முனைவர் பட்டம் வாங்கி யவன் போலப் பார்த்து ஆனந்த பாஷ்யத்துடன் கண்ணீர்விட்டு, 'ஸூஸாதா என்னைக் காப்பாற்றினீர்' என்று கைகுலுக்கினார்.

ஸ்விஸ் நாடு கெடிகாரத்துக்குப் பெயர் போன காலமெல்லாம் போய் ஜப்பான்காரர்களின் ஆக்கிரமிப்பில் விற்றால் போதும் என்கிற நிலையில் இருக்கிறார்கள். குருவி எட்டிப் பார்க்கும் சுவர் கெடிகாரங்களைத்தான் ஞாபகார்த்தத்துக்கு ஒரு சிலர் வாங்கு கிறார்கள். இதுதான் உண்மை.

மத்யானம் அதே பஸ்ஸில் தாவோஸ் புறப்பட்டோம். பாதை மெல்ல மெல்ல மலைச்சரிவை அணுக, அணுக இரு மருங்கிலும் உறைபனியின் வெள்ளைப் போர்வை மல்வேஷ்டி விரித்து மூடினது போலத் தெரிய, மலை முகடுகளில் ஐஸ்தொப்பிகள் தெரிய லீச்சைன்ஸ்டைன் என்னும் குட்டித் தேசத்தைக் கடந்து சென்றோம். (மொத்த ஜனத்தொகை இருபத்தேழாயிரம். தலை முறையாக வந்த ப்ரின்ஸிபாலிட்டியான இந்த நாட்டுக்குட்டி ஸ்விஸ் நாட்டின் பாதுகாப்பில் இருந்தும் ஒரு ராஜகுமாரனும் ஐந்து பேர் கவர்மெண்ட்டும் கொண்டு தனி நாடாக இயங்கு கிறது.) வழி நெடுகப் பனிச் சறுக்கல் உத்தேசத்துடன் நடந்து செல்லும் செல்வந்த வெள்ளைக்காரார் கள். வண்ண வண்ண உடைகளில் ட்ராலி ஷாட் காதலர்கள் போலச் சறுக்கி நகர்ந்து கொண்டிருந்தார்கள்.

மலைப் பாதையில் சுமார் இரண்டு மணி நேரம் பிரயாணம் செய்த பிறகு மாலை வேளையில் தாவோஸ் நகருக்கு வந்து இறங் கினோம். எங்கள் டிரைவர் தன்னுடைய சடை நாயுடன் ஒரு நல்ல காப்பி ஸ்தலத்துக்கு அழைத்துச் செல்ல, எங்களை பஸ்ஸை விட்டு இறங்கச் சொன்னார். முதன் முதலாக ஏஸி சம நிலையை விட்டு வெளியே இறங்கும்போது, நண்பர் சாட்டர்ஜி, 'நான் இதற்கு முன் பலமுறை இங்கே வந்திருக்கிறேன். ஸ்னோவிலும் ஐஸிலும் நடக்க ஒரு நேக் இருக்கிறது. சின்னச் சின்னதாக அடியெடுத்து வைக்க வேண்டும். பார்த்து... பார்த்து' என்று

துரோணாச்சாரியார் போலப் பனியில் சறுக்கலில் நடப்பது பற்றி உபதேசம் தந்துவிட்டு, இறங்கின கையோடு கரபூம் என்று விழுந்தார்.

மாநாடு நடக்கும் இடத்தில் உலகத் தலைவர்கள் பலர் வருவதால் செக்யூரிட்டி பலமாக இருந்தது. என் வாழ்க்கையிலேயே மிக அழகான பாஸ், பேரும் போட்டோவையும் ஒட்டி அங்கே தயாராக வைத்திருந்தார்கள். அதைக் கழுத்தில் மாட்டி எக்ஸ்ரே தடவி உள்ளே அனுப்ப, சுமார் அறுநூறு பேர் உட்காரக்கூடிய நவீன ஹாலில் எல்லா நாற்காலிகளிலும் ஹெட்ஃபோன் வைத்திருந்தது வாக்மன் போல, இணைப்பு தேவையில்லை. காதில் மாட்டிக் கொண்டால் ஒயர்லஸ் மூலம் எல்லா மொழி பெயர்ப்பும் ஹெட்ஃபோனில் கிடைக்கிறது.

நம் பிரதமர் நரசிம்ம ராவ் பேசுவதன் முன் ஹங்கேரிய ஜனாதிபதி Goenoz (நீங்களே சௌகரியப்படி உச்சரித்துக் கொள்ளவும்) பேசினார். ஸ்வாப் என்பவர் தலைமை தாங்கினார். அறிமுக உரை ஆற்றிய பெண்மணி நரசிம்மராவை உலகிலேயே மிகப் பெரிய கம்பெனியின் (இந்தியா) சேர்மன் அண்டு மேனேஜிங் டைரக்டர் என்று அறிமுகப்படுத்தினார். ஹங்கேரிய ஜனாதிபதி சுமாராகப் பேச அதன்பின் பேசிய நோபல் சமாதானப் பரிசு பெற்ற ப்ரொபஸர் வீஸல்லின் பேச்சு உன்னதமாக இருந்தது.

'உண்மைக்கு எதிரி பொய்யல்ல. நன்மைக்கு எதிரி தீமை அல்ல. முன்னேற்றத்துக்கு எதிரி பிற்போக்கு அல்ல. எல்லாவற்றுக்கும் ஒரு பொது எதிரி உண்டு. அலட்சியப் போக்கு (Indifference). அதுதான் நம் மிகப் பெரிய எதிரி. பணக்காரர்கள் ஏழைகளை அலட்சியப்படுத்துவது, முன்னேற்ற நாடுகள் பின்தங்கிய நாடுகளை அலட்சியப்படுத்துவது - எந்த பாவத்திலும் பொது அம்சம் இந்த அலட்சியம்' என்று அருமையாகப் பேசியபின் நம்மவர் எப்படிக் கவனம் ஈர்க்கப் போகிறார் என்ற கவலை ஏற்பட்டது எனக்கு.

தாவோஸ் - 3

30

தாவோஸ் உலகப் பொருளாதாரக் கூட்டத்தில் நம் பிரதமர் பேசிய பேச்சின் பிரதி எங்களுக்கெல்லாம் முன்பே கொடுக்கப்பட்டது. அதைத்தான் படிக்கப் போகிறார் அவர் என்று அவரவர் அலட்சியமாக இருந்தாலும் அந்தப் பேச்சு ஆழ்ந்த கருத்துக்கள் கொண்டதாக இருந்தது. 'அண்மைக் காலத்தில் நிகழ்ந்த சரித்திர மாறுதல்கள் இதுவரை உலகம் மாறவே இல்லை போல ஒரு பிரமையை ஏற்படுத்தும் அளவுக்கு அத்தனை வேகமாக நிகழ்ந்திருக்கின்றன. பனிப் போர் (கோல்ட் வார்) முடிந்து போய், இரு வல்லரசு உலகம் ஒரு வல்லரசு உலகமாகிவிட்டது. பொதுவாக ஜனநாயகம்தான் விரும்பும் அரசு முறையாக இருக்கிறது. இந்தியாவில் நாங்கள் முழுச் சுற்று வந்து விட்டோம். ஆயிரம் வருஷங்களுக்கு முன் கிராம ஆட்சிகளிலிருந்து துவங்கி அரசர்களால் ஆளப்பட்டு, பிரிட்டிஷாரால் ஆளப்பட்டு, பல்வேறு கலாச்சாரத் தாக்கங்களுக்குப் பிறகு சுதந்திரம் பெற்று, குடியரசாகி மீண்டும் கிராம பஞ்சாயத்துக்குத் திரும்புகிறோம்.

'இவ்வாறு அற்புதமான கருத்துக்களைக் கொண்ட கட்டுரையை வாசிக்கும்போது ராவ் சில சமயம் பிரதியிலிருந்து மீறிச் சொந்தமாக, சில கருத்துக்கள் சொன்னார்.

‘கம்யூனிசம் விழுந்துவிட்டதால் முதலாளித்துவம் காபிட்டலிசம் தான் எங்களுக்கு இருக்கும் ஒரே வழி என்பது தவறு. எங்களுக்காக ஒரு ‘நடுப்பாதை’ இருக்கிறது. ஒவ்வொரு சமூகத்துக்கும், அதன் சூழ்நிலைக்கும், அறிவுக் கூர்மைக்கும் என்ற ஒரு நடுப்பாதை உண்டு.

‘உதாரணமாக, இந்தியாவில் நீங்கள் வியாபாரம் செய்வதற்காக ஒரு ராத்திரியில் எல்லாரையும் வேலை நீக்கும்படியாகச் சட்டம் கொண்டுவா என்றால் எங்களால் முடியாது. எங்கள் சமூகம் உங்களைப் போன்றதல்ல. அவர்களை எங்கே அனுப்புவோம்? இது வேலையின்மையை அதிகரிக்குமே தவிர, பிரச்னையைத் தீர்க்காது.’

ராவின் பேச்சைப் பலரும் சிலாகித்தாலும் அதைப்பற்றி லோக்கல் தினசரிகளில் மறுநாள் ஏதும் வரவில்லை. மாறாக, மறுதினம் இண்டர்நேஷனல் ஹெரால்டு ட்ரிப்யூனில் பெனஸீர் புட்டோ பாஸ்னியா போனதைப் பற்றியும் இந்தியாவில் எங்கோ ஒரு கிராமத்தில் மக்களே நீதி வழங்கி தண்டனை தருவதைப் பற்றியும் செய்தி வந்திருந்தது. அலட்சியம்.

இரவு, கூட்டம் முடிந்ததும், ஹாலுக்கு வெளியே சாப்பிடப் பலதும் வைத்திருந்தார்கள். எதைப் பார்த்தாலும் மாமிசம் போல இருந்தால் பிஸ்கட் கேக் வகையறாக்கள் மட்டும் கடித்துவிட்டு இரவு ஜூரிச் திரும்பிவிட்டேன்.

இரவு சுமார் பதினோரு மணி இருக்கும். அறையின் டெலிஃபோன் ஒலித்தது. ‘மிஸ்டர் ரங்கராஜன், அதிகாலை ஐந்தரை மணிக்கு நரசிம்மராவ் ஸ்பெஷல் ப்ரீஃபிங் கொடுக்கிறார். மீடியா சென்டருக்கு வந்துவிடவும்.’

பிரதமரை என்னவெல்லாம் கேள்விகள் கேட்கலாம் என்பது பற்றி யோசித்துக்கொண்டே தூங்கிவிட்டேன். கனவில் பிரதமருடன் பனிச் சறுக்கல் செய்து கொண்டிருந்தபோது, ‘டேக் தி மிடில் பாத் டேக் தி மிடில் பாத்’ என்று அவர் சொல்வதைக் கேட்காமல், ஓரத்துக்குச் சென்றபோது தொபுகடீர்’ என்று சறுக்கி விழுந்து எழுந்தேன்.

பலபலவென்று ஏழரை! ‘அடடா, சந்தர்ப்பத்தைத் தவறவிட்டேனே’ என்று அவசரமாக கீழே மீடியா சென்டர் போனால் ஓர்

ஈ இல்லை. எல்லாரும் மார்பில் துண்டு போர்த்திக் கொண்டு ப்ரக்ஃபாஸ்டிக் கொண்டிருந்தார்கள்.

நான் மிக வருத்தத்துடன் அவர்களிடம் போய், 'சந்தர்ப்பத்தைத் தவறவிட்டு விட்டேன். பிரதமர் என்ன சொன்னார்?'

'பிரதமரா? ஹில்டன் ஓட்டலில் அல்லவா இருக்கிறார்.'

'காலை ஐந்தரை மணிக்கு ப்ரீஃபிங் இல்லை?'

கேட்கப்பட்டவர் சீனியர் நிருபர். என்னை ஏற இறங்கப் பார்த்து, 'ராத்திரி ஷாம்பேன் அதிகமா?' என்றார்.

'யார் சொன்னது? எனக்கு ஃபோன் வந்தது நீங்களும் தவற விட்டு விட்டீர்களா?'

அவர்: 'கவலைப்படாதே, உத்தரவாதமாகப் பிரதமர் இங்கு வரவும் இல்லை. பேட்டி தரவும் இல்லை' என்று சொன்னபோது உதித்தது பத்திரிகையாளர் கோஷ்டியில் இந்த மாதிரி ப்ராக்டிகல் ஜோக் பண்ணும் ஆசாமிகளும் இருக்கிறார்கள் என்று!

அது யாராக இருக்கும் என்று வழி நெடுக யோசித்துக் கொண்டு வந்தேன்.

மகாராஷ்டிராவிலிருந்தும் கோவாவிலிருந்தும் வந்த மராட்டியப் பத்திரிகையாளர்கள் இருவர் அடிக்கடி கெகெக் என்று மராட்டியில் சிரித்துக்கொண்டு, 'மிஸ்டர் ரங்கராஜன் காலை எத்தனை மணிக்கு எழுந்தீர்கள்?' என்று கேட்டபோது, 'வாவா மெட்ராசுக்கு ஆள்வார்பேட்டை பக்கம் வருவே இல்லை? பாத்துக்கறேன்' என்றேன் தமிழில்.

'பெக் யுர் பார்டன்.'

'நத்திங் நத்திங்.'

அடுத்த ஸ்டாப் ஜெர்மனியின் தலைநகரான பான். பிரதமர் ஹெலிகாப்டரில் முன்னாலேயே போய்விட நாங்கள் எங்கள் சப்ரமஞ்ச கூடமான போயிங் 747ல் (மோனா உங்களையெல்லாம் ரொம்ப விசாரித்தார்) தொடரும்போது ஸ்விட்சர்லாந்து என்னும் அதிசய நாட்டை வியந்தேன். மொத்த சனத்தொகை 69 லட்சம். அதில் 12 லட்சம் வெளி தேசத்தவர்கள். மூன்று மொழிகள் ஜெர்மன், ப்ரெஞ்ச், இத்தாலியன். ஜெர்மன்தான் அதிகபட்சம் 65

சதவிகிதம், கத்தோலிக்கர்கள் 48 பர்செண்ட் ப்ராட்டெஸ்டன்டு 44. உலகத்திலேயே அதிக விலைவாசியுள்ள நாடு (டூத் பிரஷ் நினைவிருக்கலாம்). தேசிய வருமானம் சுமார் 3500 கோடி ஸ்விஸ் ஃப்ராங். ஒரு 1 ஸ்விஸ் ஃப்ராங் என்பது சுமார் 22 ரூபாய்.

ஸ்விஸ் நாட்டின் அரசியல் அமைப்புத்தான் டாப். சுமார் 4000 சதுர கிலோமீட்டர் பரப்புள்ள இந்த நாட்டை 20 முழு காண்டன்களாக வும் (Canton) 6 அரை காண்டன்களாகவும் பிரித்திருக்கிறார்கள். காண்டன் என்பது நம் ஜில்லா போல. ஆனால் அவைகளைவிட அதிக அதிகார சுதந்திரங்கள் உள்ள ஜில்லாக்கள். இவர்கள் மாநில கவுன்சிலுக்கு 46 சீட்டும் தேசிய கவுன்சிலுக்கு 200 சீட்டும் உண்டு. ப்ரொபோர்ஷனேட் ரெப்ரசன்டேஷன் முறையில் ஒவ்வொரு கட்சியும் எத்தனை ஓட்டு வாங்குகிறார்களோ அந்தந்த அளவுக்குச் சீட்டு. உதாரணம், அ.தி.மு.க. 51 சதம் மக்கள் ஓட்டுப் பெற்று அத்தனை சீட்டையும் இங்கு கவர முடியும். தி.மு.க. அல்லது காங்கிரஸ் 49 சதவிகித மக்கள் ஓட்டுப் போட்டும் ஒரு சீட்டும் பெறாமல் போகலாம். ஸ்விஸ் நாட்டில் என்றால் அ.தி.மு.க.வுக்கு 51 சீட்டும் எதிர்க்கட்சிக்கு 49ம் அளிக்கப்படும். இந்த முறையை இந்தியாவில் கொண்டுவர அறிஞர்கள் பலர் முயன்றும்... ம்ஹூம்.

பான் நகரத்தில் வந்து இறங்கிய கையோடு எம்பஸிகாரர்கள் நகரத்தைச் சுற்றிப் பார்க்க ஏற்பாடு செய்திருந்தார்கள்.

எங்கே பார்த்தாலும் சைக்கிள்! சைக்கிள்!

பான் நகரத்தில் முக்கியமாகக் கண்ணில் படுவது சைக்கிள்கள். வண்ண வண்ண டிசைன்களில் இளைஞர் பலர் சைக்கிள் விடுகிறார்கள். அவர்களுக்கென்று தனியாக சைக்கிள் பாதைகள் அமைத்து, மற்றப் போக்குவரத்துடன் குறுக்கிடும் இடத்தில் எல்லாம், கார்கள் சைக்கிள்களுக்குச் சந்தோஷமாக வழிவிட்டுப் பொறுமையுடன் காத்திருக்கிறார்கள். பான் ஒரு தற்காலிகத் தலைநகரம். இரு ஜெர்மனிகளும் இணைந்த பின் தலைநகரை இந்நூற்றாண்டின் இறுதிக்குள் பெர்லினுக்கு மாற்றப் போகிறார்கள்.

பீத்தோவனின் வீடு இதுதான் என்று அதன் ஒரே கலாசார அடையாளத்தைப் பெருமையுடன் எங்கள் கைடு குறிப்பிட்டார். நகரத்தின் எம்பஸி போன்ற கட்டிடங்கள் அதிகம் பகட்டில்லாமல்

சாதாரணமாகவே இருக்கின்றன. பான் நகரத்தில் வந்ததற்கு அடையாளமாக ஏதாவது வாங்கலாம் என்று ஓட்டலை விட்டுச் சர்வ உஷ்ண வஸ்திரங்களுடன் கிளம்பி அதிக தூரம் போக வேண்டாம் என்று இதோ எதிரே இருந்த சர்ச்சை அடையாளம் வைத்துக்கொண்டு பக்கத்தில் இருந்த கடைத் தெருவில் வேடிக்கை பார்த்துவிட்டு திரும்ப வந்தபோது ஓட்டலைக் காணோம்.

மன்மோகனுக்கு வாரிசு

31

பொடி நடையாகக் கூப்பிடுதூரம்தான் என்று பான் நகரத்தில் போய் விட்டுத் திரும்பியபோது ஓட்டலைக் காணோம். பெயர் ப்ரெஸிடெண்டோ, ரெஸிடென்லியா தெரியவில்லை. போன் நம்பர் இல்லை. யாரையாவது கேட்கலாம் என்றால் என்ன அடையாளம் வைத்துக் கேட்பது? சர்ச் அடையாளம் போதாது. அந்தச் சதுக்கத்தில் நாலு சர்ச்சுகள் இருந்தன.

எதிரே வந்த இளைஞனைக் கேட்டால், ‘ஸாரி, நோ இங்கிலீஷ். டாய்ஷ் டாய்ஷ்’ என்றான்.

எனக்கு டாய்ஷ் அதாவது ஜெர்மன் வராது. ஒரே ஒரு வார்த்தைதான் ‘குட்டன் மார்கன்’. இந்த மாதிரிச் சந்தர்ப்பங்களில் என்ன செய்வது என்று யாரும் புஸ்தகம் எழுதவில்லை. சென்னையில் பிறந்து ஸ்ரீரங்கத்தில் வளர்ந்து, கடைசியில் ஜெர்மனியில் பான் நகரத்தில் தெருவில் புறக்கணிக்கப்பட்டு, அந்த ப்ளாட்பாரக் கிழவன்போல ஹாட்டைக் கவிழ்த்துப் போட்டு அக்கார்டியான் வாசிக்கும் நிலைக்கு வந்து விடுவேனோ என்று பயம் இருந்தாலும், ஓரத்தில் ஒரு குரல் உனக்கு அக்கார்டியான் வாசிக்கத் தெரியாதே என்றது. வேறு வழியில்லை என்று இலக்கில்லாமல் நடக்க ஆரம்பித்தேன். எங்கேயோ ஒரு மக்டொனால்ட் உணவகத்தைப் பார்த்த ஞாபகம் இருந்தது.

ரெயில்வே ஸ்டேஷன் ஞாபகம் இருந்தது. உற்சாகமான கடைத் தெருக்கள். மக்கள் வேண்டாத வஸ்துக்களைக் கலர் கலராக வாங்கிக் கொண்டிருந்தார்கள். நடைபாதை முழுவதும் சதுரக் கல் பதித்து மக்கள் எதிர்பார்த்த விதத்தில் சிரித்துப் பேசிக்கொண்டு சென்றார்கள். அதிகம் குழந்தைகளைக் காண முடியவில்லை.

அக்கார்டியான் ஹாட் கிழவன் மெட்டை மாற்ற, நான் இந்தச் சங்கட வேளைகளில்தான் பக்தருக்கு அருளுவது மகாவிஷ்ணுவுக்கு வழக்கம் என்று திருவிருத்தத்தில் ஒரு விருத்தத்தை மனசில் சொல்லிக் கொண்டேன். என்ன ஆச்சரியம் பாருங்கள். மகாவிஷ்ணு கண்முன்னால் தோன்றி... வேண்டாம் ரீல் விட சம்மதமில்லை. எல்லாச் சந்துகளிலும் நுழைந்து எல்லாத் திசைகளிலும் திரும்பிய பின் ஓட்டல். நான் முதலில் தேடத் துவங்கிய இடதுக்குப் பத்து மீட்டர் தள்ளி இருந்தது. இதில் நீதி... வெளிநாட்டில் தனியாக வெளியே போகக்கூடாது.

காலை எங்களை ஜெர்மானிய சான்ஸலர் ஹெல்முட் கோல் பிரதமர் நரசிம்மராவைச் சந்தித்துப் பேச்சு வார்த்தை நடத்தப் போகும் நிகழ்ச்சியையும், ஜெர்மனியின் முக்கியத் தொழிலதிபர்கள் நம் கோஷ்டியைச் சந்திக்கும் நிகழ்ச்சியையும், கவனிக்கச் சொகுசு பஸ்ஸில் அழைத்துச் சென்றார்கள். இறங்கியதும், குளிர் காற்று முகத்தைக் கத்திபோல் வெட்டியது. சான்ஸலர் என்பது நம்மூர் பி.எம்.போல. ஜெர்மனிக்குப் ப்ரெசிடெண்டும் இருக்கிறார். சான்ஸலரும் இருக்கிறார். சான்ஸலர்தான் முக்கியம். ப்ரெசிடெண்ட் நம் இந்தியாபோல வெத்து. சான்ஸலர் கோலின் அலுவலகம். எளிய கட்டிடம். முன் பகுதியில் சீராக வெட்டப்பட்ட புல்வெளியில் தங்க நிறத்தில் என்னவோ ஒன்று மற்றொரு என்னவோவைக் கட்டித் தழுவும் நவீன சிற்பத்தின் அருகே, நம் இருவர் கொடிகளும் காற்றில் அசைந்து கொண்டிருக்க, மேலே ஹெலிகாப்டர்கள் அவ்வப்போது எட்டிப் பார்த்துக் கொண்டிருக்க, குறிப்பிட்ட நேரத்துக்கு ஐந்து நிமிஷம் முன்னதாக கோல் வந்து நிற்க, வெள்ளை வெளேரென்று துடிப்பாக சல்யூட் அடிக்கவும், பாண்டு வாசிக்கவும் காத்திருக்க, பளிச் பளிச்சென்று பகலிலும் வெளிச்சமிடும் நான்கு கார்கள் வர, ஆரவாரமில்லாமல் நரசிம்மராவ் கொணரப்பட்டார். ரெண்டு ட்யூன் பாண்டு வாசித்தார்கள். நடந்தார்கள். உள்ளே சென்றார்கள். மாநாடு துவக்கம்.

பொதுவாகவே வி.ஐ.பி.க்களால் போக்குவரத்து பாதிக்கப்படாமல் மிகக் கச்சிதமாகச் செய்கிறார்கள். ட்ராஃபிக் பச்சை

விளக்குகள் அற்புதமான செய்தித் தொடர்பின் உதவியுடன் கட்டுப்படுத்தப்பட்டு நாட்டின் தலைவராக இருந்தாலும், ஐந்து நிமிஷத்துக்கு மேல் போக்குவரத்தை அடைப்பதில்லை. சென்னையில் இதே நரசிம்மராவ் வந்தபோது அவர் பல்லாவரத்தில் புறப்பட்டபோதே இங்கே மவுண்ட் ரோடில் அடைத்து, அவர் போய் புழுதியும், ஆரன் அலறல்களும் அடைப்பும், குழப்பமும் அடங்க மூன்று மணி நேரமாகியது.

பிரதமர்களும், முதலமைச்சர்களும் கடப்பதால் போக்குவரத்துத் தடைப்படுவதில் மக்கள் எத்தனை பேர் கடுப்படிக்கிறார்கள் என்பதை அவர்களுக்கு யாராவது சொல்லியே ஆகவேண்டும்.

எங்களையெல்லாம் உள்ளே விடாமல் அருகிலிருந்த அறையில் டி.வி. மூலம் அவர்கள் பேசிக்கொள்வதை, படம் காட்டினார்கள். கோல், ராவ், சீமன்ஸ் அதிபர் மற்றும் இந்தியத் தொழில் துறை சார்பில் தொழிலதிபர் காத்ரெஜ் பேசினார்கள். நாங்கள் இங்கிருந்து நிமிஷத்துக்கு ஒரு காப்பி அருந்திக்கொண்டு சிகரெட் பிடித்துக்கொண்டு கேட்டுக் கொண்டிருந்தோம். காத்ரெஜின் பேச்சு நேர்முகமாக அப்பட்டமாக இருந்தது. ஜெர்மனியிலும் சிவப்பு நாடா இருக்கிறது. சில டெக்னாலஜிக்களை எங்களுக்குத் தருவதற்கு ஜெர்மனி தயங்குகிறது என்றார். சிங்கப்பூர், தென் கிழக்கு ஆசியா மார்க்கெட்டுக்கு எல்லாம் ஒரு தலைவாசலாக இந்தியாவை எடுத்துக் கொள்ளுங்கள் என்றார்.

முக்கோண உறவுகள் பங்களாதேஷ், சிங்கப்பூர் போன்ற தேசங்களுடன் வைத்துக் கொள்ளலாம். உங்கள் தொழில் திறமை, இந்திய மார்க்கெட், சிங்கப்பூரின் வியாபாரத் திறமை இவை மூன்றும் சேர்ந்தால் நம்மை அசைக்க முடியாது என்று ஆணித்தரமாகச் சொன்னார்.

மாலை இந்தியத் தூதுவர் ராணா வீட்டில் விருந்துக்குக் கார்டு கொடுத்திருந்தார்கள். போகாவிட்டால் ராணா கோபித்துக் கொள்வாரே என்று குளிரையும் பாராட்டாமல் போனேன். டிராகுலா படங்களில் வருவதுபோல ஏறக்குறைய பழைய மாளிகை. சற்றே உயர்ந்து மேற்செல்லும் முன்னிடத்தில் கார்கள், கார்கள். பெரிய்ய வீடாக இருந்தாலும் இருநூறு பேரை - பாதி பேர் வரமாட்டார்கள் என்று கூப்பிட்டிருக்க இருநூற்றம்பது பேர் வந்திருந்தார்கள். ஃப்ராங்க்ஃபர்ட் ஸ்டேட் பாங்க் மானேஜர் உட்பட உள்ளே நுழைய முடியாமல் மார்போடு மார்பு ஒட்டிக்

கொண்டுதான் பெண்களுடன் பேச முடிந்தது. அங்கேகூட ஓரிருவர் தமிழ் எழுத்தாளரா என்று நைலான் கயிறு தினங்களை ஞாபகம் வைத்துக்கொண்டு விசாரித்தார்கள். அம்பாஸடர் பார்ட்டி என்பதால் டொமேட்டோ ஜூஸ் போன்ற உபத்தரவ மில்லாத திரவங்கள்தான் வழங்கப்பட்டு, சமூசா, பிரியாணி, விஜிடபிள் போன்ற நம்மூர் சமாசாரங்களைப் பார்த்து, ‘டேய் சீக்கிரம் போடா’ என்று நாக்கு கெஞ்ச அவைகளை க்யூவில் நின்று அணுகுவதற்குள் காணாமற் போயின. ஜூவில் சாப்பாட்டுச் சமயம் போல இருந்தது. முன்னறையில் பிரதமரை ஜெர்மனி வாழ் இந்தியர்கள் ஒவ்வொருவராக அணுகி வணங்கி விட்டு ஃபோட்டோ எடுத்துக்கொள்ள, பிரதமர் ஒரு ஃபோட்டோவுக்கும் பாரபட்சம் இன்றிச் சிரிக்காமல் இருந்தார்.

வெளியுறவுத்துறை அமைச்சகத்தில் காரியதரிசியான சீனிவாசன் தமிழர். இங்கிலாந்தில் படித்தவர். சென்னை கலக்காத ஆக்ஸ்போர்டு ஆங்கிலத்தில் எங்களுக்கெல்லாம் ப்ரீஃபிங் கொடுத்து, அன்றைய நிகழ்ச்சிகளின் பேச்சு வார்த்தைகளைத் தொகுத்தளித்தார். ஜெர்மானியத் தொழிலதிபர்கள் இந்தியாவில் வந்து வியாபாரம் செய்ய வேண்டுமெனில் என்ன எல்லாம் இந்திய அரசு செய்ய வேண்டும் என்று எண்பது கேள்விகள் கொண்ட தாள் ஒன்று கொடுத்திருக்கிறார்களாம். அதற்கு நம்மவர்கள் பதில் எழுதி விட்டார்களாம். பாஸா ஃபெயிலா என்று தெரியவில்லை.

மெர்ஸிடிஸ் பென்ஸ், ஓபெல், பிஎம்.டபுள்யு., பீஜோ போன்றவர்கள் இங்கே கார் செய்ய ஆரம்பிக்கலாமா என்று யோசிப்பதாகச் சொன்னார்கள். வாசகர்கள் கார் வாங்கும் உத்தேசமிருந்தால் கொஞ்சம் காத்திருக்கவும். ஸீமன்ஸ் போன்றவர்கள் தொழில் ஆரம்பித்துவிட்டதாகவும் சொன்னார்கள்.

ஸீமன்ஸ் ஜெயங்கொண்டத்தில் முதல் தனியார் துறை மின் உற்பத்தி நிலக்கரியிலிருந்து தொழிற்சாலை அமைக்கப் போவதாகவும், குஜராத்தில் ஒன்று வைக்கப் போவதாகவும், பாயர், ரிஷிகேஷில் மருந்துகள் தயாரிக்கப் போவதாகவும் சொல்லிக் கொண்டார்கள்.

நாங்கள் திரும்பி வருவதற்கு இரவு வெகு நேரமானாலும் மறுதினம் அதிகாலை பெர்லின் நகரத்துக்குப் புறப்பட்டோம். ஏரோப்ளேனில் மாண்டேக் சிங் அலுவாலியா நிதித்துறை செக்ரட்ரியைச் சந்தித்துப் பேச முடிந்தது. அலுவாலியா, நிதி அமைச்சரின்

சிந்தனைத் தொட்டியில் நீந்துபவர்களில் ஒருவர் என்கிறார்கள். சுலப சுபாவராக தெளிவான கருத்துக்கள் கொண்டு, இந்தியப் பொருளாதாரத்தில் அவர்களே எதிர்பாராத அளவுக்கு நேரடி முதலீடு வந்துவிட்டது என்றார். ரூபாயை முழுவதும் மற்ற நாணயங்களுக்கு மாற்றக்கூடிய Full convertibility வருவதற்கு நம் செய்தித் தொடர்பு கம்யுனிக்கேஷன் முன்னேற வேண்டும் இல்லை யெனில் அது அபாயம் என்று சொல்லி டெலிபோன்களைத் தனியார் மயமாக்குவதில் அரசு சற்றே தயங்குவதாகவும், நேரடி டெலிபோன் சர்வீஸைத் தனியார் துறையிடம் கொடுக்கமாட்டார் கள் என்று தெரிந்தது.

'வால்யு ஆடட் சர்விஸஸ்' என்று அதை மட்டும் அனுமதிக்கப் போவதாகவும் சொன்னார். தனியார் ஃபோன் கம்பெனிகளுக்கு இருநூறு கோடிவரையில் அனுமதி தந்திருப்பதாகச் சொன்னார். நாம் என்னதான் நம் பொருளாதாரத்தைத் தளர்த்தினாலும், சைனாவில்தான் அவர்கள் அதிகமாக முதலீடு செய்கிறார்களே, காரணம் என்ன என்று கேட்டதற்கு மாண்டேக் சிங் சரியான பதிலளித்தார்.

சைனா நம்மை விடப் பத்து வருஷம் முன்னதாகவே தளர்த்த ஆரம்பித்துவிட்டார்கள். நாம் ஆரம்பித்து இரண்டு வருஷம்கூட ஆகவில்லையே என்றார்.

மாண்டேக் சிங் கவனிக்கப்பட வேண்டியவர். மன்மோகனுக்குச் சரியான வாரிசு.

பெர்லின் நகரத்தில் வந்து இறங்கியபோது இன்று ராத்திரி நான் பார்க்கப் போகும் காட்சியை யாராவது சொல்லியிருந்தால் 'ஹ, நானா!' என்று நக்கலாகச் சிரித்திருப்பேன்.

ஜலதோஷம் பிடித்துக் கொள்ளாதோ? 32

வழக்கம்போல் பெர்லின் நகரக் குளிர் காற்று எங்களைக் கடுமையாக வரவேற்றது. கொஞ்ச நேரம் பஸ்ஸில் போனதும் நகர மத்தியில் இருந்த அருமையான பெர்லின் ஓட்டலில் தங்கினோம். காலை வழக்கம்போல் வெளியுறவுச் செயலர் சீனிவாசன் ப்ரீஃபிங், பிரதமர் ஹம்போல்டு பல்கலைக்கழகத்தில் பேச்சு, அதன்பின் பெர்கமன் அருங்காட்சியகத்துக்குச் செல்ல, அவரைப் பின் தொடர்ந்து எங்கள் கோஷ்டியும் பெர்லின் நகரத்தைச் சுற்றி வந்தோம். பன்னிரெண்டாம் நூற்றாண்டின் இறுதியில் நிறுவப்பட்ட பெர்லின், சரித்திரத்தின் சுவடுகளும், கறைகளும் அழுந்தப் பதிந்த நகரம். மன்னர் ஃப்ரெட்ரிக்கின் ப்ரஷ்யத் தலைநகராக இருந்தது. நெப்போலியனால் 1806 - ல் கவரப்பட்டது. 1848 - ல் மக்கள் புரட்சி வந்து ஒற்றுமையின்மையால், மீண்டும் மன்னர் ஆட்சிக்குத் திரும்பியது. ஜெர்மானியப் பேரரசின் தலைநகர் 1871ல் இரண்டு உலகப் போர்களின் மையக் கேந்திரம். இரண்டாம் உலகப்போர் முடிந்து ஜெர்மானியர்கள் தோல்விச் சின்னமாக அதன் மத்தியில் அபத்தமாக ஓர் சுவர் எழுப்பி, கடக்க முற்படுபவர்களையெல்லாம் சுட்டு வீழ்த்திக் கொண்டிருந்தார்கள். எங்கோ ரஷ்யாவில் ஏற்பட்ட மாறுதலினால் கோர்ப்பசேவ் என்னும் ஒரு

வித்தியாசமான மனிதர் தோன்றியது பெர்லின் சுவர் உடையக் காரணமாக இருந்தது.

இன்று பெர்லின் சுவர் தன் பயங்கரத்தை எல்லாம் இழந்து, டூரிஸ்டுகளால் சுவனியர் அடையாளங்களுக்காக உடைத்து எடுக்கப்பட்டு, அவர்கள் இனிமேல் அதை மொட்டையடிக்கக் கூடாது என்று பாதுகாக்க வேலி போட்டிருந்தார்கள்.

சுவர் பாதுகாத்தது, இப்போது சுவரைப் பாதுகாக்க வேண்டி யிருக்கும்படி அத்தனை வேகமான சரித்திர மாற்றம். இன்று கிழக்கு, மேற்கு பெர்லின் இரண்டும் ஒருங்கிணைந்து விட்டன. உற்சாகமும் ஆரவாரமும் ஓய்ந்தபின் உண்மை நிலை புரிந்த போது, நகரத்தின் கல்சுவரை உடைத்துவிட்டாலும் மனச் சுவரை உடைக்க முடியாது என்பதை மெல்ல உணர்கிறார்கள். கிழக்கு பெர்லின் இன்னும் சோகையாகத்தான் இருக்கிறது. வேலை யில்லாமையும், பொருளாதாரப் பின்தேக்கமும் ஏற்பட்டு, கம்யூனிஸ்டு ஆட்சியே பரவாயில்லை என்று சொல்லும் அளவுக்கு நிலைமை.

அடிமட்டத்துக்கு வந்துவிட்டதாகச் சொன்னார்கள். பச்சை குத்திய இளைஞர்கள் கோபத்துடன் திரிகிறார்கள். யார் தலை மேல் மொட்டென்று அடித்து ஐந்தாறு மார்க் சம்பாதிக்கலாம் என்று திரிகிறார்கள்.

ஜெர்மனியின் மறு இணைப்பில் சரித்திர பாடங்கள் நிறையவே இருக்கின்றன. இருந்தாலும் அவர்கள் ஏழ்மை நம் ஏழ்மை யிலிருந்து வேறுபட்டது. அது பணக்கார ஏழ்மை. டி.வி. செட் இல்லாததும், இரண்டாவது கார் இல்லாததும் அவர்கள் ஊரில் ஏழ்மை. நம்மூர் ஏழ்மை, இந்திய ஏழ்மை சூப்பர், அடுத்த வேளைச் சோற்றுக்கில்லாதது. தெருவில் செய்தித்தாளை விரித்துப் படுத்துக்கொள்ளும் ஏழ்மை. அது இப்போது ரஷ்யாவை எட்டிப் பார்த்துக் கொண்டிருக்கிறது.

ஹம்போல்டு பல்கலைக்கழகம் 1810லிருந்து இருக்கிறது. இரண்டாம் உலகப் போரில் மோசமாகச் சேதமடைந்து 1946ல் மறுபடி திறந்தபோது 'ஹம்போல்டு' பல்கலைக்கழகம் என்று பெயர் பெற்றது, ஸ்தாபகரின் நினைவுக்காக. கார்ல் மார்க்ஸ், என்கெல்ஸ், மாக்ஸ்ப்ளாங்க், ஐன்ஸ்டைன் போன்றவர்கள் படித்த பல்கலைக்கழகம். இப்போது சுமார் 19,000 மாணவர்கள்

படிக்கிறார்கள். ஜாகிர் உசேன் அதில் படித்திருக்கிறார். தாகூர் விஜயம் செய்திருக்கிறார். தமிழ், மராத்தி போன்ற மொழிகள் படிக்கிறார்கள். இந்திய இயல் இண்டாலஜியில் 1821லிருந்து அவர்களுக்கு ஆர்வம். சமஸ்கிருதம் பேசும் வெள்ளைக்காரர் களைச் சந்திக்க முடிகிறது.

காதரீனா ஹின்ட்ஸ் என்னும் இளம் பெண்ணை அங்கேதான் முதலில் சந்தித்தேன். ஹாம்பர்க், ஹீடல் பார்க் பல்கலைக் கழகத்தில் படித்து எம்.ஏ. பட்டம் பெற்ற இந்தப் பெண்மணி தமிழும், இந்தியும் படித்திருக்கிறார். அசோக மித்திரன், ஜெயகாந்தன், சுபத்ரா ராமானுஜன், ராஜம் கிருஷ்ணன், கல்கி போன்றவர்களின் சிறுகதைகளைப் படித்திருக்கிறார். ஜெயகாந்த னின் 'அன்புக்கு நன்றி' 'குருக்களாத்துப் பையன்' இரண்டையும் மொழி பெயர்த்திருக்கிறார். புறநானூறு ஏழு பாடங்களை ஆழமாகப் படித்திருக்கிறதாகச் சொல்லும் காத்தரினா 'டர் ஹார்ப்ளிக்' என்னும் பத்திரிகையில் பணிபுரிந்துகொண்டு, தமிழ் இலக்கியத்தில் டாக்டர் பட்டம் பண்ணலாமா என்று யோசித்துக் கொண்டிருக்கிறார். காவேரி பிரச்னை பற்றியும் கட்டுரை எழுதப் போகிறார் காத்தரினா. அன்று மாலை அத்தனை குளிரிலும் என்னை வந்து பார்த்தற்குக் காரணம் தமிழ் என்னும் மொழியின் கவர்ச்சி மட்டுமே என்பதை எண்ண வியப்பாக இருக்கிறது. தமிழை நாம் புறக்கணித்தாலும், உலகம் புறக்கணிக்காது என்பது உறுதி.

பெர்லினில் பிரசித்தி பெற்ற ப்ராண்டன்பர்க் வாசலின் வழியே நரசிம்மராவும், பெர்லின் நகர மேயரும் நடந்து சென்றனர். உடனே நாங்களும் கடந்து சென்றோம். எனக்கு வில்லியம் ஷைரனின் 'ரைஸ் அண்ட் ஃபால் ஆஃப் தி தேர்ட் ரீஹ்' நினைவுக்கு வந்தது. சரித்திரத்தின் எதிரொலிகள் நிறையவே கேட்கின்றன. ஹிட்லரின் போர்க் குரல்களும், ஒரு சமுதாயத்தையே அழித்த ஆவேசப் பேச்சுத் திறமையும் இன்று அவர்கள் ஞாபகங்களில் ஒரு தர்மசங்கடமாக மிச்சமிருக்கின்றன.

பெர்லினில் மேற்கும், கிழக்கும் இணைந்த இன்றைய நகரத்தின் மக்கள் தொகை முப்பத்தைந்து லட்சம். பான் நகரத்திலிருந்து நூற்றாண்டின் இறுதிக்குள் தலைநகரம் இங்கே வந்துவிடப் போகிறது. ஒரு லட்சத்துக்கும் மேற்பட்ட துருக்கியர்கள், சுமார் மூவாயிரம் இந்தியர்கள் வாழும் இந்த நகரத்தில் பதினைந்து இந்தியச் சங்கங்கள் இருக்கின்றன. பெரும்பாலும் ஈழத்

தமிழர்கள். ஓட்டல்களிலும், ரெஸ்டாரண்டுகளிலும் அவ்வப் போது தமிழ் முகங்களைப் பார்க்க முடிகிறது. தமிழில் பேசினால் மலர்ந்த முகத்துடன் பதிலளிக்கிறார்கள். கடுமையாக உழைத்து, இயக்கத்துக்குப் பணம் அனுப்புவதாகச் சொல்கிறார்கள்.

பெர்லின் நகரத்தின் பெர்கமன் அருங்காட்சியகத்தில் இருந்த பாபிலோனிய கிரேக்க சிற்பங்களைக் கலைக் கண்ணோடு மட்டும் பார்த்துவிட்டு நகர மேயர், ராவுக்கு அளித்த மாலை வரவேற்பில் கலந்து கொண்டோம். உயரமான அலங்காரப் படிகளின் முடிவில் உயரமான மேற்கூரை கொண்ட விஸ்தாரமான ஹால். அதில் நாற்காலி ஏதும் இல்லை. எல்லோரும் நின்று கொண்டே கேட்க ராவ் வந்தார். மேயர் வந்தார். பேசினார். ராவ் புத்தகத்தில் கையெழுத்திட்டார். புறப்பட்டார். பெர்லின் நகரத் தின் புத்தகத்தில் ராவின் கையெழுத்தைப் பார்க்க முடிந்தது. அழகான தெளிவான கையெழுத்து. இரவு குளிர் பழகிவிட்ட தால் மறுதினம் அதிகம் நேரம் இருக்காது என்று பின்மாலை வேளையில் குல்லா, பந்தோபஸ்துகளுடன் பெர்லின் கடைத் தெருக்களைச் சுற்றிப் பார்க்க எட்டுப் பேர் கிளம்பினோம். என் விஜயவாடா நண்பர் பெர்லினுக்கு வந்து ஸூட்கேஸ் வாங்காமல் போனால் எப்படி என்று விசாரிக்க எங்களை வழிகாட்ட வந்திருந்த மாணவ நண்பர் ஸூட்கேஸ் பார்க்கவா பெர்லின் வந்தீர்கள் என்று நக்கலாகச் சிரித்தார்.

வேறென்ன?

'என் பின் வாருங்கள்' என்று அழைத்துச் சென்றார். அந்த இளைஞர் சரளமாக ஜெர்மன் பேசிய தைரியத்தில் அவர் பின் தொடர்ந்து நகரத்தின் கடைத் தெருக்களில் நுழைந்தபோது சட்டென்று அவர் எங்களிடம், 'ஆளுக்குப் பத்து மார்க் கொடுங்கள்' என்றார்.

'எதற்கு?' என்றோம்.

'கலைக்காட்சிக்கு.'

கலையும் இல்லை ஓர் எழவும் இல்லை. ஒரு குறுகலான அறை. அதனருகில் ஒரு மேடை. பின்னால் பெரிய கண்ணாடி. சட்டென்று ஒரு பெண் வந்து எங்கள் டிக்கெட்டுகளைப் பறித்து, தலைகளை எண்ணிப் பார்த்துவிட்டு ஒரு டிக்கெட் குறைகிறதே என்று சரிபார்த்துவிட்டு, அவளே மறுபடி வந்து பாட்டுப்

போட்டு பிறந்த மேனியாக ஆடினாள். இளம் பெண். சுமார் பதினெட்டு வயசுதான் இருக்கும். எங்கள் ஜெர்மன் எக்ஸ்பர்ட் 'இந்தப் பெண் ரஷ்யா!' என்று அடையாளம் சொன்னார். எதைப் பார்த்துச் சொன்னார் என்று தெரியவில்லை. ஆனால் பர்த்தே சூட்டில் இருந்தாள். ஏதோ தையாத்தக்கா என்று திரும்பத் திரும்ப ஒரே அடவுகளை ஆடி முடித்ததும் தொடர்ந்து பிலிப்பைன்ஸ் பெண் வந்தாள். அருகாமையிலிருந்த நண்பர் தெலுங்குப் பெண்கள் வருவார்களா என்று சந்தேகம் கேட்டார்.,

இந்தக் காட்சியைப் பரம வைஷ்ணவனான நான் விவரிப்பதற்கு முக்கிய காரணம் பெர்லின் நகரம் ஒருங்கிணைந்ததும் ஏற்பட்ட கலாசாரச் சீரழிவைச் சுட்டிக் காட்டவே. ரொம்ப மோசம் போங்கள். உடம்பில் ஒரு புன்னகைகூட அணியாமல் இப்படியா ஆடுவார்கள்! ஜலதோஷம் பிடித்துக் கொள்ளாதோ?

பிரதமருடன் பேசிய மூன்று வார்த்தை 33

மறுநாள் காலை ஆறு நாள் பயணத்துக்குப் பின் தாய்நாடு திரும்பும் நேரம் வந்துவிட்டது. யாருக்கா வது பிரியாவிடை கொடுக்கலாம் என்றால் யாரும் கிடைக்கவில்லை.

பெர்லினுக்கு வந்ததுக்கு ஞாபகார்த்தமாக நேற்றுப் பார்த்த அம்.குண். நடனம் மட்டும் போதாது என்று கல்ச்சர்வல்ச்சராகப் பொருள்கள் ஏதாவது வாங்கிக் கொண்டு போகலாம் என்று ஒரு பெரிய டிப்பார்ட் மெண்ட் ஸ்டோருக்குள் நுழைந்து ஒன்றிரண்டு சோப்பு வகையறாக்கள், பெர்லின் டிஷர்டுகள், பஞ்சவர்ணக்கிளி கலரில் ஒரு பை, ஐ லவ் பெர்லின் ஸ்டிக்கர் என்று வாங்கிக் கொண்டு பிற்பகல் புறப்பட்டோம்.

மீண்டும் போயிங் 747. அதே சீட். பக்கத்தில் அதே கங்குலி. அதே பாதாம், முந்திரி பருப்பு, அதே மோனா. போகும்போது சாவகாசமாகச் சல்மான் குர்ஷித், வெளியுறவு இலாகாவின் உதவி மந்திரியைச் சந்தித்துக் கொஞ்சநேரம் பேச முடிந்தது.

குர்ஷித் ஸ்டைலாகத் தெளிவாக ஆங்கிலம் பேசுகிறார். தலைநகரத்திலிருப்பதே ஒரு மாதிரி அவருக்கு அழகாக இருக்கிறது. சரோடு விற்பன்னர் அம்ஜத் அலிகான் இல்லையா அதுமாதிரி.

பாகிஸ்தான் நம்மைச் சங்கடப்படுத்த எடுத்துக் கொள்ளும் அவதூறு முயற்சிகளை வன்மையாகக் கண்டித்த ஒரு முழு தேசியவாதி இந்தியராகத் தெரிந்தார் அவர்.

பிற்பாடு ஜெனிவாவுக்குச் சென்று ஜெயித்துவிட்டு வந்தது நேயர்களுக்குத் தெரிந்திருக்கலாம். சல்மான் குர்ஷித் போன்றவர்கள் நம் இந்தியாவின் செக்யுலர் அடையாளத்துக்கு முக்கியமானவர்கள்.

இந்தப் பயணத்துக்கு எத்தனை செலவு என்று ட்ரிப்யுனல் நாராயணனைக் கேட்டேன். நாராயணன் ஒரு தைரியத் தமிழர். அவர் வேலை பார்க்காத பத்திரிகை இல்லை. ஸ்டேட்ஸ்மேன், ஹிந்துஸ்தான் டைம்ஸ், எக்ஸ்பிரஸ் எல்லாவற்றிலும் சீனியர் பதவி வகித்துவிட்டு கடைசியில் சண்டிகரில் ட்ரிப்யுன் பத்திரிகையில் போய்ச்சேர்ந்தார். பலபேர் ஏற்கப் பயந்த பதவி இது. பஞ்சாபில் தீவிரவாதிகள் உக்கிரமாக இயங்கும்போது பயமில்லாமல் தன் கருத்துக்களை எழுதி அவர்களால் பயமுறுத்தப்பட்டவர். அதே சமயம் பாரபட்சமில்லாத கருத்துக்களால் அதே தீவிரவாதிகளால் பாராட்டும் பெற்றவர். பலர் பஞ்சாப் என்று சொல்வதற்கே பயப்பட்டபோது, அங்கே போய் எடிட்டராக சிறப்பாகச் செயல்படும் நாராயணன் அவர்களை இந்தத் தருணத்தில் பாராட்ட வேண்டும்.

அவர்தான் சொன்னார். இந்தப் பயணத்துக்கு ஒரு நாளைக்குச் சுமார் ஒன்றரை கோடி செலவாகிறது என்று. இரண்டு விமானமாம். இரண்டாவது ஸ்டாண்ட் பை டூட்டியில் இருக்க. இந்த விமானம் பழுதுபட்டால் உடனே மாற்றிக்கொள்ள. எம்பஸிக்களில் தினப்படி கொடுக்கும் ஸ்காட்ச் பாட்டில்களும், மீடியா சென்டர் வசதிகளும், ஏர் இண்டியாவின் பரிசுப் பொருள்களும், அச்சடித்த மெனு கார்டுகளும், முன்னூறு பேர் செல்ல வேண்டிய விமானத்தில் முப்பது பேர் செல்லப் பண இழப்புகள் என்று மொத்தம் கூட்டிப் பார்த்தால் ஒன்றரை கோடி சில்லரை ஆகிவிடுகிறது.

'இந்தியா போன்ற ஏழை நாடு இத்தனை செலவழிக்கலாமா?' என்று வியந்தபோது, 'இதையெல்லாம் எழுதாதீங்க, அடுத்த தடவை கூப்பிட மாட்டாங்க' என்றார் மற்றொரு நண்பர். இருந்தும் நாராயணனின் உதாரணத்தை வைத்து இதை எழுதியே விட்டேன்.

இந்த வழக்கம் ராஜீவின் சமயத்தில் துவங்கியதாம். மொரார்ஜி தேசாய் சாதாரணப் பயணிகளுடன் தான் விமானத்தில் போய்க் கொண்டிருந்தார். ராஜீவ் சமயத்தில்தான் செக்யூரிட்டி காரணமாக ஸ்பெஷல் விமானம் தேவைப்பட்டு அவ்விமானம் சும்மா போகிறதே என்று பத்திரிகையாளர்கள் சிலரையும் தெரிந் தெடுத்து அழைத்துச் சென்றார். முதலில் எல்லாம் ஃப்ரீயாக இருந்தது. இந்தச் சலுகைக்காக அடிதடி சண்டை ஏற்பட்டு இப்போது ஓட்டல் செலவையெல்லாம் பத்திரிகை பார்த்துக் கொள்ள வேண்டும் என்று கண்டிஷன் போட்டதும் கொஞ்சம் போட்டி, புகார்களும் குறைந்தன.

நிஜமாகவே பிரயாணத்தைப் பற்றி எழுத ஆசையுள்ளவர்களும் வருகிறார்கள். சும்மா பத்தாயிரம், ஐயாயிரம் சர்க்குலேஷன் ஆசாமிகள் வருவதில்லை என்றார்.

விமானத்தில் பிரதமரின் அறை தனியாக இருந்தது. பித்தளையில் நேம் போர்டு எல்லாம் போட்டு ஒரு தனி ஆபீஸே உள்ளே இயங் கியது. அந்தக் கதவு எப்போதாவது திறக்கும் என்று நாங்கள் காத்திருக்க, அந்த அறைக்கு முன் பக்கத்தில் ப்ரீஃபிங்குக்காத் தனி சீட்டுகள், மைக் செட்டுடன் அங்கிருந்து பிரதமரின் அறை தெரிந்தது. ஒரு முறை திறந்தது.

ஒருமுறை அவர் வெளியே வந்து எங்கள் எல்லாரையும் ஒரு ரவுண்ட், ஆளுக்கொரு சிலபிள் பேசிவிட்டு என்னுடன் போட்டோ எடுத்துக்கொள்ள வந்தபோது மற்றவர்கள் அவரைச் சூழ்ந்துகொள்ள, பிரதமர் அந்தச் சரித்திரப் பிரசித்தி பெற்ற ஃபோட்டோ எடுப்பதற்குள் தன் அறைக்குள் சென்று விட்டார்.

பயணத்துக்கு இத்தனை செலவழித்திருந்தாலும் அதில் கிடைத்த பயன்கள் கணிசமானவை. ஆறு கோடி ஏழு கோடி செலவழித்து எழுநூறு கோடி மூலதனத்தைப் பெறுவதால் பயணம் விரய மில்லை என்று தெளிவாகிறது.

திரும்பச் செல்லும்போது மோனா, 'நீங்கள் ஏதாவது சினிமா பார்க்க விரும்புகிறீர்களா?' என்று கேட்டார்.

'எனக்கு டேஸ்ட்டான சினிமா உங்களிடம் இருக்காது.'

'என்ன படம் வேண்டும்?'

''ஃப்யுஜிட்டிவ் இருக்கா?'

'இருக்கிறது.'

'க்ரெஷிமின் நாவலின் அடிப்படையில் எடுத்த திஃபர்ம்?'

'அதுவும் இருக்கிறது' என்றார்.

'ஸ்ரீதேவி நடித்த படம் ஏதாவது?'

'அதுவும் உண்டு.'

'செந்தில் கவுண்டமணி படம் இருக்கா?' என்று கேட்பது அதிக ஆசை என்று அந்த மூன்று படமும் பார்த்தேன்.

பாலம் விமான நிலையத்தில் எந்தவித கஸ்டம்ஸ் பரிசோதனையும் இன்றி நாங்கள் வெளியே விடப்பட்டோம்.

அன்று மாலையே திரும்ப இண்டியன் ஏர்லைன்ஸ் விமானத்தில் வழக்கம்போல் இரண்டு மணி நேரம் தாமதமாகப் புறப்பட லவுஞ்சில் என் முதுகில் ஒரு குரல் உறுத்தியது.

'என்ன ஸார், ட்ரிப் எல்லாம் எப்படி இருந்தது?' என்று கேட்ட நண்பரை இவர் யார் என்று என் ந்யுரான் அறைகளில் தேடினேன்.

'பி.எம்.கிட்ட என் ப்ராஜெக்ட் பத்திக் கேட்டீங்களா?'

சட்டென்று விளக்கு எரிந்தது. ஓ இவர்தான் தவிடு.

'உங்க ப்ராஜெக்ட் பத்திப் பி.எம்.கிட்ட கேட்டேன் சார். அவர் ரொம்ப இன்ட்ரஸ்டிங்க்னு சொல்லி இன்னும் கொஞ்சம் டிடெய்ல் கேட்டு ஃபினான்ஸ் மினிஸ்ட்ரிக்கு அனுப்பிச்சிருக்கிறதாகவும், எகனாமிக் அஃபேர்ஸ் க்ளியர் பண்ணிட்டான்னா போதும்னு சொன்னார்', என்று பொய் சொல்ல மனம் வராமல், 'நான் பிரதமருடன் பேசினது மூணு வார்த்தைதான். குட் மார்னிங் சார்.'

'குட் மார்னிங். சரி அந்த மூணு வார்த்தை என்ன?' என்றார்.

சிங்கப்பூரின் அடுத்த சுற்று

34

சிங்கப்பூர் கோலாலம்பூர் பற்றித்தான் எழுதத் தொடங்கினேன். இடையில் தாவோஸ் பயணம் வந்துவிட்டதால் தடைப்பட்ட இரு கட்டுரை களையும் எழுதி முடித்து விடுகிறேன். அதன்பின் விளிம்பை வேறு திசையில் கொண்டு செல்ல உத்தேசம். இவ்வத்தியாயத்தில் சிங்கப்பூர்.

குமரன், செரங்கன் ரோடில் ஓர் இந்திய உணவகத் தில் வேலை செய்கிறார். நல்ல சட்டை போட்டிருக் கிறார். குவார்ட்ஸ் கைக் கடிகாரத்தை சௌகரியத் துக்காகப் பாண்டின் பெல்ட் வளையத்தில் தொங்க விட்டுக்கொண்டு வாடிக்கையாளர்களின் ப்ளாஸ்டிக் டோக்கன்களுக்கு ஏற்ப இட்லி, தோசை சப்ளை செய்கிறார். இவருக்கு மாசம் சுமார் 600 வெள்ளி சம்பளம். ரூபாய்க் கணக்கில் பன்னிரண்டாயிரம் மாதம்!

குமரன், சிங்கப்பூர் தமிழர், படித்தது எட்டாம் வகுப்பு வரை. வேலை கிடைக்க அது போதும். குமரன் சில வருஷங்களில் வீடு வாங்கலாம், கார் கூட வாங்கலாம். அதற்கு அரசாங்க அனுமதி இருக் கிறது. குமரன் இரண்டு வருஷம் கட்டாய ராணுவப் பயிற்சிக்குச் செல்ல வேண்டும்.

அதே உணவகத்தில் அதே வேலை செய்யும் செல்வம், காரைக்குடியைச் சேர்ந்தவர். ஓர்

ஏஜெண்டுக்கு ரூபாய் முப்பதாயிரம் கொடுத்து 'எம்ப்ளாய் மெண்ட் பாஸ்' ஆறு மாதத்துக்கு வாங்கிச் சிங்கப்பூர் வந்திருக் கிறார். இவருக்கும் குமரன் போல் சம்பளம். அதே க்வார்ட்ஸ் கடிகாரம். ஆனால் இவரால் சிங்கப்பூர் ப்ரஜையாக முடியாது. எம்ப்ளாய்மெண்ட் அனுமதியை நீட்டித்துக்கொண்டே போக வேண்டும். சிங்கப்பூர்க்காரர்களுக்குச் சொந்தமான எச்.டி.பி. வீடுகளில் ஒன்றில் ரூம் வாடகை கொடுத்துக் கொஞ்சம் பயத் துடன்தான் தங்க முடியும். எந்த நேரத்திலும் அவர் சிங்கப்பூரி லிருந்து வெளியே அனுப்பப் படலாம். செல்வம் தனக்கு வரும் சம்பளத்தில் பாதிக்கு மேல் தவறாமல் ஊருக்கு அனுப்புகிறார். வாரா வாரம் அவருக்குத் தவறாமல் கடிதம் வருகிறது. 'உன் கடிதமும் ட்ராஃப்டும் கிடைத்தது. உன் தங்கை செல்விக்குச் சடங்குகள் நிமித்தமாக அதிகமாகச் செலவு செய்துவிட்டதால், அடுத்த மாதம் நூறு வெள்ளி அதிகமாக அனுப்ப முடிந்தால் நல்லது. நீ எப்போது இந்தியா வருகிறாய்? உடம்பைப் பார்த்துக் கொள். கண்ட இடத்தில் சுற்றாதே!'

குமரனும் செல்வமும் தமிழர்கள்தான் என்றாலும் சிங்கப்பூர் அரசாங்கத்தைப் பொறுத்தவரையில் இருவேறு உலகத்தைச் சேர்ந்தவர்கள். குமரனுக்கு அரசாங்கம் பொறுப்பேற்கிறது. அவர் திருமணம் செய்துகொண்டு குழந்தை பிறந்தால் வருமான வரிச் சலுகை கிடைக்கும். அவரால் வீடு வாங்க முடியும். பி.எஃப் வைப்பு நிதியின் பேரில் எண்பது சதவிகிதம் கடன் வாங்கி, சுலபமான தவணைகளில் வீடு வாங்கலாம்.

செல்வம் எந்த நேரத்திலும் வெளியேற்றப்படும் கவலையின் விளிம்பில் இருப்பவர். குறிப்பிட்ட தினங்களுக்கு மேல் அவர் சிங்கையில் நீடித்தால் அரசாங்கம் அவரைச் சவுக்கடி கொடுத்து வெளியேற்றிவிடும். இருந்தும் செல்வம் போன்ற தற்காலிகத் தமிழர்கள் சிங்கையில் அம்பதாயிரம் பேர் எந்த நேரத்திலும், மாதத்திலும் இருக்கிறார்கள். அதன் மாளிகைகளையும், துறை முகங்களையும் கட்டுகிறார்கள். சின்னச் சின்ன 'பங்க்' களில் வாழ்ந்து, வார இறுதியில் மூச்சுவிட செரங்கன் ரோடு தெக்கா மைதானத்தில் குழுமி ஊரிலிருந்து வந்த கடிதங்களைப் படிக் கிறார்கள். நல்ல சட்டை, பாண்ட், போட்டுக்கொண்டு தலை வாரிக் கொண்டு இரவு பத்து மணிவரை நாற்பது வெள்ளி, முப்பது வெள்ளி என்று பணம் பேசிவிட்டுச் சாலையோரக் கடைகளில் பலகாரம் பண்ணிவிட்டு ஒருவாரச் சுய சமையலுக்காகக் காய்கறி,

இறைச்சி எல்லாம் வாங்கிக்கொண்டு பஸ் பிடித்துக் காணாமல் போகிறார்கள், அடுத்த ஞாயிறு அதே இடம், அதே சதுர அடிக்குத் திரும்புவதற்கு. அவர்கள் மனைவிமார்களை விட்டு வந்தவர்கள். கல்யாணம் ஆகாத இளைஞர்கள். அவர்களுக்கு உடல் பசியும் உண்டு. அதற்காக டைட்டாக ஜாக்கெட் அணிந்து தக்காளிச் சிவப்பில் லிப்ஸ்டிக் பூசிய சுண்ணாம்படித்த முகத்துடன் விலை மாதர்கள் டிக்ஸன் ரோடின் இருளில் காத்திருக்கிறார்கள். அரசாங்கம் அவர்களையும் ரிஜிஸ்தர் பண்ணி எம்ப்ளாய்மெண்ட் பாஸ் கொடுத்து வாரா வாரம் எய்ட்ஸ் போன்றவற்றுக்கு மெடிகல் செக் பண்ணுகிறது. எதையும் விஞ்ஞான ரீதியாக உணர்ச்சி வசப் படாமல் செய்யும் அரசு. நடைமுறை உண்மைகளை முழுவதும் உணர்ந்த அரசு. தெருக்களில் குப்பை போட்டால் 500 வெள்ளி அபராதம். மழையைக்கூட அரசாங்கம் கட்டுப்படுத்துகிறது. நகர மத்தியில் அடர்த்தியான காடுகளை வளர்த்து ஒவ்வொரு மரத்தை யும் இலக்கமிட்டு வளர்க்கிறது. அவைகளைத் தக்க சமயத்தில் கத்தரித்து, ‘மழையே மழையே வா!’ என்று சொல்ல, தெய்வம் தொழாத பத்தினி கூப்பிட்டதுபோல் மழை வருகிறது. தன் கட்டிடங்களைக் கட்டத் தமிழர்கள், பங்களாதேஷிகள், தாய்லாந்து, இந்தோனேஷியர்கள், தன் பணக்காரர்களின் குழந்தை களைப் பராமரிக்க ச்ரீலங்கா, பிலிப்பைன் பணிப்பெண் கள், ஹாலந்திலிருந்து பிஸ்கட், ஸ்விட்சர்லாந்திலிருந்து பாலாடைக் கட்டி, ஆஸ்திரேலியாவிலிருந்து பால், ஆரஞ்சுப் பழங்கள், மலேசியாவிலிருந்து தண்ணீர், இந்தோனேஷிய அரபு நாடுகளி லிருந்து எண்ணெய், ஜப்பானிலிருந்தும் கொரியா விலிருந்தும் எலக்ட்ரானிக்ஸ் என்று உலகையே விலை பேசும் செல்வச் செழிப்பு.

சிங்கப்பூரில் மண் தரையை நான் பார்க்கவில்லை. எங்கும் புல்தான். குப்பையை எங்கே கொட்டுகிறார்கள் தெரிவதில்லை. மக்களில் எண்பது சதவிகிதத்தினர் ஃப்ளாட்களில் வாழ்கிறார் கள். அரசாங்க வீடுகள் ஒரே தோற்றம், வசதிகள் உள்ள கான்க்ரீட் அடுக்குகள், பேஸ்மெண்டைப் பொது நிகழ்ச்சிகளுக்காக ஒதுக்கி, லிஃப்ட் என்பது சிலமாடிகளில்தான் நிற்கும். மற்ற மாடி களுக்கு ஏறிக்கோ! இறங்கிக்கோ! (கரண்ட் மிச்சமாகிறதாம்) மாடிப்படிகளையும் காரிடார்களையும் அரசாங்கமே சுத்தம் செய்கிறது. குழந்தைகள் விளையாட, சைக்கிள் விட தாராளமாக இடம். ஒவ்வொரு ப்ளாக்குக்கும் மார்க்கெட்டும் எம்.ஆர்.டி என்னும் வேக ரயில் நிலையத்துக்கும் அடிக்கடி பஸ். கண்டக்டர்

கிடையாது. கதவு பெருமூச்சுவிட்டுத் திறந்து கொள்ளக் காசு போட வேண்டும். இல்லை கார்டு செருக வேண்டும். பாக்கிச் சில்லறை கிடையாது. யாரும் ஏமாற்றுவதில்லை. போலீசை அதிகம் பார்க்க முடியாது. ஆனால் போலீஸ் பலம் நகரம் பூரா பரவுகிறது.

சிங்கப்பூரில் இரண்டு விதமான தமிழர்கள் இருப்பதை உணர்ந்தால்தான் அதை நம்மால் புரிந்து கொள்ளமுடியும். இவர்களுக்கும் அவர்களுக்கும் சம்பந்தமே இல்லை. தமிழ்நாட்டிலிருந்து வந்து பலவித அடிமட்ட வேலைகளைச் செய்யும் தமிழர்களால் அந்த நாட்டின் சமூக வாழ்வில் பங்கு கொள்ளவே முடியாது. இவர்கள் குறிக்கோள் எல்லாம் பணம், பணம்தான். அரசு இவர்களைக் கான்கிரீட் கலக்கும் மெஷின்களாகத்தான் பார்க்கிறது. கடுமையாக உழைத்து வாங்கின கடனை அடைத்து, போகிறபோது மெலமின் செட்டுகளும், மல்ட்டி சிஸ்டம் வி.ஸி.ஆர்., ஃபாக்ஸ் மெஷின், கார்ட்லெஸ் போன்ற வஸ்துக்கள்தான் இவர்கள் குறிக்கோள். நீடித்து நீடித்து இரண்டு வருஷம் வரை உழைத்துவிட்டால் இந்தியாவில் ஒரு வாழ்நாளுக்குண்டான பணம் சேகரிக்க முடியும்.

சிங்கப்பூரில் பிரஜைகளாக செட்டிலான தமிழர்கள் இந்தக் குருவிகளைப் பார்த்துப் பயப்படாவிட்டாலும் ஒதுங்கி விடுகிறார்கள். அவர்களுக்கு ஒர்க் பர்மிட் கிடைக்கும். ப்ரஜா உரிமை கிடைக்காது. சிங்கப்பூருக்குத் தமிழர்கள் வேண்டும்தான். படித்த திறமையான தமிழர்கள்தான் வேண்டும். பொறியியல் கம்ப்யூட்டர் தமிழர்கள் என்றால் பி.ஆர். என்னும் பர்மனண்ட் ரெசிடென்ஸ் கொடுப்பார்கள்.

மிக மிகக் கவனமாக அமைக்கப்பட்டுக் கட்டுப்படுத்தப்பட்ட நகர நாடு அது. மக்களின் சுகதுக்கங்களைக்கூட மறைவாகக் கட்டுப்படுத்துகிறது அரசாங்கம். எல்லா விழாக்களும், வியாபார நோக்கம் கொண்டவை. மலாய், சீன இந்திய சமூகத்தின் கலவையால் கலகம் வரக்கூடிய அபாயத்தை எதிர்நோக்கி அமைக்கப்பட்ட ஒரு பேட்டையில் எந்த இனத்தவரும் மிகுதியாகி விடாமல் வீடுகளை ஒதுக்கும்போதே கணிப்பொறிகள் கவனித்துக் கொள்கின்றன. உண்மையான சிங்கப்பூர் தமிழர்கள், தமிழ் பேசலாமா வேண்டாமா என்று குழப்பத்திலிருப்பவர்கள், நாம் தமிழனா, என்கிற குழப்பத்தில் உள்ளவர்கள், குருவி தமிழர்களிலிருந்து விலகி இருக்க விரும்புபவர்கள், நம்மூருக்கு வந்து

அதன் சுகாதாரக் கேட்டையும் களேபரத்தையும் பொறுக்க முடியாமல் பாதி லீவில் திரும்புகிறவர்கள்.

தமிழ் முரசு ஆசிரியர் திருநாவுக்கரசு அவர்கள் தமிழ் முரசு அச்சகத்தில் அடித்திருக்கும் அடுத்த சுற்று என்ற 1991 அரசாங்க வெளியீடு. இந்த நகர நாட்டின் உன்னதத்துக்கு அத்தாட்சி.

புதிய தலைமுறை சிங்கப்பூரின் தலைவர்களின் எதிர்பார்ப்புக் களை எடுத்துரைக்கிறது. 1999க்கு அப்பால் 2020க்குள் இந்த நாடு எங்கே செல்ல வேண்டும் என்பதை இப்போதே கடைசி ஸ்க்ரூ ஆணி வரை திட்டமிட்டு அழகாகப் பதிப்பித்திருக்கிறார்கள்.

வருங்காலப் பிறப்பு சதவிகிதம் 1.8க்கும் 2.1க்கும் இடைப்பட்டு வீழ்ந்தால் மக்கள் தொகை 3.2 முதல் 3.4 மில்லியன்வரை உச்சமாக உயர்ந்தபின் குறையத் தொடங்கும் என்று கணக்கிட்டு அதைத் தவிர்க்க ஆண்டுக்கு 50000 குழந்தைகள் பிறக்க வேண்டும். விவாகமாகாதோர் மணமேடை காணவும், குடும்பத்தை முன்னதாகத் தொடங்கவும், வசதி இருப்பின் அதிகப் பிள்ளை களைப் பெறவும் ஊக்குவித்தலே இதன் பொருளாகும். அவரவர் உணர்வைப் பாதிக்காத வகையில் இதற்கு முடிவுகளைச் செய்ய இடமிருக்க வேண்டும். இந்தியாவிலிருந்து மூன்றரை மணி தூரத்தில் எத்தனை வேறுபட்ட குரல்!

லிக்வான் கியுவின் கனவு நனவாக இந்தச் சொர்க்கத் தீவு அடுத்த நூற்றாண்டிற்குள் நுழைகிறது.

புறநானூறு — 35

புறநானூறு போன்ற சங்ககால நூல்களை ரசிக்க மூன்று முறைகள் இருக்கின்றன. மூலத்தைப் படித்து விட்டுத் தமிழ் ஆசிரியர்கள் எழுதிய உரைகளைப் படித்து அர்த்தம் புரிந்து கொள்வது, அல்லது அதன் அர்த்தம் மாறாமல் நவீனமாக்கப்பட்ட வடிவில் படிப்பது, மூன்றாவது படிக்காமலேயே புறநானூற் றின் பெருமை என்ன என்று ஜல்லியடிக்கும் பண்டிதர் களின் பேச்சைக் கேட்பது.

இரண்டாவது முறையைப் பின்பற்றி இரண்டு மிகப் பிரசித்தமான புறநானூற்றுப் பாடல்களைப் புதுக் கவிதை வடிவத்தில் தந்திருக்கிறேன். என் குறிக் கோள் நவீன தமிழகத்துக்குக் குறிப்பாக வாசகர் களுக்குப் புறநானூற்றின் வியப்பையும், விந்தையை யும் கடத்துவதுதான். பாடல் எண், 239. பாடியவர் பேரெயிலின் முறுவலாராம். (இதைத் தமிழ்ப்படுத்தி னால் 'பெரிய பல் சிரிப்புக்காரர்). நம்பி நெடுஞ் செழியன் என்னும் பாண்டிய குலத்து வீரன் இறந்த போது, அவன் தலையை எடுத்து வந்து இதைப் புதைப்பதா, எரிப்பதா என்று புலவரிடம் வந்து கேட்டார்களாம். அப்போது அவர் பாடிய பாடல் இது.

வளையலணிந்த நல்ல பெண்ணை மணந்தான்
வாசமுள்ள பூக்களை அணிந்தான்

குளிரான வாசனை சாந்து பூசிக் கொண்டான்
எதிரிகளை அழித்தான்
நண்பர்களை உயர்த்திப் பேசினான்
வலுவுள்ளவர்களைப் புகழவில்லை
மெலிந்தவர்களை இகழவில்லை
பிறரிடம் ஏதும் கேட்கவில்லை
கேட்டவர்களுக்குக் கொடுக்காமல் இல்லை
அரசர்கள் சபையில் புகழ் நாட்டினான்
வருகின்ற சேனையைத் தடுத்தான்
ஓடுகின்ற சேனையை அழிக்கவில்லை
நன்றாக குதிரை சவாரி செய்தான்
நன்றாக தேர் ஓட்டினான்
யானை சவாரி செய்தான்
தானும் நிறைய குடித்து
எல்லாருக்கும் நிறையக் கொடுத்தான்
பாட்டுக்காரர்கள் பசியைத் தீர்த்தான்
தெளிவாகப் பேசினான்
எல்லாற்றையும் செய்து விட்டான்
இனி அவனைப் புதைத்தால் என்ன? எரித்தால் என்ன?
அவன் புகழ் அழியாது...

அடுத்த பாட்டும் உலகப் பிரசித்திப் பெற்ற பாட்டு. இதை எழுதியவர் பெயர் தெரியாமல் பாட்டில் வரும் ஒரு சொற்றொடரையே பெயராகக் கொடுத்திருக்கிறார்கள். பாட்டு எண். 243. எழுதியவர் பெயர் தொடித்தலை விழுத் தண்டினார்.

'மணல் பொம்மைகளுக்குப் பூவைத்தோம்
வஞ்சனை இல்லாத எம்மொத்த இளைஞர்களோடு
பொய்கையில் பெண்களுடன் கைகோத்துக்கொண்டு
தழுவி அசைத்து விளையாடினோம்
மருத மரத்தின் தாழ்ந்த கிளையில் ஏறி
கரையில் உள்ளவர்கள் பயப்பட நீரைப் பிளந்து
ஆழமான சுனைக்குள் திடும் என்று குதித்து

சுஜாதா | 171

அந்தப் பெண்களுக்கு மணல் கொண்டு வந்து கொடுப்போம் இளமை!
அறியாத இளமை
நரைத்த தலை, தண்டு ஊன்றி நடுக்கம், இருமல், சில சொற்கள்
வயசாகிவிட்டது எங்களுக்கு
அந்த இளமை எங்கு சென்றது? இனி வருமோ?'

ஏறத்தாழ இரண்டாயிரம் வருஷம் கடந்து ஒலிக்கும் இந்த ஏக்கம் இன்றும் நிஜமாக இருப்பது தமிழின் தனிச்சிறப்பு.

கோலாம்பூர் — 36

சிங்கப்பூரிலிருந்து கோலாலம்பூருக்கு வருபவர்களுக்கு முதலில் பளிச்சென்று தோன்றுவது 'அடடே! இது கொஞ்சம் பரவாயில்லைபோல இருக்கிறதே!' என்கிற உணர்ச்சிதான். சிங்கப்பூர் போல மூச்சுத் திணறும் அளவுக்குச் சுத்த உபாசனை இல்லை. குப்பை போட்டால் ஐந்நூறு வெள்ளி போன்ற பயங்கள் இல்லை. மக்கள் சற்று சுதந்திரமாகச் சாலையைக் குறுக்கே கடக்கிறார்கள். கொஞ்சம் நம்மூர் மவுண்ட் ரோடு போன்ற தலங்களும் தென்படுகின்றன. அதே சமயம் நவநாகரிக நகரின் அடையாளங்கள் அனைத்தும் தென்படுகின்றன. சாலைகள் சுத்தமாக இருக்கின்றன. கார்கள் பளபளப்பாக, ஜனமுகத்தில் சுபிட்ச அடையாளங்கள் தென்படுகின்றன.

சென்ற பத்து ஆண்டுகளுக்குள் மலேசியா கோலாலம்பூரில் இந்த மாறுதல் ஏற்பட்டிருக்கிறது. சிங்கப்பூரை விட விரைவான கதியில் முன்னேறிக் கொண்டிருக்கும் இந்நாட்டின் சுபிட்சத்துக்கு முக்கியக் காரணம் அதன் கதவுகளை வெளிநாட்டு முதலீட்டாளர்களுக்குத் திறந்துவிட்டதுதான்.

தற்போதைய பிரதமரான மஹாத்திர் மகம்மது அவர்களுக்கு இதன் பெரும்பான்மைப் பெருமை சேர வேண்டும் என்கிறார்கள். திறந்த கதவு என்றால் எல்லாவற்றையும் திறந்துவிட்டார்கள்.

உதாரணம், போன் கம்பெனி. யார் வேண்டுமானாலும் வரலாம். எந்த சிஸ்டம் வேண்டுமானாலும் தரலாம் என்ற ஒரு தீர்மானத்தில் நாட்டின் கம்யூனிகேஷன் பயங்கர முன்னேற்றம் அடைந்து, இன்று மலேசியக்காரர்கள் ஆளுக்கொரு செல்லுலர் போன் வைத்துக்கொண்டு வாய் ஓயாமல் வியாபாரம் பேசிக் கொண்டிருக்கிறார்கள். சிங்கப்பூரை விட மலேசியா உதாரணம் நம் இந்திய நாட்டுக்கு ஏற்றது என்று எண்ணுகிறேன். மலேசியா சாரவாக் ஜோஹார் போன்ற பல மாநிலங்களின் கூட்டமைப்பு. நம் தமிழ்நாடு, கர்நாடகா போல, மூன்று பிரதான மொழிகள்.

மலாய், சீனம், தமிழ். இந்தியக் குடிமக்கள் மூன்றாவது ஸ்தானத்தில் இருக்கும் மோசமான நிலையில்தான் உள்ளனர். இன்னமும் நாட்டின் பிரதான வளர்ச்சிப் பிரவாகத்தின் பலன்களை அனுபவிக்காதவர்களாகவே உள்ளனர். இந்தியர்கள் பெரும் பாலும் தோட்டத் தொழிலாளர்கள், குமாஸ்தாக்கள், ஆசிரியர்கள், தாதிமார்கள் என்றுதான் வேலை பார்க்கிறார்கள். சனத்தொகையில் இந்தியர்கள் பத்து லட்சம் என்கிறார்கள். வாரப் பத்திரிகை சினிமாப் பத்திரிகைகள் பல. தினப் பத்திரிகைகளே இரண்டு. மலேசியாவின் சம்பிரதாயமான ரப்பர் டின் சார்ந்த பொருளாதாரம் இன்றைய உலகச் சந்தையில் மாறுதல்களாலும், செயற்கை ரப்பர் வந்துவிட்டதாலும் கட்டாயமாக மாறவேண்டி வந்து அதைப் பிரமாதமாகச் சமாளித்து அடுத்த நூற்றாண்டுக்குள் மிக முக்கிய மான முன்னேற்ற நாடாக முதலில் மாறப் போகிறது.

முக்கியமான காரணம், அவர்கள் அரசியல் சட்ட திட்டங்களில் பொதிந்திருக்கும் மத ஒற்றுமையும், இன ஒற்றுமையும். மலேசியாவில் ஒரு மதத்தினர் மற்றொரு மதத்தினரைக் கேலி செய்வதோ, குறை சொல்வதோ தேசத் துரோகத்துக்கு ஈடான அரச குற்றம். இந்த மாதிரி ஒரு சட்டம் இல்லாததால்தான் நம் நாட்டில் பாபரும் ராமரும் ரத்தம் சிந்த வைக்கிறார்கள். நம் கோர்ட்டுகளில் கவைக்குதவாத சட்டப் போர்கள் நடந்து கொண்டிருக்கின்றன. மலேசியா போன்ற நாடுகள் இரண்டாம் சுற்றுக்கும், அடுத்த முப்பது ஆண்டில் 'கி.பி.2020க்குள் போட்டி யிடும் ஆற்றலுடைய, பொறுப்பான, எதையும் ஏற்கும் தன்மை யான, ஆரோக்கியமான பொருளாதார பலம்கொண்ட ஒரு செழிப்பான சமுதாயத்தை' உருவாக்குதலைக் குறிக்கோளாக வைத்துக்கொண்டு அதற்கான ஆக்கப்பூர்வமான பணிகளை இப்போதே துவங்கிவிட்டார்கள்.

மலேசியத் தமிழர்கள் சிங்கப்பூர்த் தமிழர்களைப் போலவே தமிழை வைத்துக்கொண்டு என்ன செய்வது என்கிற குழப்பத்தில் இருக்கிறார்கள். தமிழ் பேசுவதாலும், பழகுவதாலும் அந்தப் போட்டி நிறைந்த சமுதாயத்தில் அதிக அளவு பயன் இல்லை. அதனால் இளைஞர்களில் பலர் தமிழ் பயில்வதில்லை. முதியவர் கள் தமிழறிவு, அவர்கள் இந்தியாவை விட்டு வந்தபோது படித்ததுடன் முடிந்திருக்கிறது. அதனால்தான் பலர் மு.வ., அகிலனுடன் நின்று போயிருக்கிறார்கள். ஆனால் பிரபு தேவா யார் என்றால் எல்லாருக்கும் தெரிந்திருக்கிறது.

இருந்தும் டாக்டர் ஜெயபாரதி, என் இனிய நண்பர் ஜாஃபருத் தின், டாக்டர் சிவா போன்றவர்கள் தற்காலத் தமிழில் இன்னும் ஆர்வம்கொண்டு நம் நாட்டின் இலக்கிய போக்குகளைக் கவனித்து வருகிறார்கள். மலேசியாவின் முக்கியப் பிரச்னை அதிகப்படி சுபிட்சம் வந்து, அதன் கார்கள் கோலாலம்பூரின் சாலைகளை அடைக்க, மக்களில் பாதிப் பேர் வாழ்நாளில் பாதியைக் காரிலேயே ட்ராஃபிக் அடைப்புக்களில் செலவிடுகிறார்களாம். சென்ற இருபது ஆண்டுகளில் மிக ஆச்சரியமான முறையில் கோலாலம்பூர் புதுப்பிக்கப்பட்டிருக்கிறது. சம்பிர தாயமான முஸ்லிம் நாட்டின் அடையாளங்கள் தெரிந்தாலும், அது முன் னேற்றத்தை எந்தவிதத்திலும் தடை செய்யாததுதான் ஆச்சரியமாக இருக்கிறது. இஷ்டமிருந்தால் ஒரு நாட்டின் முன்னேற்றத்துக்கு அதன் மத சம்பந்தமான கோட்பாடுகள் தடையாக இருக்க வேண்டியதில்லை என்பதையே நிரூபிக்கிறது.

மலேசியாவின் ஒரே தமிழ் மந்திரியான டத்தோ ஸ்ரீசாமிவேலு அவர்களைச் சந்தித்தது நல்ல அனுபவம். அவர் இந்தியா வந்திருந்தபோது இந்திய அரசாங்கத்துக்கு மூன்று சலுகைகள் மலேசியாவிலிருந்து சொன்னாராம். ஜோஹார் சூப்பர் ஹைவே போல சென்னைக்கும் பங்களூருக்கும் இரண்டு வருஷத்தில் கட்டித் தருகிறேன் என்று சொன்னாராம். இந்தியத் துணைக் கண்டத்தின் ட்ரங்க் போன் தொடர்புக்கான ஃபைபர் இழைப் பின்னலை நாங்கள் போட்டுத் தருகிறோம் என்று சொன்னாராம். மூன்றாவதாக, ஏதாவது ஒரு மாநிலத்தில் டெலிபோன் சேவையை மலேசியா டெலிகாம் நடத்திக் காட்டுகிறோம் என்று சொன்னாராம். உடனே கை குலுக்கி கையெழுத்துப் போட்டு அடுத்த புதன் கிழமைக்குள் தொடங்க வேண்டிய அத்தனை வசீகரமான சலுகையை நரசிம்மராவ் எடுத்துக் கொள்வதாகத் தெரியவில்லை. லேசாகச் சிரிக்கக்கூட இல்லை.

பிரமிக்க வைத்த இசை

37

இந்திரமோகன் சளைக்காமல் லிமரிக் எழுதி அனுப்பிக் கொண்டிருக்கிறார். எல்லாமே ஒரு தரத்துக்கு மேல் இருக்கின்றன. இந்த வடிவத்தை அவர் நன்றாகப் புரிந்து கொண்டுவிட்டார். அவர் சமீபத்தில் அனுப்பிய லிமரிக் ஐந்தடியார் குறும்பாக் களில் ஒரு சில இவை:

மர்ம நாவல் மன்னன் சேது
ஆளு பார்த்தால் ரொம்ப சாது...
கதை களிலோ கொலையும்
களவு களும் மலியும்
செக்ஸ்ஸுக்கும் பஞ்சம் இராது.

ராசிமிகு சினி - கவிஞர் வழுதி
'ராப்' மெட்டில் லவ் - டூயட் எழுதி
கொல்ல றார் ஆளு!
பல்லவி யைக் கேளு:
'மண்ணாங் கட்டி, தெருப்புழுதி'

ஜொள் ஒழுக ஜோக்கடிச்ச மூர்த்தி
பல் நாலைத் தட்டினா ராசாத்தி...
அடி - அம்மா ஆத்தி!
ஜூடோ, கராத்தி
அறிஞ்சவ இவ, ஆம்பிளைப் பாப்பாத்தி'

வாசகர்களும் அவ்வப்போது லிமரிக் மாதிரி ஏதாவது அனுப்பிக் கொண்டிருக்கிறார்கள். அனுப்பிய இவ்விரண்டும் தேர்கின்றன.

சுயதொழில் செய்பவருக்குக் கடனாக
அரசாங்கம் செய்கிறதாம் 'கைடு!'
ஆனால் சரோஜாவுக்கு மட்டும் ஏன்
போலீஸால் அடிக்கடி 'ரெய்டு?'
செவ்வாய் நிற்கிறான் எட்டில்
மாப்பிள்ளை வீட்டார் இருபத்தியெட்டில்
நான் நிற்கிறேன் முப்பத்தியெட்டில்
இனி எனுக்கு ஏது கட்டில்?

— எஸ்.ஜெயபால்

ஒரு கட்டாயக் கல்யாணத்துக்கு (அதாவது மனைவியின் உறவு என்பதால் கட்டாயமாகச் செல்ல வேண்டிய கல்யாணத்துக்கு) சென்றிருந்தேன். அந்த ஓட்டலில் அன்று ஐந்து கல்யாணங்கள். நம் கல்யாணத்தை அடைய ஒரு ரோடு மேப்பே தேவைப் பட்டது. லேட்டான முகூர்த்தம். அப்போதுதான் சங்கல்பங்கள் நடந்து கொண்டிருக்க, நான் கொஞ்சம் நாதசுர இசையைக் கவனித்தேன். பொதுவாகக் கல்யாணத்தில் நாதசுர இசை என்பதை யாரும் கூர்ந்து கவனிப்பதில்லை. அவர்கள் திருமண வாத்தியாரின் கைப்பாவைகளாக, அவர்கள் விரலை உயர்த்தி னால் வாசிக்கும் தோடியைப் புறக்கணித்துவிட்டு உடனே கெட்டி மேளம் வாசிக்க வேண்டும். நிறுத்து என்றால் சகலமும் அடங்கிப்போய் நிறுத்த வேண்டும். இந்தச் சூழ்நிலையில் கிடைத்த சந்தில் அன்று வாசித்த நாதஸ்வரக் கலைஞரின் வாசிப்பு அற்புதமாக இருந்தது. பிரமிக்க வைத்தது. நாதஸ்வர வாசிப்பில் நல்லதை அடையாளம் கண்டுகொள்வது மிகச் சுலபம். பிசிறு இருக்காது. மேலே போகும்போதெல்லாம் எப்போ அபசுரம் வருமோ, அந்த 'கீச்' கேட்குமோ என்று வயிற்றைக் கலக்காது. அதனால் நன்றாக வாசிக்கக்கூடிய நாதசுரக் கலைஞர்களை விரல் விட்டு எண்ணிவிடலாம். இவர்கள் பெரும்பாலும் தஞ்சைக்காரர்கள். சென்னையில் தஞ்சம் புகுந்தவர்கள். இவர்களுக்கு (நாமகிரிப்பேட்டை ஷேக் போன்றவர்கள் வேறு திறமை) நன்றாக வாசிக்கும் மத்தியதரக் கலைஞர்களுக்கு கல்யாணம் ஒன்றுதான் சம்பாத்தியம். ரேடியோவில் 'ஏ' கிரேடு 'பி' கிரேடு என்று போட்டு

சுஜாதா

எப்போதாவது கூப்பிடுவார்கள். டி.வி.யில் ராத்திரி 11.30க்கு சான்ஸ் வரலாம்.

இத்தனை கஷ்டங்களுக்கு இடையில் அந்த அபார வாத்தியத்தை உயிரோடு வைத்திருக்கும் கலைஞர்களைப் பாராட்ட வேண்டும். அடையாளமாவது காட்ட வேண்டும். அன்று கல்யாணத்தில் தாலி கட்டி முடித்து அனைவரும் டைனிங் ஹாலுக்கு படை யெடுத்ததும் அன்று அருமையாக வாசித்தவரை விசாரித்தேன்.

அவர் பெயர் சேஷம்பட்டி டி.சிவலிங்கம். தந்தை சேஷம்பட்டி தீர்த்தவாரியிடம் ஆரம்பத்தில் பயின்றவர். சென்னை கர்நாடக இசைக் கல்லூரியில் கீரனூர் ராமசாமி பிள்ளையிடம் பயின்று 'வாத்ய விஷாரத்' பட்டம் பெற்றவர்.

இந்திய அரசு ஸ்காலர்ஷிப் பெற்று முதுகலை நாதஸ்வரம் பயின்றவர். 17 வருஷமாக 'ஏ' கிரேடு ஆர்ட்டிஸ்டாக ரேடியோ, தூர்தர்ஷனில், கலைமாமணி பட்டம் பெற்றவர். 'மத்ய கைலாஷ்' ஆஸ்தான வித்வான். இன்னும் கல்யாணங்களுக்கு வாசித்துக் கொண்டிருப்பவர்.

இந்தச் சிபாரிசுகள் ஏதும் தேவையின்றி சிவலிங்கத்தின் நாத ஸ்வரத்தை ஒரு நிமிஷம் கேட்டாலே போதும், இவர் இனிமை யும் திறமையும் புரிகிறது.

அவ்வளவு கம்பீரமாக வாசிப்பவர், பேசும்போது மிகச் சன்ன மான குரலில் பணிவுடன் பேசுகிறார். நல்ல நாதஸ்வரங்கள் நரசிங்கன்பேட்டையில்தான் கிடைக்கும். திருவீழிமிழலை, திருவாடுதுறை போன்ற இடங்கள்தாம் பிரசித்தம். சீவாளிதான் முக்கியமாம். சீவாளி சரியாக அமைந்துவிட்டால் ஒரு மணி நேரம் மெய்ம்மறந்து வாசிக்கலாமாம். கொருக்கா பட்டை, அனுசு, அளவு என்ற பல டெக்னிக்கல் வார்த்தைகள் இந்த இயலில் உள்ளன. ஒரு நல்ல நாதஸ்வரம் வாங்க ரூ.1200 வரை செலவழிக்க வேண்டுமாம்.

சுஸ்வரமும் ராக ஆலாபனையும் பிசிறு இல்லாமல் வாசிப்பது தான் முக்கியம் என்னும் இந்த அபார கலைஞர் இனிமையாகப் பாடியும் உதாரணம் காட்டுகிறார்.

அடுத்த சீஸனில் ஏதாவது ஒரு சபா Focus on Nadaswaram என்று ஒரு சதஸ் அமைத்து இவர்களை அடையாளம் காட்டும்போது,

மேல்கோட்டை கோயிலில் ஒரு இளைஞர் வாசிக்கிறார். அவர் பெயர் கேட்டு வைக்கத் தவறிவிட்டேன். அவரையும் அழைத்து வாசிக்க வைக்கவேண்டும்.

இந்தக் கஷ்டமான வாத்தியத்தில் பிசிறு இல்லாமல் வாசிப்பவர்களைக் குன்னக்குடி வைத்தியநாதன் போன்றவர்கள் பட்டியலிட வேண்டும்.

நாய்க்குட்டி
தீப்பெட்டி
சோப்புக்கட்டி
-ஈனமாய்ப் பார்க்காதே
எதையும்
கவிதாமயம்தானடா
அவையும்.

என்று பாடிய தெலுங்குக் கவிஞர் 'ஸ்ரீஸ்ரீ' யின் 'மகா பிரஸ்தானம்' என்கிற கவிதை நூலை மொழி பெயர்த்து 'நீண்ட பயணம்' என்று 'என்சிபிஎச்' வெளியிட்டுள்ளார்கள். காலஞ்சென்ற ஸ்ரீஸ்ரீ, ஆந்திரப் பிரதேசத்தின் மிக முக்கியமான கவிஞர்.

'மனிதனே என் சொத்து, மனிதனே என் இசை' என்று சொன்னவர். கல்லூரியில் டெமான்ஸ்ட்ரேட்டராக இருந்திருக்கிறார். சென்னையில் ஆந்திரப் பிரபாவில் இருந்திருக்கிறார். சினிமாப் பாடல்கள், வசனம் எல்லாம் எழுதியிருக்கிறார். தெலுங்கு முற்போக்கு எழுத்தாளர் சங்கத் தலைவராக இடது சிந்தனைகள் அவர் கவிதைகளில் தென்பட்டாலும் நம் புராண, இதிகாச மரபுகளின் புதிய வடிவங்களை அவர் இன்றைய உலகில் கண்டார். கவிதை யாகம் என்றார். சோவியத் நாடு பரிசு, சாகித்ய அகாதமி பரிசு எல்லாம் பெற்றவர். தெலுங்கு இளைஞர்கள் பலரின் கவிதைகளில் ஸ்ரீஸ்ரீயின் தாக்கம் உண்டு என்று என் ஆந்திர நண்பர்கள் சொல்கிறார்கள்.

'நான் ஒருவன் நின்று போனால்
அனல் காற்றும் வான்முகிலும் மேகநிலவும்
நின்று போகும்.'

என்று ஆரவாரமாகச் சொன்னவர். ஜூன் 15, 1983 - ல் காலமானார்.

ஒரு வருஷம் பழைய படம் ஒன்றும் அறுபதுகளில் வெளிவந்த படம் ஒன்றும் போனவாரம் பார்த்தேன். பாலு மகேந்திராவின் 'மறுபடியும்' ஒரு தீக்குச்சி வெளிச்சத்தில் தொடங்குவதில் அவரது காமிரா திறமையை அலட்டிக் கொள்ளாமல் காட்டி, மகேஷ் பட்டின் 'ஒரிஜினல்' பாதிப்பு அதிகமின்றித் தமிழ்த் தன்மை கொடுத்து 'நீட்'டாக எடுக்கப்பட்ட இந்தப் படம் கமர்ஷியலாகவும் ஒருவாறு கடிக்காமல் ஓடியது என்பது சந்தோஷமான விந்தை!

சகோதரி (தூர்தர்ஷன்: திரையில் நகைச்சுவை) படத்தில் சந்திர பாபுவின் ஆனந்தக் கோனார் காமெடி தமிழ் சினிமாவில் நடிப்பில் ஒரு மைல் கல் என்பேன். ரயிலில் மாமன் மகளைத் தாரை வார்த்த சோகத்துடன் சந்திரபாபு எதிரே காசிக்குச் செல்லும் நாகையாவிடம் அங்கலாய்க்கும் காட்சியை இன்ஸ்டிட்யூட் மாணவர்கள் அனைவரும் கட்டாயம் பார்க்க வேண்டும்.

டங்கல், காட் - இதெல்லாம் என்ன? 38

டங்கல், காட் (Dunkee, GATT) இந்த இரண்டு வார்த்தைகளும் அதிகம் அடிபடுகின்றன.

காட் ஒப்பந்தத்தில் நாம் கையெழுத்திட்டதற்காக பார்லிமெண்டில் எதிர்க்கட்சியினர் காய்ச்சுகிறார்கள். இதெல்லாம் என்ன என்று பாமரர்களுக்கும் புரியும்படியாகச் சொல்லிப் பார்க்கலாம். காரணம் பாமரர்களும் புரிந்துகொள்ளவேண்டியது முக்கியம்.

டங்கல் என்பது ஒருவர் பெயர். ஆர்தர் டங்கல் முழுப் பெயர். அவர் கொஞ்சநாள் முன்வரை காட் என்னும் நிறுவனத்துக்கு டைரக்டர் ஜெனரல் என்னும் பெரிய அதிகாரியாக இருந்தார். காட் என்பது ஒரு சங்கம். ஒரு குழு. பல நாடுகள் சேர்ந்த குழு. ஜெனரல் அக்ரிமெண்ட் ஆன்ட்ரேட் அண்ட் டாரிஃப் என்ற ஆங்கிலச் சொற்றொடரின் முதல் எழுத்துக்களை வைத்து, சுருக்கிய பெயர் ('ரோடார்' இல்லையா, 'அ.தி.மு.க.' இல்லையா அதுபோல)

1948ல் இந்தச் சங்கம் அமைக்கப்பட்டது. நாடுகளுக்கிடையே வியாபாரம், விலைக் கட்டுப்பாடு இவைகளுக்கென்று ஏற்பட்ட ஒப்பந்தம் 1948ல் அமுலுக்கு வந்தபோது அப்போதிருந்த சோவியத் யூனியன் சோஷலிஸ்டு நாடுகளைத் தவிர்த்து ஏறக்குறைய

மற்ற எல்லா நாடுகளும் மெம்பராக இருந்தன. இந்தியா ஆரம்பத்திலிருந்தே அங்கத்தினராக இருந்திருக்கின்றது.

125 நாடுகள் கையெழுத்திட்ட அந்த ஆயிரம் பக்க ஒப்பந்தத்தை வடிவமைத்தவர் டங்கல். அவர் நாடுகளின் பரிசீலனைக்கும் ஒப்புதலுக்கும் அனுப்பி வைத்த முன் பிரதியைத்தான் 'டங்கல் ட்ராப்ட்' என்றனர்.

சமீபத்தில் இந்த காட் வியாபார ஒப்பந்தத்தில் பல விஷயங்கள் இல்லை. இந்த ஒப்பந்தம் அமெரிக்கா, ஜெர்மனி போன்ற நாடு களுக்குப் போதவில்லை. ஜப்பான் போன்ற நாடுகள் அமெரிக்கா வில் அமெரிக்கக் கம்பெனிகளிடம் போட்டியிட்டு வெற்றி பெறுவதைக் கவனித்து மறைமுகமாகப் பல கட்டுப்பாடு களைத் தன் உள்நாட்டு விதியின் மூலம் கொண்டுவர முற்பட்டு அமெரிக்கா சூப்பர் 301 கொண்டுவந்தது. இந்தப் பெயர் கூடக் கேள்விப்பட்டிருக்கலாம்.

இந்தியாவைக்கூட இந்தப் பட்டியலில் சேர்த்து நம் இரு நாடு களுக்கிடையே வியாபார சமன்பாட்டைக் கலைக்க முற்பட்டது அமெரிக்கா. இந்த பயமுறுத்தலால் காட் ஒப்பந்தத்தை விரிவு படுத்த எல்லா நாடுகளும் சம்மதிக்க வேண்டியிருந்தது.

உருகுவே என்னும் தென் அமெரிக்க நகரில் 1986ல் ஆரம்பித்த பேச்சு வார்த்தைகள் போன டிசம்பரில்தான் முடிந்து, கடைசியாக டங்கல் டிராஃப்ட் தயாரானது. அதன் திருத்திய பதிப்பில்தான் போன வாரம் கையெழுத்திட்டார்கள்.

இதில் கையெழுத்திட்டதால் இந்தியாவில் வரப் போகும் மாறுதல்கள் என்ன என்ன?

விவசாயத்தில் ஓர் அளவுக்கு மேல் சலுகைகள் அரசாங்கம் கொடுக்கக் கூடாது. மற்ற நாட்டு விவசாயப் பொருள்களை நாம் அனுமதிக்க வேண்டும்.

இதனால் நம் நாட்டில் ஆஸ்திரேலியாவில் தயாரித்த பால், ஹாலந்திலிருந்து வெண்ணெய், பிஸ்கட், பாலாடைக் கட்டி, ஃப்ரெஞ்சு தேசக் கடலைக்கொட்டை, தானியம் எதுவும் கிடைக்க லாம். அவர்கள் நம் நாட்டு விவசாய உற்பத்தியையும் மலிவான கூலியையும் அவர்கள் டெக்னாலஜியையும் பயன்படுத்தி அவர் களுக்கு வேண்டிய உணவுப் பொருள்களை உற்பத்தி செய்து

கொள்ளலாம். விதைகளின் விலை அதிகமாகச் சாத்தியக்கூறுகள் இருக்கின்றன. விவசாயிகள் விதைகள் தயாரித்து மற்ற விவசாயி களிடம் விற்கும்போது அவ்விதைகள் மேல்நாட்டிலிருந்து நல்ல விளைச்சல் கொடுக்கும் விதைகளைக் கொண்டு வந்து, அவை மூலம் அனுமதியுடன் தயாரித்தவை என்றால் ராயல்டி கொடுக்க வேண்டும்.

இந்த விதியைத்தான் கடுமையாய் எதிர்க்கிறார்கள்.

நம் அரசாங்கம், ஃபெர்டிலைசர் சலுகைகள் காட் ஒப்பந்தத்தின் குறைந்தபட்ச அளவுக்குக் கீழே இருப்பதால் சப்சிடி கவலை இல்லை. விதைகளை நாமே தயாரித்துக்கொள்ளும் திறமை இருக்கும்போது ஏன் இந்த மேல்நாட்டு விதை பயம்? டெக்னாலஜி நம்மிடமே இருக்கிறது. ஏன் இந்தக் கவலை? என்கிறது.

இந்த முக்கியமான ஷரத்தின் தாக்கம் இரண்டு வருஷம் போன பின்தான் தெரியும்.

1. நவீன கருவிகளைப் பயன்படுத்தும் விவசாயிகளுக்குச் செல்வம் கொழிக்கும். அவர்கள் மிகுந்த பணக்காரர்களாக லாம். விவசாயிகளிலேயே ஏழை பணக்கார வித்தியாசம் அதிகமாகலாம்.

2. உள்ளூர் மூலதனக்காரர்களுக்கும், வெளி தேசத்து மூலதனக் காரர்களுக்கும் வித்தியாசம் காட்ட முடியாது. அவர்கள் மேல் எந்தவிதக் கட்டுப்பாடும் கொண்டுவர முடியாது. உதாரண மாக, நீ இத்தனை சதவிகிதம் உள்நாட்டு உற்பத்தி பாகங் களைப் பயன்படுத்த வேண்டும் என்று இப்போதுபோல் கட்டுப்படுத்த முடியாது.

3. ஏற்றுமதி இறக்குமதியை இதற்குமேல் இருக்கக் கூடாது என்று கட்டுப்படுத்த முடியாது. எம்.என்.சி. என்னும் மல்ட்டி நேஷனல் கார்ப்பரேஷன் தாம் தயாரித்த சோப்பு, டி.வி. ஷாம்பு போன்ற வெளிநாட்டு வஸ்துக்களை நம் மார்க் கெட்டில் குவித்துவிட்டு நம் நாட்டில் சீப்பாகக் கிடைக்கும் கச்சாப்பொருள்களை வெளியே கொண்டுபோக முடியும். விவசாயப் பொருள்களை உலகெங்கும் ஆறு கம்பெனிகள் கட்டுப்படுத்துகின்றன. உலகெங்கும் வாழைப்பழ வியா பாரம் மூன்று கம்பெனிகள்தான் செய்கின்றன. மூன்று கம்பெனிகள் புகையிலை, பதினைந்து கம்பெனிகள் பஞ்சு

உற்பத்தி, பன்னிரண்டு கம்பெனிகள் எண்ணெய், பெட்ரோல். இவற்றை ட்ரான்ஸ் நேஷனல்ஸ் என்பார்கள். இவர்கள் ஆதிக்கம் நம் நாட்டில் மிகுதியாகப் பரவும். அவர்கள் கூடிப் பேசிக்கொண்டு ஒருவாறு அத்தியாவசியப் பொருள்களின் விலையை நிர்ணயிக்கக்கூடும்.

4. ட்ரிப்ஸ் என்று ஒரு சமாசாரம் உண்டு. டிரேட்ரிலேடட் இன்ட்டலெச்சுவல் ப்ராபர்டி ரைட்ஸ் என்று. இது மருந்து தயாரிப்பை மிகவும் பாதிக்கும். நம் நாட்டில் மருந்து தயாரிப்புப் போன்ற உயிரைக் காப்பாற்றும் தொழில்களுக் கெல்லாம் ஓர் அளவுக்கு மேல் பேட்டண்ட் உரிமையோ, ராயல்டியோ கிடையாது. நம்நாட்டு விதிகள்படி காட் கையெழுத்திட்டால் இந்த விதியை மாற்ற வேண்டிவரும். அதனால் மருந்துகளின் விலை அதிகரிக்கும்.

5. இன்ஷுரன்ஸ், பாங்க் போன்ற தொழில்களில் வெளிநாட்டா ரும் சமமாகப் பங்கு பெறவேண்டும். வெளிநாட்டவர்கள் தம் இஷ்டத்துக்கு நம் நாட்டுச் செய்தித் தொடர்பைப் பயன்படுத்த வும் அவர்கள் விரும்பிய தனியார் செய்தித் தொடர்புகளைக் கொண்டுவரவும் அனுமதிக்க வேண்டும்.

காட் ஒப்பந்தத்தை நாம் கையெழுத்திட்டதால் பொதுவாக இந்திய மண்ணில் சுபிட்சம் அதிகரிக்கத்தான் செய்யும். இந்தியப் பொருள்களின் வெளிநாட்டு மார்க்கெட் செல்வாக்கு அதிகரித்து 125 தேசங்களுக்குப் பரவி எல்லாமே ஒரு பெரிய உலகச் சந்தை ஆகி 'இம்போர்ட்டட்' தாகம் தீர்ந்து எல்லா நாட்டுப் பொருள் களும் நம் நாட்டில் கிடைக்கும். சந்தைப் பொருள்களின் தரம் உயரும். விலையும் உயரும். புதிய பணக்காரர்கள் தோன்றுவார் கள். ஏழைகள் கொஞ்சம் உசத்தியான ஏழைகளாவார்கள். பணக் காரர்கள் மிகவும் பணக்காரராவார்கள்.

இந்தியா இதில் கையெழுத்திட்டது காலத்தின் கட்டாயம். இதில் கையெழுத்திடாவிட்டால் உலகில் நாம் ஒரு தீண்டப்படாத தேசமாகி விடுவோம் என்கிற அபாயம் இருக்கிறது.

இன்னும் ஐந்து வருஷங்களில் இந்தப் பத்திரிகையை டைம் பத்திரிகையோ, அல்லது மிட்ஸுபிஷியோ எடுத்து நடத்தினால் அது டங்கல் உபயம் என்று சொல்லலாம்.

வேற்று கிரகத்தில்... உங்களுக்கு உறவினர் உண்டா? 39

°°ப்ளையிங் சாஸர் என்னும் பறக்கும் தட்டு இருக்கிறதா? வேற்று கிரகத்திலிருந்து மனிதர்கள் வந்திருக்கிறார்களா? பிரபஞ்சத்தின் மற்ற கிரகங்களில் உயிரினங்கள் உள்ளனவா? இப்படி பலபேர் என்னைக் கேட்கிறார்கள்.

இவர்களுக்கெல்லாம் என் பொதுவான பதில்: இதுவரை ஏதும் நிரூபிக்கப்படவில்லை. ஆனால் இத்தனை பெரிய பிரபஞ்சத்தில், இத்தனை கலாக்ஸிகளில், கோடிக்கணக்கான கிரகங்களில் ஒன்றிலாவது உயிர் என்று இருக்கவேண்டும் என்று அதற்கான சாத்தியக்கூறுகளைக் கணக்கிட்டு முறைப்படி சொல்லியிருக்கிறார்கள். அவ்வாறான உயிர் எப்படி, எந்த வடிவில் இருக்கும், எப்படி நம்முடன் தொடர்பு கொள்ளும் என்பதுதான் தெரியாமல் இருக்கிறது. இந்தக் கேள்விகளுக்கு இன்னும் பதில் இல்லை.

அண்மையில் 'ஆம்னி' பத்திரிகை 'திறந்த புத்தகம்' என்கிற திட்டம் ஒன்றை அறிவித்தது. இதன்படி அமெரிக்க விண்வெளி ஆராய்ச்சி நிறுவனமான நாசாவின் கோப்புகளில் ஒளிந்திருக்கும், அல்லது ஒளித்து வைத்திருக்கும் ரகசிய ரிப்போர்ட்டுகளை ஒவ்வொன்றாக வெளியிடத் தீர்மானித்துள்ளது. இதன்படி சென்ற பதினெட்டு வருடங்களில்

ஆயிரக்கணக்கானவர்கள் பறக்கும் தட்டில் வந்து சேர்ந்தவர்களால் கிட்நாப் பண்ணி கடத்தப்பட்டிருக்கிறார்கள் என்று பட் ஹாப்கின்ஸ் என்பவர் மிஸ்ஸிங் டைம், இன்ட்ரூடர்ஸ் என்கிற இரு புத்தகங்களில் எழுதியிருக்கிறார்.

முதல் கதை 1966ல் பார்னி ஹில் என்பவரையும் அவர் மனைவியையும் ஹிப்னாடிஸத் தூக்கத்தில் ஆழ்த்தியபோது அவர்களைக் காரிலிருந்து பலாத்காரமாகப் பறக்கும் தட்டுக்கள் அழைத்துச் சென்று குட்டி, குட்டியான ஜந்துக்கள் இருவரையும் முழுவதும் ஆராய்ந்ததாகத் தூக்கத்தில் சொன்னார்கள். 1981 - ல் எழுதிய புத்தகத்தில் (மிஸ்ஸிங் டைம்) இம்மாதிரிக் கடத்தல் கேஸ்கள் நிறையவே இருக்கின்றன. பல பேர், கேலி பண்ணு வார்கள் என்ற தயக்கத்தில் சொல்ல முன்வரவில்லையாம். 1992 - ல் டி.வி.யில் ஒரு மினி சீரியலாக வந்து மக்களின் கவனத்தைக் கவர்ந்து ஹாப்கின்ஸ் பிரபலப்படுத்திய சம்பவம் இதுதான்.

லிண்டா என்கிற ஒரு பெண் நியூயார்க்கில் (முழுப் பெயர் சொல்ல மாட்டாளாம்) 1988ல் ஹாப்கின்ஸ் எழுதிய இன்ட்ரூடர்ஸ் என்கிற புத்தகம் வாங்கிப் படிக்கத் தொடங்கியதும் முதல் அத்தியாயத்தின் இறுதியிலேயே பயந்துவிட்டாள். அந்தப் புத்தகத்தில் வெளி கிரகத்தவர்கள் நம் உலகுக்கு வந்தால், மனிதர்கள் மூளைகளிலும் மூக்குகளிலும் எதையாவது சாதனத்தைப் பதித்துவிட்டுத்தான் செல்வார்கள் என்று எழுதி யிருந்தது. அதைப் படித்துத்தான் லிண்டா அதிர்ந்து போனாள். 13 வருஷத்துக்கு முன் அவள் மூக்கில் பக்கவாட்டில் ஒரு கட்டி இருந்து டாக்டரிடம் காட்டியபோது அவர் உனக்கு ஆபரேஷன் ஆனபோது தழும்பில் சேர்ந்துபோன சிறிய எலும்பு என்றார். ஆச்சரியம், லிண்டாவுக்கு மூக்கில் ஏதும் ஆபரேஷன் ஆனதில்லை. இப்போதுகூட லிண்டாவின் வலது மூக்கில் விரல் விட்டால் கட்டியை உணர முடிகிறது.

லிண்டா புத்தகம் எழுதிய ஹாப்கின்ஸைத் தொடர்பு கொண்டாள். ஹாப்கின்ஸ் ஹிப்னாடிசத் தூக்கத்துக்கு உள்ளாக்கி அவள் எட்டு வயது ஞாபகங்களை உசுப்பினார். சிறுவயதில் அவள் எதிர்வீட்டு மாடியில் ஒரு பெரிய பம்பரம் போன்ற சமாசாரம் பறந்ததைப் பார்த்திருக்கிறாள். அவளைக் கடத்திச் சென்று அதில் வைத்துப் பரிசோதித்திருப்பதாக அவள் நினைவுகளில் பொதிந்திருந்தது.

ஹாப்கின்ஸ் அவளை, அவள் போலவே அனுபவம் உள்ளவர்கள் சிலருடன் அறிமுகப்படுத்தி வைத்தார்.

நவம்பர் 30, 1984ல் லிண்டா மறுபடி ஹாப்கின்ஸுக்கு அவசர மாக ஃபோன் செய்தாள். அவளை மறுபடி 'அவர்கள்' கடத்தி யிருக்கிறார்கள். இரவு 2.50. வாஷிங் மெஷினில் துணிகளைத் துவைத்து உலர்த்துவதற்கு அவ்வளவு லேட். லிண்டா குளித்து விட்டுத் தூங்குமுன் மல்லாந்து படுத்துக் கொண்டாள். சின்ன வயசிலிருந்து பிரார்த்தனை செய்வாள்.

'எங்கள் தந்தையே' என்று தொடங்கியபோது அறையில் ஒரு விநோதத்தை உணர்ந்தாள். கண்ணை மூடிக்கொண்டாள். கதவைத் தாளிட்டு, பையன்களைக் கூப்பிட்டாள்.

கணவனை எழுப்பினாள். 'யாரோ அறையில் இருக்கிறார். எழுந் திருங்க! எழுந்திருங்க.' கண்ணைத் திறந்தாள். படுக்கையின் கால் மாட்டில் ஒரு சிறிய ஜந்து, பெரிய தலை, பெரிய கரிய கண்களுடன்! உடனே அலறி என் தலையணையை எடுத்து அதன்மேல் எறிந் தேன். அது பின்வாங்கியது. 'அதன்பின் ஞாபகம் சிதறியது. வெள்ளைச் சல்லாத் துணி அவள் கண்கள் மேல் பரவியது. சின்னச் சின்னக் கைகள் அவள் முதுகில் மேலும் கீழும் குத்தின. திடீரென்று படுக்கையில் மீண்டும் விழுந்தாள்.

மணி காலை ஐந்து, சட்டென்று எழுந்து அவள் பிள்ளைகள் படுத் திருந்த அறைக்குச் சென்றாள். அவர்கள் அசைவற்று, மூச்சற்றுப் படுத்திருந்தார்கள். பதறிப்போய் பாத்ரூமிலிருந்து சின்னக் கண்ணாடி கொண்டுவந்து அவர்கள் மூக்கருகில் வைத்தாள். சட்டென்று அதில் மஞ்சு படர்ந்தது. அடுத்த அறையில் கணவ னின் குறட்டை கேட்டது.

லிண்டா சூரியன் வரும்வரை பிரமித்துப்போய்த் தரையில் உட்கார்ந்திருந்தாள். இப்படி நிஜம்போல் நிறையக் கதைகள் உள்ளன. ஆனால் ஒரு பொது இடத்தில் நூற்றுக்கணக்கானவர்கள் வேற்று கிரகத்து விண்கலத்தையோ உயிரினங்களையோ பார்த்த தற்கு சாட்சி இல்லை.

'டி அக்ஸி ரிபோ நியூக்ளியிக் ஆஸிட்.' இந்தப் பெயர் என்னவோ அராபிய இரவு மந்திரச் சொல் போல இருக்கிற தல்லவா! இதுதான் உயிரின் ரகசியம். சுருங்கச் சொன்னால் 'டிஎன்ஏ' வாழ்வின் சரடு. நம் உயிரணுக்களின் கருப்பொருளில் நூல் ஏணி போன்ற வடிவில் இருக்கும் மாலிக்யுல் கட்டளை!

1952லிருந்து இதை நமக்குத் தெரியும். இந்த டிஎன்ஏ தான் நம் பாரம்பரியம், வம்சம் எல்லாம். மனிதனின் டிஎன்ஏ ஒரு

கம்ப்யூட்டர் நிரல் போல் (ப்ரோக்ராம் போல). கொஞ்சம் நீண்ட நிரல், முன்னூறு கோடி 'பிட்' என்னும் செய்தித் துணுக்குகள் அதன் நீளம். நம் ப்ரோட்டீன்களை உற்பத்தி செய்வதற்கு உண்டான ஆணைகள் இதில் உள்ளன. இத்தனைக்கும் மிகச் சிறிய, மிக நுட்பமான உயிரணுக்கள். அதற்குள் அத்தனை செய்தி பதிந்திருக்கிறது. செய்தி மட்டும் இல்லை. மனித இனத்தின் சரித்திரமே! தென் கலிபோர்னியா பல்கலைக்கழகத்தைச் சேர்ந்த டாக்டர் ப்ரெஞ்ச் ஆண்டர்சன் என்பவர், எதிர்காலத்தில் ஒரு நாள் டாக்டர்கள் உங்கள் வியாதி என்ன என்று கண்டுபிடித்ததும் அந்த வியாதியை உங்கள் டிஎன்ஏ சரத்தில் புகுந்து கண்டுபிடித்து அழித்து விடலாம் என்று எதிர்பார்க்கிறார். 'இதன் அர்த்தம் என்ன? உங்களுக்கு டயாபடீஸா...டிஎன்ஏ சரத்தில் இத்தனாவது க்ரோமோசோமில் இருக்கிறது. அந்த இடத்தை மட்டும் வெட்டி ஒட்டிவிடலாம். 'ஜுராஸிக் பார்க்' கின் ஆதாரமான ஐடியாவே டிஎன்ஏ மாற்றம்தான். இந்தப் புதிய இயலை ஜெனட்டிக் எஞ்சினியரிங் என்கிறார்கள். பாரம்பரிய மாற்ற இயல் இது. அதற்கு முன்னோடியாக மனித ஜெனோம் திட்டம் என்று 15 வருஷ ப்ராஜெக்ட் துவங்கியிருக்கிறார்கள். நம் டிஎன்ஏயின் முழு அமைப்பையும் வரைபடமாக வரைவது இதன் நோக்கம்.

இந்த வரைபடத்தை முடித்துவிட்டால் எதெது எங்கே இருக் கிறது என்று தெரிந்து போய்விடும். உங்கள் நிறம் கறுப்பு என்றால் அது டிஎன்ஏயில் எங்கே எழுதியிருக்கிறது. அதேபோல் கண்கள் பூனைக் கண்கள் என்றால் அந்த விவரம் எங்கே எழுதப் பட்டிருக்கிறது. இதையெல்லாம் தெரிந்து கொண்டு விட்டால் விருப்பத்துக்கு ஏற்ப அதை மாற்றிக் கொள்ளவும் முடியும். அடுத்த நூற்றாண்டில் இந்த உரையாடல் நிகழலாம்:

டாக்டர்: எம்மாதிரிக் குழந்தை வேணும்ங்க?

பெண்: டாக்டர்... கண் நீலமா, தலைமயிர் கறுப்பா, மூக்கு என்னை மாதிரி வேண்டாம். அவர் மாதிரி இருக் கட்டும். எங்க ஃபேமிலியில டயாபடிஸ் இருக்கு. அவர் ஃபேமிலியில் ஒருத்தருக்குக் கான்ஸர் இருந்தது. இது இரண்டும் குழந்தைக்கு வராம...

டாக்டர்: என்ன கான்ஸர்?

பெண் : அவங்க அம்மாவுக்கு ப்ரெஸ்ட் கான்ஸர்.

டாக்டர்: *அப்படியா? 17வது க்ரோமோஸோமைத் திருத்திட லாம். மேலே சொல்லவும்.*

இம்மாதிரி made to order குழந்தைகள், வம்சாவளி வியாதி நீக்கிய குழந்தைகள் பெற்றுக்கொள்ள இயலும் என எதிர்பார்க்கிறார் கள்.

மனித உடலில் நூறு 'ட்ரில்லியன்' உயிரணு செல்கள் உள்ளன. (ட்ரில்லியன் என்பது லட்சம் கோடி என நினைக்கிறேன்) ஒவ்வோர் உயிரணுவுக்கும் ஒரு நியூக்ளியஸ் உட்கரு உள்ளது. அந்த உட்கருவில் 46 க்ரோமோஸோம்கள் உள்ளன. 23 ஜோடிகள். இந்த க்ரோமோஸோம்களில்தான் 'டிஎன்ஏ' அடங்கியுள்ளன. இந்த டிஎன்ஏ சரங்களின் பகுதியைத்தான் ஜீன் என்கிறார்கள்.

இந்த ஜீன் ரிப்பேர் ஆராய்ச்சி நியாயமா? அதற்கு நமக்கு உரிமை இருக்கிறதா என்று ஒரு குழுவினர் கவலைப்பட்டுக் கொண்டிருக் கையில் ஃப்ரான்ஸிஸ் காலின்ஸ், ஆண்டர்சன் போன்றவர்கள் தொடர்கிறார்கள்.

நாமெல்லாம் கொஞ்சம் அவசரப்பட்டுப் பிறந்து விட்டோம். அம்பது வருஷத்தில் தலை வழுக்கை நிறுத்தம், கண் நிறம் திருத்தம், நரைக் கட்டுப்பாடு எல்லாமே ஜீன் ரிப்பேர் மூலம் சாத்தியம். உலகத்தில் எல்லோருமே அழகாக இருந்தால் எப்படி இருக்கும்? இந்த உலகத்தில் வாழ முடியுமா?

மலேசியாவின் பிரசித்தி பெற்ற கார்ட்டூன் சித்திரக்காரர் 'லாட்'. அவருடைய சித்திரங்களை நான் மலேசியாவில் இருக்கும்போது நண்பர் ஜாஃபருத்தின் பரிசாக அளித்தார். 'கம்போங் பாய்' கிராமத்துப் பையன் என்கிற புத்தகம் பிரபலமானது. நம் தமிழ் நாட்டுச் சித்திரக் கலைஞர்கள் ஒரு சில விதிவிலக்குகளுடன் வெறும் சித்திரங்களாகவே இருக்கிறார்கள். லாட் சித்திரக்கார எழுத்தாளர் ஆர்.கே.லக்ஷ்மண், மதன் போல. அதனால் அவர் சித்திரங்களில் தன்னையே கேலி செய்துகொண்டும், தன் இளமைப் பருவத்தைக் கவிதையும் சிரிப்பும் கலந்து நினைத்துக் கொள்ளும் உற்சாகம் கிடைக்கிறது. நகர வாழ்வின் தாக்கமும் எளிய கிராம வாழ்க்கைக்கு, ஏக்கமும்கூட வெளிப்படுகின்றன. மலேசியாவின் பன்முகக் கலாச்சாரத்தை உறுத்தாமல் கிண்டல் செய்கிறார்.

தமிழில் ஒரு சாதனை

40

விஷ்ணு சகஸ்ர நாமத்தைத் திருமாலின் ஆயிரம் நாமங்கள் என்று பெயரளித்துத் தூய தமிழில் சமஸ்கிருதத்தின் 'அனுஷ்டுப்' சந்தத்திலேயே மொழி பெயர்த்து பாம்பே சிஸ்டர்ஸ் அதைத் தெளிவாக உச்சரித்துப் பாடி காஸட்டாக வெளியிட்டிருக்கிறார்கள். இந்தச் சாதனையைப் புரிந்த திரு. ஆர். நரசிம்மன் ஓர் எஞ்சினியர் என்பதை அறியும் போது நமக்குப் பெருமையாக இருக்கிறது. விஷ்ணு சகஸ்ர நாமம் மஹாபாரதத்தில் அனுசாஸன பர்வம் என்ற பாகத்தில் 149வது அத்தியாயமாக அமைந்துள்ளது.

பதினெட்டு தினங்கள் பாரதப் போர் முடிந்தபின் பீஷ்மர், அர்சுனன் அமைத்த அம்புப் படுக்கையில் படுத்துக்கொண்டு உயிர் துறக்குமுன் 'இவர் அறிவுக் கடல், இவர் காலம் சென்று விட்டால் இவர் மாதிரி ஆட்கள் கிடைப்பது அரிது. அதனால் இப்போதே இவரிடம் எல்லாம் கேட்டு வைத்துக்கொண்டு விடுங்கள்' என்று வேதவியாசர் தர்மபுத்திரரிடம் சொல்ல அவர் பீஷ்மரிடம் போய் ஆறு கேள்விகள் கேட்டாராம். 'எல்லாத் தெய்வங்களிலும் உயர்ந்த தெய்வம் எது? எந்த தெய்வத்தை சரணாகப் பற்ற வேண்டும்?' இவ்வாறான கேள்விகளுக்கு விடையாக விஷ்ணு சகஸ்ரநாமம் தோன்றியதாம்.

13 சுலோகங்கள் முன்னுரையாக, 107 சுலோகங்கள் ஆயிரம் திருநாமங்கள், 22 சுலோகங்கள் பலச்ருதி, அதாவது இதைச் சொல்வதனால் ஏற்படும் பலன்கள், இவை அனைத்தும் தமிழில் அவைகளின் கம்பீரமும் சுநாதமும் கெடாமல் அதே அர்த்தத்தில் செய்திருக்கும் திரு நரசிம்மன் அவர்களுக்குப் பாராட்டுக்கள்.

விஸ்வம் விஷ்ணு: வஷட்கார:
பூதபவ்யபவத் பிரபு: பூதகிருத் பூதபிருத் பாவ:

என்று சொல்வதைக் காட்டிலும்

வையம் விஷ்ணு வசீகரன் அவன்
முக்காலத்தும் முதற்பிரபு
உயிரினமெதையும் படைத்தவனே
தாங்கிடுவோனாம் இருந்திடுவோன்

என்று தமிழில் சொல்வது எவ்வளவு இனிமையாக இருக்கிறது.

இந்த காஸட் நிச்சயம் தமிழ்நாட்டின் அத்தனை ஆலயங்களிலும் ஒலிக்கப் போகிறது. நரசிம்மன் சென்னை மெட்ரோ வேக ரெயிலின் தலைமைப்பொறியாளர். சகஸ்ர நாமம் கொண்டுவந்த வேகத்தில் மெட்ரோ ரயிலையும் கொண்டு வர பகவான் இவருக்கு அருள வேண்டும்.

புலிட்ஸர் பரிசு என்பது பற்றி உங்களில் பலர் கேள்விப்பட்டி ருப்பீர்கள். அமெரிக்காவில் வெளியாகும் 1700 தினசரி, 7000 வார மாத பத்திரிகைகளில் வருஷா வருஷம் சிறந்த செய்திக் கட்டுரைகள், கார்ட்டூன்கள், ஆராய்ந்து நோக்கிய இன்வெஸ்ட்டி கேட்டிவ் ஜர்னலிசம், சமூகப் பொறுப்புள்ள ரிப்போர்ட்டுகள், இவைகளுக்கெல்லாம் அந்த அந்த வகைகளுக்கு புலிட்ஸர் என்பவரின் நினைவாக தனித்தனியாக பரிசுகள் தருகிறார்கள். கொலம்பியா பல்கலைக்கழகத்தின் இதழியல் (ஜர்னலிசம்) பிரிவினர் இதைப் பரிபாலிக்கிறார்கள். பரிசுத் தொகை அதிகம் இல்லை. மூவாயிரம்தான். இருந்தும் இந்தப் பரிசில் நோபல் பரிசுக்கு ஈடான பெருமை இருக்கிறது என்கிறார்கள். இந்தியா வில் புலிட்ஸருக்கு ஈடாக சொல்லக் கூடியது 'கோயன்கா அவார்டு' ஒன்றுதான். இதுவும் புலிட்ஸர் முறையிலிருந்து மிகவும் வேறுபட்டது. புலிட்ஸரில் ஒவ்வொரு வருஷமும் சுமார் அறுபது பத்திரிகாசிரியர்களும், நிருபர்களும் ஆயிரக்கணக்கான

கட்டுரைகளையும் செய்திகளையும் படித்து முதல் தேர்வில் வடிகட்டி, புலிட்ஸர் போர்டு என்று இருக்கிறது. அதற்குக் கொடுக்கிறார்கள். இந்த போர்டில் பதினெட்டு மெம்பர்கள் உண்டு. ஜூரி மெம்பர்களுக்கோ, போர்டு மெம்பர்களுக்கோ இதற்கான சன்மானம் எதுவும் கிடையாது. புலிட்ஸர் பரிசுகள் செய்தி போட்டோக்களுக்கும், கார்ட்டூன்களுக்கும்கூட வழங்கப் படுகின்றன. 1976ம் ஆண்டு போட்டோ பரிசு பாஸ்டன் நகர தீ விபத்தில் எடுத்த போட்டோவுக்குக் கொடுக்கப்பட்டது. போட்டோ எடுத்து முடித்ததும் அந்தப் பெண்மணி இறந்து போனாள்.

41. ஆண்பிள்ளைகள் பரதநாட்டியம் ஆடுவதை உடனே நிறுத்த வேண்டும்

தால புஷ்பம், வார்கிதம், வலிதோருகம், அபவித்தம், மைனகாம், வினம், ஸ்வஸ்திகரேசிதம், இவ்வாறு நூற்றியெட்டு பரத நாட்டிய வகைகளைப் பரத முனிவர் சொல்லியிருக்கிறார்.

இன்றைய நாட்களில் இந்தியத் துணைக் கண்டத்தில் பரத நாட்டியம் என்பது நான்கைந்து வகைகளுக்குள் அடங்கி விடுகிறது.

பேத்தி டான்ஸ், மாமி டான்ஸ், பாட்டி டான்ஸ் இவைதான் தூர்தர்ஷனில் அதிகம் கிடைப்பது. எப்போதாவது அத்தி பூத்தாற் போல்தான் ஆரோக்கியமான இளம் முகத்தைப் பார்க்க முடிகிறது. சபா டான்ஸ் என்று ஒரு ஜாதிகளும் கல்யாணத்துக்கு முந்தி என் பொண்ணு பரதநாட்டியம் ஆடுவாள் என்று சொல்லிக் கொள்வதற்காக மாம்பலம் ராமனோ தாம்பரம் சீதாவோ மூணு மாசம் க்ராஷ் கோர்ஸ் கொடுத்துக் கைக் காசைச் செலவழித்து மைலாப்பூரில் அரங்கேற்ற 'த்ரில்லிங் தில்லானா பை பேபி காயத்ரி மகாதேவன்' என்று யாராவது பெப்சி கோலா சமூசா விமர்சனம் எழுதும் வகை.

அலாரிப்பு, ஜதிஸ்வரம், தில்லானா, பதம் இவைகளுடன் குச்சிப்புடி கலக்கல் டான்ஸ், குறத்தி டான்ஸ், மயில் டான்ஸ் முடிந்தால் மோகினி

ஆட்டம் ஒரு விள்ளல் - இதுதான் பரதநாட்டியத்தின் இன்றைய நிகழ்ச்சி நிரல்.

இவைகளைத்தான் எல்லோரும் ஆடுகிறார்கள். ஆடல் அரங்கம் என்று டி.வி.யில் மாலை வேளைகளில் குமாரிகள், காலையிலிருந்தே ட்ரஸ் பண்ணிக்கொண்டு காத்திருந்து ஆடும் இந்த வகை நாட்டியங்களையாவது சுமார் வகையில் சேர்க்கலாம். இது நேஷனல் ப்ரொக்ராம் என்று ராத்திரி வேளைகளில் ஆடும் சீனியர் மாமி டான்ஸர்களைவிட பரவாயில்லை. தானும் வருத்திக்கொண்டு பார்க்கிறவர்களையும் வருத்திக்கொண்டு எதற்காக இவர்கள் ஆடுகிறார்கள் என்பதே தெரியவில்லை. இதில் சோகம் அவ்வப்போது இவர்களுடன் ஆடும் சிஷ்யப் பெண்கள் அழகாக செதுக்கி வைத்தாற்போல் இருக்க இந்த மாதுகள் பக்கவாட்டில் ஒதுங்கிக்கொண்டு நட்டுவாங்கம் பண்ணாமல் எதற்காக இவர்களே வேர்க்க வேர்க்க ஆடவேண்டும்?

இதைவிடக் கொடுமை டான்ஸ் ட்ராமா என்று பரதநாட்டியமும் இல்லாமல் மாடர்ன் டான்ஸூம் இல்லாமல் கலந்து கட்டின நடனத்தில் இங்குமங்கும் இலக்கில்லாமல் ஜனங்கள் குறுக்கே ஓட, மைய நடனி மறுபடி அதே மாமி! கொடுமைடா சாமி!

ஆண் பிள்ளைகள் பரதநாட்டியம் ஆடுவதை உடனே தடை செய்ய வேண்டும். முகபாவத்தைவிட முகக்ஷவரத்தைத்தான் பார்க்கத் தோன்றுகிற காரணத்தால்.

பரதத்தில் நடுவே குச்சிப்புடியோ கூச்சுப்புடியோ கலப்பது இப்போது சகஜமாகிவிட்டது. பின்பாட்டு பாடும் பெண்மணி ஒரு வாக்கியத்தைத் திருப்பித் திருப்பி பாடிக்கொண்டிருக்க நடனி, கிருஷ்ணனுக்கு மம்மம் தருவது, அவன் அவள் தலைமயிரைப் பிடித்து இழுப்பது, வாயில் வெண்ணெய் ஈஷிக்கொள்வது, வாயைத் திறடா என்றால் சகல உலகங்களும் வஸ்துக்களும் காட்ட பிரமிப்பது, சடை பின்னுவது, மஞ்சள் அரைப்பது, புடவை நகைகளைக் களைந்துவிட்டு படுத்த வாக்கில் தண்ணீர் விலக்கிக் குளிப்பது இன்னபிற விஷயங்களை மானசீகக் கிருஷ்ணனை முன்னிலைப்படுத்தி ஆடுவது நிஜமாகவே பரதநாட்டியமா? இப்படியே போனால் பஸ் பிடிக்க ஓடுவது, ஷாம்பு போட்டுத் துவட்டிக்கொள்வது, பஸ் ஸ்டாண்டில் வம்பு பண்ணுவோர்களிடம் செருப்பைக் காட்டுவது, ஆபீசில் டைப்

அடிப்பது, லவ் லெட்டரைப் பெறுவது போன்ற விஷயங்களும் பரத நாட்டியத்தில் சேர்ந்து விட்டால் ஆ.இல்லை.

பாவம், ராகம், தாளம் இம்மூன்றும் இயைந்ததுதான் பரதம் என்று சிலர் சொல்வார்கள். சிலப்பதிகாரத்தின் அடியார்க்கு நல்லார் உரையில் விஸ்தாரமாகச் சொல்லப்பட்டிருக்கும் இதன் தட்டிமெட்டடவுகளும் சருக்கள் அடவுகளும் ஐந்து நட்சத்திர ஓட்டல்களில் லஞ்ச் நேரத்தில் வந்து சேர்ந்திருப்பது நூற்றாண்டின் இறுதியில் வருத்தத்துக்குரிய விஷயமே.

எலக்ட்ரானிக் புத்தகங்கள் என்பது இப்போது லேட்டஸ்ட் ஸிடிராம் என்னும் தகட்டில் ஆங்கில இலக்கியத்தின் எல்லா அரிய புத்தகங்களும் வர ஆம்பித்துவிட்டன. இவைகளைப் படிக்கத் தகடைக் கம்ப்யூட்டரில் செருகிவிட்டால் போதும் முழுப் புத்தகங்களும் கணிப்பொறியின் திரையில் தெரியும்.

சிங்கப்பூரில் நான் ஜேன் ஆஸ்டினின் எல்லா நாவல்களும் ஒரு தகட்டில் பார்த்தேன். ஜேம்ஸ் ஜாய்ஸின் ராட்சச நாவலான யுலிஸிஸ், இருபது பாகங்கள் கொண்ட ஆக்ஸ்போர்டு ஆங்கில அகராதி இன்னும் எத்தனையோ புத்தகங்கள் வந்துள்ளன. கூடிய விரைவில் திருக்குறள், சிலப்பதிகாரம், கம்பராமாயணம், பாரதி, பாரதிதாசன், புதுமைப்பித்தன் கதைகள் அனைத்தும் ஸிடியில் கிடைக்கப் போகிறது. கம்ப்யூட்டருக்கு எங்கே போவது என்று நீங்கள் கேட்பது காதில் விழுகிறது.

கம்ப்யூட்டர் கிடைத்தாலும்கூட நாம் இந்த முறையில் புத்தகங்கள் படிப்பதை விரும்புவோமா என்பது சந்தேகம். ஒரு கணிப்பொறியின் ஸ்திரமான திரையைப் பார்த்துக்கொண்டே இருப்பதைவிட இஷ்டப்பட்ட விதத்தில் இஷ்டப்பட்ட கோணத்தில் உட்கார்ந்து கொண்டு இஷ்டப்பட்ட பக்கத்தில் படித்து அடிக்கோடிட்டு ஆச்சரியக்குறி போடும் வசதிகளையெல் லாம் நாம் அவ்வளவு சுலபத்தில் இழக்கச் சம்மதிப்போமா என்பது சந்தேகம்.

டெலிபோன் பில் கட்ட அன்று தேனாம்பேட்டை போஸ்ட் ஆபீஸில் க்யூவில் காத்திருக்க வேண்டியிருந்தது. கையில் ஒரு புத்தகத்தை வைத்துக்கொண்டு மெல்ல வரிசை ஒன்றரை மணி நேரம் ஊர்ந்து செல்ல ஒரு முழுப் புத்தகத்தையே முடித்துவிட முடிந்தது. இது எலக்ட்ரானிக் கம்ப்யூட்டர் புத்தகத்துக்கு வருமா?

லஞ்ச ஒழிப்புக்கு சில யோசனைகள் — 42

மத்திய புலனாய்வுத் துறையினர், ஐ.ஏ.எஸ். அதிகாரிகளை லஞ்சம் வாங்கும்போது கையும் கரன்ஸியுமாகப் பிடித்து அவர்கள் மேல் கேஸ் பதிவு செய்யும் செய்திகளை அடிக்கடி பார்த்து உடனே செய்தித்தாளின் சினிமா பக்கத்திற்குச் செல்கிற அளவுக்குப் பழகிவிட்டோம். அந்த கேஸ்கள் எல்லாம் என்ன ஆயின என்பதை யாரும் தொடர்வதாகத் தெரியவில்லை. அந்த அதிகாரிகள் யாரும் ஜெயிலுக்குப் போனதாக இதுவரை தகவல் இல்லை. பெரும்பாலோர் ஸ்டடி லீவில் அமெரிக்கா போய் விட்டார்கள் என்பது தெரிகிறது.

லஞ்சத்தை ஒழிப்பது சூரியனை ரத்து செய்வதுபோல் என்று சொல்கிறார்கள். பொதுமக்கள் லஞ்சத்தைத் தின வாழ்க்கையின் அங்க அடையாளங்களில் ஒன்றாக எடுத்துக்கொண்ட நிலையில் அதை ஒழிக்க முயல்வது கான்யூட் அரசன் அலைகளுக்கு முன்னால் நாற்காலி போட்டுக்கொண்டு, 'கடலே திரும்பிப் போ' என ஆணையிடுவதுபோல என்று சொல்கிறார்கள். இருந்தாலும் சேஷன் சொன்னதுபோல் சின்னச் சின்ன விதங்களில் லஞ்சத்தை, நம் அளவில் எதிர்க்க திருமிகு பொது ஜனத்தால் முடியும். அதற்கான விதிகள் இவை:

முதல் விதி: விதிகளுக்கு உட்படுங்கள்.

ஏதாவது ஒரு பாரத்தில் ஆறு போட்டோ வேண்டுமெனில் ஆறு போட்டோ கொடுங்கள். மற்றொரு மனுவுடன் புலிப்பால் கொஞ்சம் இணைக்கவேண்டும் என்றால் இதையும் கொண்டு வந்து இணைக்கவும். சளைக்காமல் விதிகளுக்கு உட்பட்டால் லஞ்சம் கேட்கும் வாய்ப்புக்கள் குறையும். பல லஞ்சங்களுக்கு விதிமீறல் விருப்பம்தான் முதல் காரணமாக இருக்கும். கீழ் காணும் உரையாடலைக் கவனியுங்கள்.

அதிகாரி: *என்ஓசி வேணுங்களே?*

பாமரர்: *(அதாவது நீங்கள்): அது இல்லாமல் முடியாதுங்களா?*

அதிகாரி: *முடியும், ஆனா கொஞ்சம் செலவாகும்.*

நீங்கள்: *எவ்வளவுங்க? (இத்யாதி).*

நம் விதியின்படி 'என்ஓசி' என்கிற அந்த வஸ்து என்ன என்று கண்டுகொண்டு 'சரிங்க, என்ஓசி வாங்கிக்கிட்டு அடுத்த வாரம் வரேங்க' இதுதான் முதல் விதி.

மேல்குறிப்பிட்ட விதியிலிருந்து இரண்டாவது விதி கிடைக்கிறது.

இரண்டாவது விதி: அசாத்தியப் பொறுமை! லஞ்சமற்ற பாதைக்கு அசாத்தியப் பொறுமை வேண்டும்.

அதிகாரி: *இங்கு டாக்குமெண்ட் ட்ரான்ஸ்பர் ஆறதுக்குச் சுமார் மூணு மாசம் ஆகுங்க!*

நீங்கள்: *சரிங்க.*

அதிகாரி: *மூணு நாள்ல வேணும்னா முடிச்சுக் கொடுக்கலாம். அதுக்குக் கொஞ்சம் செலவாகும்.*

நீங்கள்: *(இரண்டாவது விதிப்படி) பரவால்லைங்க. மூணு மாசம் காத்திருக்கோம்.*

மூன்றாவது விதியைத் தொடர்வதற்குமுன் ஒரு கவிதையை ரசித்துவிட்டுச் செல்லலாம்.

ஓர் அமெரிக்கப் பத்திரிகையில், ஃபோட்டோவைப் பார்த்ததும் எனக்கு விருட்சம் கவிதைகள் புத்தகத்தில் எம்.யுவன் எழுதிய 'பிரவாகத்தில் ஒரு துளி' என்கிற கவிதையின் வரிகள் ஞாபகத்துக்கு வந்தன:

எனக்குப் பிடிக்கும்
என்றறியாமலே
ஒலியெழுப்புகின்றன
பறவைகள்.
நான் விழித்து
எழாத போதும்
விடிந்து விடுகிறது
பொழுது
கவிதையின் கணமொன்றை
கண்கள் துழாவ
காலடியில் பாய்ந்து மறைகிறது
கணங்கள் பிரவாகம்

- எம்.யுவன்

விருட்சம் கவிதைகள் (1994)

மூன்றாவது விதி: *பயப்படாதீர்கள், லஞ்சம் கொடுக்க மறுத்தால் சங்கடங்களும் தாமதமுமே தவிர, யாரும் உங்களை ஜெயிலில் போடமாட்டார்கள். (கொடுத்தாலும் போட மாட்டார் களென் பது வேறு விஷயம்).*

உதாரணம்:

கான்ஸ்டபிள்: *என்னங்க, நீங்க பாட்டுக்குத் தப்பான லேன்ல வர்றீங்க.*

நீங்கள்: *(அதிர்ச்சி அடைந்து) இல்லையே சரியாத்தான் வரேனே?*

கான்ஸ்டபிள்: *ட்ராபிக் கேஸ் புக் பண்ணிட்டு ட்ராபிக் கோர்ட்டுக்குப் போனா ஐநூறு ரூபா ஃபைன் போடுவாங்க!*

நீங்கள்: *(பயப்படாமல்) சரி போறேங்க! என் தலைவிதி கோர்ட்டுக்குப் போகணும்னா...*

கான்ஸ்டபிள்: *எதுக்காக கோர்ட்டுக்குப் போகணும்? இங்கேயே மேட்டரைத் தீர்த்துரலாமில்லை.*

நீங்கள்: *இல்லைங்க, பரவால்லைங்க, போறேங்க. போக ணும்னா போய்த்தானே ஆகணும்.*

கான்ஸ்டபிள்: சரி, காப்பி டிபனுக்குக் கொடுங்க. ஒரு பிப்ட்டி ரூப்பீஸ் கொடுங்க போதும். கோர்ட்டிலன்னா ஐநூறு ரூபா தீட்டிடுவாங்க.

நீங்கள்: (விடாமல்) போறேங்க!

கான்ஸ்டபிள்: என்னதான் தருவீங்க?

நீங்கள்: ஒரு சல்லிக் காசு கிடையாது.

கான்ஸ்டபிள்: யோவ்! (அதன்பின் உங்கள் சாமர்த்தியம்)

சில ஸ்தலங்களில் லஞ்சம் கொடுக்காமல் எதுவுமே நடக்காது. மேற்சொன்ன முறை, தாசில்தார் ஆபீசில், கார்ப்பரேஷன் அலுவலகங்களில் செல்லாது, அவர்கள் லஞ்சம் கேட்பதில் எந்த நாசூக்கும் தயக்கமும் காட்ட மாட்டார்கள். அவர்களை மேல் அதிகாரிகளிடம் புகார் சொல்ல முடியாது. காரணம் அது புரையோடிப்போன, மந்திரிவரை விரிந்த அமைப்பு. இந்த சிஸ்டத்தைத் தனி மனிதராகிய உங்களால் எதிர்க்க இயலாது. இதற்கு ஆதாரமான மாறுதல்களும் ஒருசில இயந்திரத் துப்பாக்கி களும் தேவை. இந்த நாட்டில் அதற்கு இன்னும் வேளை வரவில்லை. ஆகவே லஞ்சம் கொடுக்க, வேண்டிய கட்டாயம் ஏற்படும்போது அதற்கான உபரி விதிகள் இவை.

ரேட்டு என்ன என்று கேட்டுக்கொண்டு மாமூலுக்கு மேல் ஒரு பைசா ஜாஸ்தி கொடுக்காதீர்கள்.

காசு கொடுத்ததும் அந்த அதிகாரிகளைத் தாராளமாக அதட்டுங் கள்.

நீங்கள்: என்ன ஜனார்தன் (அல்லது) அப்துல் ஜப்பார் (அல்லது) லாரன்ஸ்! லஞ்சுக்கு இப்பவே போய்டாதீங்க. நம்ம காரியத்தை முடிச்சுட்டு ரெண்டு மணிக்குள்ள வீட்ல கொண்டாந்து கொடுத்துர்றீங்களா?

அதிகாரி:(லஞ்சம் வாங்கியதால்) ஆகட்டும் சார், அப்படியே செய்துர்றேன்.

லஞ்சம் வாங்குவது தப்பாச்சே! இவர்கள் இத்தனை பணத்தை வைத்துக்கொண்டு என்ன செய்வார்கள் என்று அதன் தர்ம நியாயங்களை யோசிக்க வேண்டாம்.

லஞ்சத்தில் வாங்கிய காசு, மற்ற லஞ்சங்களுக்குப் போகும். *(இது நாலாவது விதி)*

உதவி கலெக்டர் தாசில்தாரின் மகன், அரை கிராக்காகவோ மக்காகவோ இருப்பதால் அவனை மெடிக்கல் காலேஜில் சேர்க்க எட்டு லட்சம் ரூபாய் கொடுக்க வேண்டி வரும். அல்லது அவருக்கே நாற்காலியிலேயே உட்கார்ந்ததால் பைல்ஸ், நிறைய பாதாம் பால் சாப்பிட்டதால் ஹார்ட் முதலிய பிரச்னைகள் இருக்கும். அதற்கான ஆஸ்பத்திரி செலவுக்குப் பணம் வேண்டாமா? கொடுங்கள். மேலும், கடைசியில் லஞ்சம் வாங்கினதை அனுபவிக்க முடியாமல் நிம்மதி இல்லாமல் அந்தப் பணத்தைத் திருப்பதி உண்டியலில் போட்டுவிடும் சாத்தியக்கூறு இருப்பதால், கல்வி, சிகிச்சை, பக்தி போன்ற செலவினங்களுக்குத்தான் இறுதியில் லஞ்சத் தொகை போவதால் கொடுங்கள்.

ஏழ்மையின் பல முகங்கள் — 43

பனகல் பார்க்கில் இறங்கி உஸ்மான் ரோடில் ஒரு நண்பரைப் பார்க்கச் சென்றேன். ஒரு சிறுமி பிச்சை கேட்டுக்கொண்டு என்னை நிழல்போலத் தொடர்ந்தாள். உஸ்மான் தெரு முழுவதும் தங்கமும், வைரமும் விற்கும் கடைகள். திருவிழாபோல நெருக்கடி கண்ணாடிகளுக்கு உள்ளே மாம்பலம் மாமிகள் புது வளையல்களுக்காகக் கை நீட்டிக் கொண்டிருக்க, வெளியே இந்தச் சிறுமியின் பிச்சைக் கைநீட்டல்.

எங்கே தப்பு?

இந்தியாவில் ஏழ்மையை ஒழிக்க வழி சொல்ல, ஆயிரமாயிரம் பக்கங்கள் எழுதப்பட்டுவிட்டன. எல்லோரும் 'இந்திய ஏழ்மை' என்னும் பெண்ணை, பத்திரமான தூரத்திலிருந்து பார்த்து, 'போம்மா, போய்டும்மா' என்றுதான் ஆலோசனை சொல் கிறார்கள். ஏழ்மை அந்தப் பனகல் பார்க் பிச்சைக் காரச் சிறுமியைப் போல லேசில் போவதாய்த் தெரியவில்லை.

நம் நாட்டில் பலவித ஏழ்மைகள் உள்ளன. Abject Poverty, Dire Poverty என்றெல்லாம் தினுசு தினுசாக.

வறுமைக்கோடு என்று ஒரு மானசீகக் கோடும் கிழித்திருக்கிறார்கள். அதற்குக் கீழே முப்பத்தோரு கோடி பேர் இருப்பதாகப் புள்ளிவிபரம்

சுஜாதா | 201

சொல்கிறது. இவர்களுக்கெல்லாம் அடுத்த வேளை சோறு எங்கிருந்து வருகிறது என்று தெரியாது. அடுத்தது சோறு, துணி இருக்கும்; ஆனால் ப்ரொட்டின் இல்லாத ஒரு வேளை சோறு. கட்டிக்கொள்ள ஒரே ஒரு துணி. இம்மாதிரி ஏழைகளை எத்தனை நகரங்களில் சந்திக்கிறோம். மொட்டை டிபன்பாக்ஸில் வெறும் அரிசிச் சோறு மட்டும் உண்டு, எப்போதாவது ஒரு வடை கடிக்கும் ஜீவன்கள். அது மற்றொரு வித ஏழ்மை.

அடுத்த ஏழ்மை, குறைந்த வசதி ஏழ்மை. ஒரு வீட்டில் எட்டு பேர் குடியிருக்கும், டிரான்சிஸ்டருக்கு இருபது நாள் மட்டும் பாட்டரி, பட்டனுக்குப் பதில் சேப்டி பின், தலையில் புஷ்பங்களுக்குப் பதில் ரப்பர்பேண்டு. கழுத்துப் பட்டையில் அழுக்குள்ள ஏழ்மை. சைக்கிளின் ஸ்கூட்டர் ஏழ்மை. நூல்புடவையின் பட்டுப்புடவை ஏக்க ஏழ்மை. அதாவது எதிர்ப்பார்ப்புக்கும் இருப்பதற்கும் உள்ள இடைவெளிகளால் உணரப்படும் ஏழ்மை.

இந்தியாவில் நாம் நீக்க வேண்டியது முதலில் சொன்ன கீழ்க் கோட்டு ஏழ்மைதான். நூற்றாண்டின் இறுதிக்குள் இதைச் சாதித்துவிட்டால் சபாஷ் என்று முதுகில் தட்டிக் கொள்ளலாம். மேற்குறித்த ஏழ்மைகளை நாம் வேதாந்தத்தையும் 'போது மென்ற மனமே' போன்ற பழமொழிகளையும் வைத்துச் சமாளித்துவிடலாம்.

ஏழ்மையைப் போக்க அறிஞர்களும், பொருளாதார நிபுணர்களும் சொல்லும் வழிகள் இவை:

1. நிலப் பங்கீட்டில் சீர்திருத்தம். இது ஒருவிதத்தில் நம்நாட்டில் கொண்டுவரப்பட்டுள்ளது என்றாலும் இதன் செயல்பாட்டில் பல குறைகள் உள்ளன.

2. ஏழை, பணக்கார வித்தியாசங்களைக் குறைப்பது, மேற்கத்திய நாகரிகத்தின் கட்டுப்பாடில்லாத பரவலால் இந்த வித்தியாசங்கள் அதிகமாகின்றன என்பது அறிந்த உண்மை.

3. புதிய கண்டுபிடிப்புக்கள் மேற்கத்திய நாகரிகத்தைச் சாராமல், நம் நாட்டுக்கு ஏற்ற வகையில் புதுசான விஷயங்களைக் கொண்டு வருதல்.

4. சமூகப் பொறுப்புடன் நுகர் பொருள் கலாசாரத்தை எதிர்ப்பது. இத்தனை சோப்பு, இத்தனை ஷாம்பு, இத்தனை வாஷிங் மெஷின்... இத்தனை தேவையா?

5. திறந்த புத்தகம் போன்ற அரசு; அதிகாரம் எல்லாமே டில்லியில் இல்லாமல், கருந்தட்டான்குடியிலும் கொஞ்சம் டில்லி,

6. திட்டமிட்ட ஏற்றுமதி.

7. தொழில் துறையில் அதிகப்படியான முதலீடு

8. அரசாங்கத்துக்குச் சமூகப் பொறுப்பு. குறைந்தபட்ச கூலி, குறைந்தபட்ச ஆரோக்கியம், கல்வி, இருப்பிடம்.

இதையெல்லாம் கொண்டுவந்தால் அந்த பனகல் பார்க் சிறுமி காணாமற்போய், தங்க மாளிகைகளில் கூட்டம் குறையும்.

அமெரிக்காவில் பல வருஷங்களாக வெளிவந்த 'ஸாட்டர்டே ஈவினிங் போஸ்ட்' என்னும் வாரப் பத்திரிகையில், ஏறத்தாழ ஐம்பது வருஷங்களாக ஓவியம் வரைந்த நார்மன் ராக்வெல் என்னும் சித்திரக்காரரின் 332 அட்டைப் படங்களைக் கொண்ட ஓர் அபூர்வமான புத்தகம் பங்களூரில் கிடைத்தது.

ராக்வெல், அமெரிக்க ஓவியச் சரித்திரத்தில் இடம் பெற்றுவிட்ட சித்திரக்காரர். அவருடைய ஓவியங்களில் அமெரிக்க நடுத்தரக் குடும்பங்களின் தின வாழ்வில் இருக்கும் இன்பங்களை நகைச்சுவை உணர்ச்சியுடன் காட்டினார்.

அவர் ஓவியங்கள் கார்ட்டூன் போலவும் இருக்காது. ரவிவர்மா பாணி அச்சு கொட்டினாற்போலவும் இருக்காது. இரண்டுக்கும் நடுவே ஒரு ஸ்டைல். அவருடைய ஓவியத்தை ஓ ஹென்றியின் கதைகளுக்கும் அதைவிட பிஜி உட்ஹவுஸின் நகைச்சுவைக்கும் ஒப்பிடுவார்கள்.

'உன் காதலைச் சொல்லாதே. காதலைச் சொல்லவே முடியாது. தென்றல் காற்றின் சலனம்போல் அது மௌனமானது. கண்ணுக்குத் தெரியாதது. நான் என் காதலைச் சொல்லிவிட்டேன். என் இதயம் முழுவதையும் நடுக்கத்துடன் குளிருடன், பயத்துடன் சொல்லிவிட்டேன். அவள் பிரிந்துவிட்டாள். பிரிந்த பின் ஒரு யாத்ரீகன் வந்து மௌனமான, கண்ணுக்குத் தெரியாத ஒரு பெருமூச்சால் அவளைக் கவர்ந்து சென்றுவிட்டான்' என்று வில்லியம் பிளேக் காதலைச் சொல்லக்கூடாது என்று தடுத்திருந்தாலும் காதல்தான் மிக அதிகமாகச் சொல்லப்பட்ட உணர்ச்சி. சங்க காலத்திலிருந்து போன திங்கள்கிழமைவரை எத்தனை காதல் கவிதைகள், கதைகள் எழுதப்பட்டிருக்கின்றன! எத்தனை

பெருமூச்சுக்கள், எத்தனை வீட்டை விட்டு ஓடல்கள், இந்தக் காதல் இல்லாவிட்டால் உலகம் எப்படியிருக்கும் என்று யோசித்தபோது முதலில் முத்து மாலை, சோப்பு விளம்பரங் களுக்குத் தேவை யிருக்காது. காதல் இல்லையேல் எதற்கு அலங்காரங்கள்?

சினிமா தியேட்டர்கள் மூடப்பட்டு விடும். சில்லறை வியாபாரி களில் பலர் பிழைப்பை இழப்பார்கள். உதாரணமாக அலங்காரக் கைக்குட்டைகள் கிடையாது. மெல்லிய நீலத்தின் ஸ்பெஷல் காகிதம் கிடைக்காது. விதவித வண்ணத்தில் ஃபைபர் டிப் பேனாக்கள் விற்பது நிறுத்தப்படும். கவிதைத் தொகுதிகளின் எண்ணிக்கை கணிசமாகக் குறைந்துவிடும். காதல் இல்லாத போது கணவன் மனைவி சம்பாஷணை எப்படியிருக்கும் என்று யோசித்துப் பார்த்தால்:

கணவன்: டார்லிங், எப்படி இருக்கே?

மனைவி: டார்லிங்கா? அப்படின்னா?

கணவன்: சும்மா டார்லிங்னு ஒரு வார்த்தை இருந்தது. அதுக்கு பதிலா அன்பேன்னு...

மனைவி: அன்புன்னா?

கணவன்: உனக்கும் எனக்கும் இருக்கிறதா மக்கள் பேசிக்கறது. எனக்கும் சரியா புரியலைதான், இன்னிக்கு என்ன சமையல்?

மனைவி: உங்களுக்குப் பிடிச்ச பொரியல் வைத்திருக்கிறேன்.

கணவன்: எனக்குப் பிடிக்கிறது உனக்கும் பிடிக்குமா?

மனைவி: அப்படியில்லை. அதெல்லாம் காதலர்களுக்குத்தான் பொருந்தும். நமக்குள்ளதான் காதலே கிடையாதே!

கணவன்: பின்ன எனக்குப் பிடிச்சதை நீ ஏன் செய்யணும்?

மனைவி: சரி, பிடிக்காததை செய்யறேன். (அவன் மண்டையில் சாம்பாரைக் கொட்டுகிறாள்)

காதல் இல்லாத உலகை நினைத்துப் பார்ப்பதுகூட கடினமாக இருக் கிறது. 'வாளால் அறுத்துச் சுடினும் மருத்துவன்பால் மாளாத காதல் நோயாளன்' என்று குலசேகர ஆழ்வார் சொல்லும் நன்றிக்கடன் தான் காதல் என்று மாறு வேஷத்தில் பாக்கி இருக்கலாம்.

நவீன சித்திரக்கலை துவங்கியது இப்படித்தான் 44

ப்ரான்சு தேசத்து மிஷெல் துவாய்ஸின், பாரிஸ் நகரத்தின் தெருக்களை அப்படியே அச்சடித்தாற் போல் வரைந்தார். போட்டோகிராபி வந்ததும் இவ்வகைத் திறமைகள் இப்போது வழக்கொழிந்து போயின. ஒரு காமிரா இதைவிட அற்புதமாக எடுக்கும்போது இதற்கு என்ன தேவை என்று கேள்வி கேட்டதாலே நவீன சித்திரக்கலையே தொடங்கியது என்று சொல்லலாம். இருந்தும் அவ்வப்போது இந்தவகைச் சித்திரங்களும் வரைந்து கொண்டுதான் இருக்கிறார்கள்.

கம்ப ராமாயணத்தில் கொஞ்சமே வரும் பெண் பாத்திரங்களில் சுமித்திரை (நல்ல சினேகிதி) என் ஃபேவரைட். புத்ர காமேஷ்டி யாகம் செய்தபின் பாயாசம் வந்து அதைக் கொடுக்கும்போது பக்கத் தில் நின்றுகொண்டு தசரதன் தரும் ஒரு பாகத்தைப் பெறுகிறாள். கொஞ்சம் மிச்சமிருக்கிறது பாயசம். அதை 'இந்தா நீ சாப்டு. நீ தான் சின்னவள்' என்று மற்றொரு ஷேர் கொடுக்க அதையும் விழுங்கு கிறாள்.

'பின்னும், அப் பெருந்தகை, பிதிர்ந்து வீழ்ந்தது-

தன்னையும், சுமித்திரைதனக்கு நல்கினான் -'

என்கிறார் கம்பர்.

அதனால் இரட்டைப் பிள்ளைகள் பெறுகிறாள். 'இளையவற் பயந்தனள் இளைய மென்கொடி' இரட்டையாக சத்ருக்னனை 'மீட்டும் ஈன்றனள்' என்று வருகிறது.

கௌசலையுடன் ராமனுக்குப் பட்டமளிக்கப் போகிறார்கள் என்று உடன் போகும்போது சுமித்திரை மீண்டும் குறிப்பிடப் படுகிறாள். ராமனும் இலக்குவனும் அப்போது காட்டுக்குப் போகுமுன் சுமித்திரையைப் பார்க்கிறார்கள். அப்போது தன் மகனிடத்தில் 'உன் அண்ணன் ராமன் செல்லும் வனம்தான் அயோத்தி. சீதைதான் தாயார். நிற்காதே உடனே போ' என்கிறாள். மேலும் தம்பி என்று போகாதே. 'அடியாரின் ஏவல் செய்தி' அடியவனைப்போல் போ, தம்பி உரிமை கொண்டாடாதே என்கிறாள். இனிமேல் திரும்ப வராதே. அவன் வந்தால் வா என்று உபதேசம் செய்து அனுப்பு கிறாள் அந்தத் தாய்.

சுமித்திரையைப் பற்றிக் கம்பராமாயணத்தில் வேறு செய்திகள் இல்லை. யோசித்துப் பார்த்தால் எல்லாக் குடும்பத்திலும் ஒரு சுமித்திரை இருக்கிறாள்.

ஆனால் இதில் சக்ருக்னன் பாகம்தான் எனக்குப் புரியவில்லை. அ.ச.ஞா. போன்றவர்கள் ஆராய்ச்சி பண்ணிச் சத்ருக்னன், ராமாயணத்தில் என்ன செய்தான் என்று சொன்னால் உபகாரமாக இருக்கும்.

பெண்கள் கல்லூரி ஒன்றில் பயாலஜி ப்ரொபஸராக இருந்து ரிட்டயர் ஆன என் நண்பரைப் பஞ்சு அருணாசலம் குமாரத்தியின் கல்யாண ரிஸப்ஷனில் சாப்பாட்டுக்கான ஹவுஸ்ஃபுல் போர்டின் அருகில் காத்திருந்தபோது சந்தித்தேன். அவர் ஒரு சுவாரஸ்ய மான விஷயத்தைச் சொன்னார்.

'இந்தக் காலத்து காலேஜ் பெண்கள் எவ்வளவு அட்வான்ஸ்ட் பாருங்க சார்' என்று ஒரு சென்னை கல்லூரியின் பெயரைச் சொல்லி அங்க 'வைவா'வில் எக்ஸ்டர்னல் எக்ஸாமினராகப் போயிருந்தேன். வைவா நடந்தது. பரீட்சைக்கு வந்திருக்கிற பெண்களில் ஒருத்தி அப்படியே தாக்க வருகிறமாதிரி ட்ரெஸ் பண்ணிக்கொண்டு என்னை நாவப்பழம் மாதிரி கண்ணால் கெஞ்சலாப் பாக்கறா. அப்போதே இது மக்கு என்று தெரிந்து விட்டது. நான் கேட்ட கேள்வி ரொம்ப சிம்பிள். 'நம் உடம்பில் எந்தப் பாகம் உணர்ச்சி வசப்படறபோதோ, பரபரப்பு அல்லது

சந்தோஷம் ஏற்படறபோதோ, நார்மலா இருக்கிறதைவிடப் பத்து மடங்கு பெரிசாகறது?'ன்னு கேட்டேன்.

அந்தப் பொண்ணு அப்படியே என்னைக் கண்ணால துளைக்கறா மாதிரி பார்த்து, 'சார் என்ன மட்டமான கேள்வி? இதற்கு நான் பதில் சொல்லப் போறதில்லை' என்றாள்.

நான் அப்படியான்னு அடுத்த பெண்ணை அதே கேள்வியைக் கேட்டேன். அவ கரெக்டான விடையைச் சொல்லிட்டா.

'விடை என்ன சார்?' என்றேன் ஆர்வத்துடன்.

'கண்ல இருக்கிற பாப்பா! ப்யுப்பில்!' அதுதான் பத்துமடங்கு பெரிசா விரியும்' என்று சிரித்தார் ப்ரொபஸர். தொடர்ந்து அப்புறம் அந்தப் பொண்ணுகிட்ட சொல்லிட்டேன். 'பாரும்மா, நீ பாடம் வேற சரியாப் படிக்கலை. அப்புறம் உன் மனசில நல்லெண்ணங்கள் இல்லை. மூணாவது நீ கல்யாணம் பண்ணிக் கிட்டா ரொம்ப ஏமாற்றமடையப் போறே!' என்று சொல்லி விட்டு அவர் என்னை முந்திக்கொண்டு டைனிங் ஹாலுக்குள் நுழைந்தார்.

கோடி ஜோக்குகள் சொல்லிக் கொல்கிறவர்கள் 45

ஹ்யூமர் கிளப்பின் க்ரோம்பேட்டைக் கூட்டத்தில் கலந்து கொண்டேன். சிரிப்பின் அனாட்டமியைப் பற்றிப் பேசும்போது தமிழ் நாட்டுப் பத்திரிகைகளில் வரும் சிரிப்புத் துணுக்குகளைச் சுலபமாக வகைப் படுத்த முடிகிறதைச் சொன்னேன். சீஸன் சிரிப்பு கள், சாகாவரச் சிரிப்புகள், அரசியல்வாதி - போலீஸ்காரச் சிரிப்புகள், ப்ரா ஜோக்குகள், தமிழாங்கிலச் சிரிப்புகள் எனப்படுபவை. சங்கீதக் கச்சேரி, தீபாவளி, பொங்கல், தேர்தல், கிரிக்கெட் மாட்ச் போன்ற பருவங்களில் அவற்றைப் பற்றியே கோடி ஜோக்குகள் சொல்லிக் கொன்று போடுவார் கள்.

அடுத்து சாகாவரம் பெற்ற விஷயங்கள். ஆபீசில் தூங்குவது, கணவன் சமைப்பது, வேலைக்காரியை சைட் அடிப்பது, மாமியார் வெறுப்பு, நடிகைக்கு வயசில்லாதது, பீச்சில் சுண்டல், டாக்டர் ஆப ரேஷன், மாப்பிள்ளை ஊருக்குப் போகாதது... நீங்களே இந்தப் பட்டியலை நிரப்பிக்கொள்ளலாம்.

அடுத்து அரசியல்வாதி, போலீஸ்காரர்களை கொள்ளைக்காரர்களாகவும், முகமுடித் திருடர்களா கவும் காட்டும் டேஸ்ட்லஸ் வகைகள், அதன்பின் ப்ரா ஜோக்குகள் என்னும் வகையில் செக்ஸ் சமாசாரங்கள்.

இங்கிலீஷ் - தமிழ் வகை ஆங்கில வார்த்தையைத் தமிழாகப் பாவிப்பதால் ஏற்படும் சிரிப்பு. 'மேல் ஸ்விட்சைப் போடுப்பா என்றால் ஃபீமேல் ஸ்விட்சு இருக்கா' வகை. அதேபோல், 'மழை மேகம் எதிர்ப்பதம் சொல்லு?' 'மழை மே நாட் கம்' இந்த மாதிரி செமையாகக் கடிக்கும் வகை. இந்தப் பாகுபாடுகளுக்கெல்லாம் உட்படாத உண்மையான நகைச்சுவை அரிதாகவே இருக்கிறது. இனி க்ரோம்பேட்டை மக்களின் சில உதாரண சிரிப்புகள்.

வாணி மீனா என்று இரட்டைச் சிறுமிகள். ஒருத்தி கணவனாக வும், மற்றொருத்தி மனைவியாகவும் நடித்துச் சொன்ன ஜோக்குகளைக் குழந்தைகளின் அறியாமை என்னும் பரவசமான விஷயம் கூடக் கலந்திருந்தால் அதிகமாக ரசிக்க முடிந்தது.

'என்னங்க இது, பையன் பரீட்சையிலே பாஸ் பண்ணிட்டா, சைக்கிள் வாங்கித் தரேன்னு சொல்றீங்க! நம்மகிட்டே காசே இல்லை. எந்த நம்பிக்கைலே அப்படிச் சொல்றீங்க?'

'பையன் மேலே இருக்கிற நம்பிக்கையிலேதான்!'

★★★

'டாக்டர் என் கால் ரெண்டும் பெரிசா வீங்கிப் போச்சு.'

'ஏன்யா, நான் உன்னை அடிக்கடி மாடிப்படியிலே ஏறாதேன்னு சொன்னேனே...'

'ஆமா டாக்டர், நீங்க சொன்ன மாதிரி படிக்கட்டு ஏறாமல், பின்பக்கமா பைப் மூலமா மாடியேறினேன்!

★★★

'டாக்டர்...டாக்டர்...என் வலது காதிலே தீப்புண் டாக்டர்...'

'என்னய்யா ஆச்சு?'

'அயர்ன் பண்ணிக்கிட்டிருந்தப்போ, டெலிபோன் வந்தது. மறதியா, டெலிபோன் ரிசீவருக்குப் பதிலா, அயர்ன் பாக்ஸைக் காதிலே வைச்சுட்டேன்.'

'சரி ஏன் இடது காதிலேயும் தீப்புண் வந்தது?'

'அந்தக் காதிலே சரியாக கேட்கலைன்னு இந்தக் காதுக்கு மாத்தி வைச்சுட்டேன்.'

★★★

'டிரான்ஸ்ஃபர் ஆகிப் போகும்போது ஏன் வருத்தப்படறீங்க?'

'பாவம் மனைவி சாப்பாட்டுக்குக் கஷ்டப்படுவாளேன்னு தான்!'

★ ★ ★

கல்லூரிக்குச் செல்லும் பஸ்ஸுக்காக நின்று கொண்டிருக்கிறான் அவன். அவள் வருகிறாள். அவளை எப்படியாவது சினிமாவுக்கு அழைத்துச் செல்ல ஆசை. அதற்காக ஒரு யுக்தி செய்கிறான். 'ஷீலா, இந்த மாட்சிலே இந்தியா ஜெயிச்சுதுன்னா, இன்னிக்குச் சினிமா நீ அழைச்சுட்டுப் போகணும்?'

'தோற்றுப் போயிடுச்சுன்னா?'

'நான் உன்னை அழைச்சுட்டுப் போறேன்.'

'ட்ராவிலே முடிஞ்சு போச்சுன்னா...'

'நான் அழைச்சுட்டுப் போறேன்!' என்று குரல் கொடுத்தான் இன்னொரு மாணவன்.'

★ ★ ★

'ஈஸியா 100 கேள்வி கேட்கட்டுமா, கஷ்டமா ஒரு கேள்வி கேட்கட்டுமா?'

'கஷ்டமா ஒரு கேள்வி கேளு.'

'முட்டை முதலில் வந்ததா, கோழி முதலில் வந்ததா?'

'முட்டை.'

'எப்படி?'

'ஒரு கேள்வி மட்டும்தான் கேட்கலாம்னு சொன்னேனே!'

★ ★ ★

'ஸ்கூல்லே மிஸ்ஸுக்கு என்ன பெயர்?'

'இன்னும் வைக்கல்லே!'

★ ★ ★

உரையாடல்:

(வாணி - மீனா இரு சிறுமிகள். ஒருத்தி கணவனாக, ஒருத்தி மனைவியாக).

மனைவி: ஏங்க, ஒரு வாஷிங் மெஷின் வாங்கப்படாதா?

கணவன்: ஏன், நான்தான் இருக்கிறேனே?

மனைவி: எனக்கு 500 ரூபாய்க்குத்தான் புடவை வாங்கியிருக்கிங்க?

கணவன்: என் அம்மாவுக்கு 400 ரூபாய்க்குத்தானே வாங்கியிருக்கேன்.

மனைவி: அப்ப சரி!

கணவன்: சினிமா செலவு ரொம்ப ஜாஸ்தியா இருக்கு. பாதியாக் குறைச்சுடணும்.

மனைவி: சரி, இனிமே நான் மட்டும் சினிமா பார்த்துட்டு வர்றேன்.

மனைவி: ஆமா, என்னை அழகு தேவதைன்னு சொல்வீங்களே!

கணவன்: கல்யாணத்துக்குப் பிறகு பொய் சொல்றதில்லே.

மனைவி: உங்கம்மாவுக்கு வரவர ரொம்ப மறதி ஜாஸ்தியாயிடுச்சு.

கணவன்: ஏன்? என்ன ஆச்சு?

மனைவி: என்னை 2 நாளா திட்டவேயில்லை!

(க்ரோம்பேட்டையில் நடைபெற்ற நகைச்சுவையாளர் சங்கக் கூட்டத்தில் கேட்டவை.)

தொகுப்பு: பாமா கோபாலன்

கணவன் மனைவியரிடம் பொய்கள் — 46

அமெரிக்காவில் ஹ்யூஸ்டன் நகரில் பிரம்மசாரிகள் சேர்ந்து பணம் போட்டு 48 அடி விளம்பரத்தை நகரத்தின் சுறுசுறுப்பான நெடுஞ்சாலையில் வைத்தார்களாம்.

விளம்பரம்:

4 நடுத்தர வர்க்க வெள்ளைக்கார ஆண்கள், 32-39 வயது மனைவிமார் தேவை. குழந்தைகள் இருந்தால் பரவாயில்லை.

த.பெ.எண். 42829-151. போன்: 77242

ஆயிரம் பெண்கள் பதில் எழுதியிருந்தார்கள்.

'உலக அழகிகள் போட்டி என்றதொரு நூதனத் திருவிளையாடல் அமெரிக்காவின் ஹாலிவுட்டில் விரைவிலேயே நடக்கப் போவதாக அறிகிறோம். அதில் பங்கு எடுத்துப் பரிசு பெறும் பொருட்டு இந்தியாவிலுள்ள பெண்மணிகள் அழைக்கப்பட்டுள்ளனர். உலகப் போட்டியில் கலந்து கொள்ளத்தக்க உருவும் எழிலும் அமைந்த ஒய்யாரிகளை முதல் முதலாகத் தேர்ந்தெடுக்கும் முயற்சியும் சென்னையில் நடைபெறப்போகிறது. தென்னாட்டிலுள்ள நாரிமணிகள் பலர் இதில் நன்னாட்டத்தெழிலுடன் பங்கு கொள்ளலாம் எனவும் எதிர்பார்க்கப்படுகிறது.'

இந்தச் செய்தி வந்தது 1922ல் 'தமிழ்நாடு' என்ற இதழில். அப்போது இதைப் படித்த இளைஞர்கள் யாராவது இப்போது இருந்தால் (அநேகமாக சதாபிஷேகத்தை நெருங்குபவராக இருக்கலாம்) தமிழ்நாட்டிலிருந்து உலக அழகிப் போட்டிக்குப் போன அழகியைப் பற்றி, எழுதி அனுப்புங்களேன்.

அடுத்து, கணவன் மனைவியிடம் காலம், காலமாகப் புழங்கி வரும் உபத்திரவமில்லாத பொய்கள் சில: முதலில் மனைவியர் பொய்கள்.

பொறாமையா எனக்கா?

அம்மாவும் நானும் எப்பவும் சிரிச்சுத்தான் பேசிக் கொண்டிருப்போம்.

உங்க பாக்கெட்டையோ டிராயரையோ குடையற வழக்கமெல்லாம் எனக்கில்லை.

உங்களைப் பத்தி யார்கிட்டயும் பேச மாட்டேன்.

இல்லைங்க நீங்கதான் உயரம்.

நீங்க எழுதியிருந்த கவிதைகள் எல்லாத்தையும் படிச்சுட்டேன்.

தாராளமாக உங்க தங்கை/தம்பி வந்து இருக்கலாம்.

அவளைப் பார்த்தா அழகின்னா சொல்வா? மெல்லிசா குச்சி குச்சியா கைகாலை வெச்சுக்கிட்டு!

எங்கிட்ட பட்டுப்புடவையே கிடையாது.

இந்தப் புடவை பத்து வருஷத்துக்கு முன்னால 'சேல்'லே வாங்கினது.

நீங்க சொன்ன எல்லாத்தையும் செக் பண்ணியாச்சு.

பத்து நிமிஷத்துல ட்ரெஸ் பண்ணிக்கிட்டு ரெடியாய்ருவேன்.

கணவன் சொல்லும் பொய்கள்:

வாங்கிட்டு வர மறக்கலை. ஸ்டாக் தீர்ந்து போயிடுச்சாம்.

போய்ட்டு சரியா அரை மணிக்குள்ள வந்துர்றேன்.

பாரு உன்னைவிட உலகத்தில் எனக்கு எதுவுமே முக்கியமில்லை.

இனிமே இப்படிச் செய்யமாட்டேன்.

சொல்லு சொல்லு. கேட்டுக் கொண்டுதான் இருக்கிறேன்!

ஒரே ஓர் ஆட்டம். அப்புறம் போய்டலாம் என்ன?

ஃபோன் பண்ணத்தான் நெனச்சேன். ஆபீஸ்ல பிஸியா இருந்துட்டேனா, மறந்துட்டேன்.

உன்கூடப் புடவைக் கடைக்கு வரதுக்கு எனக்கு என்ன தயக்கம்? எங்க மாமா ஒருத்தர் ஆஸ்பத்திரியில படுத்திருக்கார். போய்ப் பார்க்க வேண்டியிருக்கு.

நான் மெல்லத்தான் போறேன். ஸ்பீடா மீட்டர்தான் சரியா இல்லை.

நிச்சயம் என்னால நிறுத்த முடியும். எனக்கு இது பழக்கமே இல்லை.

இப்ப கூட நெனச்சா அஞ்சு மைல் ஓடுவேன். அஞ்சு செட் டென்னிஸ் ஆடுவேன்.

பார்த்தேனே இந்தப் புடவை பிரமாதமா இருக்கு உனக்கு.

47 நான் பிறந்ததே தப்பு

கடைசியில் பார்த்துவிட்டேன், முந்தின காட்சி முடிந்ததும் தரையில் ப்ளீச்சிங் பவுடர் போடும் ஒரே சென்னை தியேட்டரில் ஜுராஸிக் பார்க் பார்த்து விட்டேன்.

நூறு நாட்களாகக் கும்பல் குறையாமல் ஓடிக் கொண்டிருக்கும் இந்தப் படத்தில் ஐ.எல்.எம். உதவியுடன் செய்திருக்கும் கம்ப்யூட்டர் சமாசாரங் களைத்தான் புகழ வேண்டும். அதில் வரும் க்ளோனிங் டினோசார் ரத்தம் கடித்த கொசு, ஃபாஸில் வடிவமாகி உறைந்து, அதிலிருந்த டிஎன்ஏ கூட்டணுவிலிருந்து வழக்கொழிந்து போன பிரம்மாண்ட டினோஸார்களை உண்டாக்குவதும் அவை அறிவு பெற்றுக் கதவுகளைச் சாவி போட்டுத் திறந்து டாய்லெட்டில் உட்கார்ந்திருக்கும் மனிதனை வாழைக்காய் பஜ்ஜிபோல் சாப்பிடுவதும் 'செம ரீல்' வகையில் சேர்ந்தவை. இதில் காண் பிக்கப்படும் அறிவியலும் பாசாங்கு அறிவியல் 'ஸ்யூடோசைனஸ்' வகைதான்.

டிஎன்ஏ ஆராய்ச்சி பற்றிய உண்மையான நிலை இதுதான். இந்த நூற்றாண்டின் மிக மகத்தான அறிவியல் கண்டுபிடிப்பு டிஎன்ஏ மாலிக்யுல்தான். இதில்தான் உயிரின் ரகசியம் உள்ளது. உலகில் முதன் முதல் உயிர் தோன்றும்போது பாக்டீரியா

கிருமி வடிவத்தில் ஆரம்பித்திருக்கிறது. சுமார் முன்னூறு கோடி வருஷங்களுக்கு முன் என்று சொல்கிறார்கள். ஆதாரமாகப் பார்த்தால் ஆதியாரம்பக் காலத்தில் உயிரணுக்கள் இரட்டிப்பாகிய அதே முறையில்தான் இன்றைக்கு நம் உயிர்களும் பெருகுகின்றன.

நாம் இந்த உலகில் பரிணாம வளர்ச்சி அடைந்து வந்து இந்த ஆதியாரம்ப டிஎன்ஏ தன்னைத்தானே இரட்டிப்பாக்கிக் கொள்ளும் முறையில் இருந்த ஒரு பிசகினால் ஒரு அதிசயமான தப்பு நிகழ்ந்தது.

இந்தத் தப்பு நிகழ்ந்திராமல் எல்லா மாலிக்யுல்களும் பிழையில்லாமல் தம்மைத் தாமே இரட்டித்துக் கொண்டிருந்தால் நாம் எல்லோரும் இப்போது பாக்டீரிய வடிவத்தில் இருந்திருப்போம்! ம்யுட்டேஷன் என்று அவர்கள் சொல்லும் இந்தப் பிரதியெடுக்கும் தவறுகளால் கொஞ்சம் உயர்தர உயிரினம் தோன்றி மீனாய் புழுவாய் பறவையாய் விலங்காய் மனிதனாய் மாறினோம். நாம் வந்தது ஒரு தப்பினால் என்பது கொஞ்சம் ஏமாற்றமளிக்கும் விஷயம்.

ஜெனோம் ப்ராஜெக்ட் என்கிற தலைப்பில் மனித டிஎன்ஏ கூட்டணுவின் கோடிக்கணக்கான அணுக்களைக்கொண்ட கட்டமைப்பை மாலிக்யுலர் பயாலஜி முறைகள் மூலம் படியெடுத்துக் கொண்டிருக்கிறார்கள். இது முடிந்தபின் எளிய மிக எளிய உயிர்களைச் சோதனைச் சாலையில் உண்டு பண்ண முயற்சிக்கிறார்கள். இதையெல்லாம் ஜெனடிக் எஞ்சினியரிங் என்கிற இயலில் செய்கிறார்கள்.

ஜூராஸிக் பார்க்கில் வருவதுபோல் டினோசார் செய்வதன் முன் ஒரு எறும்பை சிருஷ்டிக்கவே இன்னும் நூற்றைம்பது வருஷங்களாகும். அதற்குள் கொண்டுவந்தால் நான் மொட்டை போட்டுக் கொள்கிறேன்.

தமிழில் கணிப்பொறிகளைப் பயன்படுத்திப் படிக்க முடியும். எழுத முடியும். தமிழ் எழுத்துக்களைக் கணினி மூலம் பரிச்சயம் செய்துகொள்ள முடியும். சாரியை சந்திப்பிழைகளைத் திருத்த முடியும். நல்ல தமிழ் எழுத உதவ முடியும்.

ஆங்கிலத்தில் இன்று என்னவெல்லாம் சாத்தியமோ அதெல்லாம் தமிழிலும் சாத்தியமாக இருப்பதற்கு முக்கியமான காரணம்,

தமிழ் எழுத்துக்களும் வரி வடிவங்களும் குறைவாக இருப்பது தான். பன்னிரண்டு உயிர், பதினெட்டு மெய், புள்ளி, கொம்பு, கால் என்று மொத்தம் நாற்பத்தி ஆறு வரி வடிவங்களில் தமிழ் அடங்கிவிடுகிறது. நவீனத்துக்கு ஒரு மகத்தான சௌகரியம். இருபத்தோராம் விளிம்பில் மற்ற இந்திய மொழிகளை முந்திக் கொள்ளக்கூடிய குணங்கள் தமிழுக்கு இருக்கிறது. அதை அன்னை, கன்னி, தங்கை என்று பீடத்தில் ஏற்றி பூஜை செய் யாமல் இருந்தால் போதும்.

சென்னை யுஎஸ்ஐஎஸ் அமெரிக்கச் செய்தித் தொடர்புச் சேவை யினரின் ஆதரவில் கொச்சினிலிருந்து வந்த நாடகக் குழு இந்தோனேஷியாவில் பிறந்த அமெரிக்கப் பெண்மணி எழுதிய ஸ்பானிஷ் (அல்லது மெக்ஸிக்கோ) குடும்பத்தைப் பற்றிய ஆங்கில நாடகத்தை மயிலாப்பூரில் போட்டதைக் கண்டு ரசித்தேன். பெயர் 'ரூஸ்டர்ஸ்' சேவல்கள். நிஜமும் நிழலும் கலந்த நாடகம்.

சண்டைக் கோழிகளைப் பழக்கும் பொறுப்பில்லாத அப்பன் ஜெயிலிலிருந்து திரும்பி வருகிறான். தான் வளர்ந்த சூழ்நிலை பிடிக்காமல் வீட்டை விட்டுப் புறப்படத் தயாராக இருக்கும் கட்டத்தில் உள்ள மகன், இன்னும் அறியாமையை இழக்காமல் தேவதைகளை நம்பிக் கொண்டிருக்கும் குழப்பமான மகள், குடிகாரத் தங்கை, சதா உழைக்கும் மனைவி இவர்களிடையே முரண்பாடுகளைச் சித்தரிக்கும் நாடகம்.

இதில் இளம் பெண் அன்யேலாவாக நடித்த எலிசபெத்துக்கு எதிர்காலம் பிரகாசமானது. காட்சி அமைப்பு, ஒலி, இயக்கம், நீண்ட மிக நீண்ட கவிதையும் கெட்ட வார்த்தைகளும் கலந்த உரையாடல்கள் எல்லாமே சென்னையின் க்ராஸ்டாக் வகை துணுக்குத் தோரண மேடைக்கு அன்னியமான விஷயம். இம் மாதிரி யாராவது அடிக்கடி நமக்கு வெளிக்காற்றைச் சுவாசிக்க வைத்தால் தமிழ் நாடக மேடை உருப்படும்.

அழகான அந்தக் குழந்தைகள் — 48

புதிய பாதை, உள்ளே வெளியே போன்ற படங்களில் நடித்த பிரபலமான நடிகர் பார்த்திபன் தம்பதியருக்கு இரண்டு பெண் குழந்தைகள். ஓர் அனாதைக் குழந்தையைத் தத்து எடுத்துக் கொண்டு அதன் முதல் பிறந்த தின விழாவை ம்யூசியம் தியேட்டரில் கொண்டாடினர்.

மேடையில் உதவும் கரங்களிலிருந்து அனாதைக் குழந்தைகளை அமர வைத்து அவர்களிடமிருந்து குழந்தை ராதாகிருஷ்ணனை வாங்கிக்கொண்டு உணர்ச்சிவசமாக 'என் போல் யாராவது இந்தக் குழந்தைகளை எடுத்துக்கொள்ள முன்வந்தால் இந்த விழா பயனுள்ளதாகும்' என்றார். அமர்ந்து கொண்டிருந்த எங்கள் எல்லோருக்கும் லேசாகக் குற்ற உணர்ச்சி ஏற்பட்டது.

மேடையில் வெள்ளுடையும் ரோஜாவும் 'அணிந்திருந்த' அத்தனை குழந்தைகளும் அழகாக இருந்தனர். அறியாமை தந்த அழகு. பெரியவர்கள் கைதட்டும் போதெல்லாம் உற்சாகமாக, பொருள் விளங்காமல் கைதட்டின. ஒருவரை ஒருவர் தலை தொட்டுக்கொண்டும் சிரித்துக்கொண்டும் ஒரு பிழை அறியாமல் பொறுப்பற்ற பெற்றோர்களால் புறக்கணிக்கப்பட்ட மழலைச் செல்வங்கள்.

விழாவில் பேசினோர் அனைவரும் (நான் உள்பட) நானும் ஒரு குழந்தையைத் தத்து எடுத்துக் கொள்வதாகத்தான் இருந்தேன். என்னவோ பாருங்கள். அன்று எனக்கு ஜலதோஷமாக இருந்தது. அல்லது ஜெனிவா போக வேண்டியிருந்தது' போன்ற வலுவான காரணங்கள் சொல்லி எடுத்துக் கொள்ளவில்லை என்று மழுப்பி விட்டார்கள்.

சீதாவும் பார்த்திபனும் புகழுக்காக இதைச் செய்யவில்லை. அவர்களுக்குப் புகழ் கணிசமாக இருக்கிறது. ஒரு குழந்தையை எடுத்து வளர்ப்பது என்பது ஒரு விழாக்களெல்லாம் முடிந்தபின் மிகக் கடினமான காரியம். சொந்த வாழ்க்கையில் நிறைய தியாகங்கள் தேவைப்படும். அந்தக் குழந்தையைக் கட்டி முத்தம் கொடுக்கும் இவர்களின் உதாரணம் பலரை ஊக்குவிக்க வேண்டும்.

பேசியவர்களில் டாக்டர் சோலையார் என்பவரின் பேச்சுதான் என்னைப் பாதித்தது. சோலையார் அனாதைத் தொட்டியில் 1935-ல் விடப்பட்டவர். தாய், தந்தை யார் என்று தெரியாதவர். யாரோ அவரை 'சோலை' என்று பெயரிட, சோலை யார்? என்று தன் பெயரிலேயே கேள்விக்குறியை அமைத்துக் கொண்டவர். அனாதை இல்லத்தில் வளர்ந்து மலையாள பேக்கரியில் கூலி வேலை செய்து எஸ்.எஸ்.எல்.சி. படித்து க்ளீனர், மளிகை, மூட்டை தூக்கி, கொத்தவால் சாவடியில் காய்கறி தூக்கி, ரோடில் படுத்து போலீஸ் ரிமாண்டில் இருந்து பள்ளிக்கூட வாட்ச்மேன், ஆரம்பப் பள்ளி ஆசிரியர், பிரைவேட்டாக பட்டப்படிப்பு அதன்பின் பள்ளிநேரம் போக விளம்பர போர்டுகள் குடும்பக் கட்டுப்பாடு நாடகங்கள், எம்.ஜி.ஆர். பழைய பட விநியோகம் என்று மெல்ல மெல்ல முன்னேறி இப்போது செல்வச் சிறப்பாக முனைவர் பட்டம் பெற்ற இவர் அறுபது வயசிலும் என் தந்தை, யார், தாய் யார் என்கிற கேள்வி ஓர் ஏக்கப் பெருமூச்சாகவே எழுகிறது என்றார். அனாதைக் குழந்தைகளுக்கும், ஊனமுற்றோருக்கும் உதவுவதற்காக யார் வந்தாலும் அவர்கள் வீட்டுச் செருப்பைத் துடைத்து வைக்கக் காத்திருக்கிறேன் என்கிறார் டாக்டர் சோலையர்.

குழந்தைகளைத் தத்து எடுக்க நீங்கள் தீர்மானித்தால் குறைந்த பட்சம் கீழ்காணும் விஷயங்களைக் கவனிக்க வேண்டும். அங்கீகரிக்கப்பட்ட அனாதை இல்லங்களிலிருந்து தத்து எடுங்கள். தத்து எடுப்பதைப்பற்றிய சட்ட சம்பந்தமான பொறுப்புக்களைத் தெளிவாக அறிந்து கொள்ளுங்கள். காப்பு இல்லங்களில்

சொல்வார்கள் அல்லது ஒரு வக்கீல் சொல்வார். கூடியவரையில் கைக் குழந்தையாக இருக்கும்போதே எடுத்துக் கொள்வது நல்லது. பிறந்த பத்து முப்பது நாட்களுக்குள் எடுத்தால் மிக்க நலம். வயசு அதிகமான குழந்தைகளை எடுக்கும் போது அவர்களின் குணங்களையும் பிடிவாதங்களையும் பரிச்சயம் செய்து கொள்வது நல்லது.

தத்து எடுக்கும் குழந்தையை முழுவதும் மருத்துவப் பரிசோதனை செய்து எடுத்துக்கொள்ள வேண்டியது அவசியம். குறிப்பாக எய்ட்ஸ் பரிசோதனை செய்தே ஆக வேண்டும். சமூக நலன் அதிகாரிகள் உங்கள் வீட்டில் வந்து ரிப்போர்ட் கொடுக்க வேண்டி வரும். கணவன் மனைவியிடம் இதில் சம்மதமும் ஒற்றுமையும் இல்லையெனில் தத்து எடுத்துக்கொள்வதில் அர்த்தமில்லை. குறிப்பாக மனைவிக்குப் பங்கு அதிகம்.

குழந்தை பெரிதானபின் அதனிடம் அதன் ஆரம்பங்களைப் பற்றிச் சொல்வது பற்றிக் கருத்து வேறுபாடு இருக்கிறது. மேல்நாட்டில் பெரும்பாலானோர் சொல்லிவிடுகிறார்கள். அப்படிச் சொல்லியும் அவர்கள் மனநிலை பாதிக்காமல் அன்பு மாறாமல் இருப்பது தான் சாதுர்யம்.

அந்த விழாவில் இருந்த நூற்றுக்கணக்கான பெரிய மனிதர்களில் யாரும் குழந்தையை எடுத்துக்கொள்ள முன்வரவில்லை. பார்த்திபனின் உதவியாளர் ஒருவர் மட்டும் முன்வந்தார். 'எனக்கு மூன்று குழந்தைகள். ஒரு கால்ஷீட்டுக்கு எண்பது ரூபாய்தான் தருகிறார்கள். இருந்தாலும் மற்றொரு குழந்தையை எடுத்து வளர்க்கத் தீர்மானித்துவிட்டேன்' என்றார். பார்த்திபன் தன் மோதிரம் ஒன்றைக் கழற்றி அவருக்குப் போட்டார்.

நான் குழந்தை வளர்ப்பது எப்படி என்கிற புத்தகம் முதலில் வாங்கத் தீர்மானித்துவிட்டேன்.

ஜடெக் இந்துமதம்

49

வரதராசப் பெருமாளையும் பெருந்தேவித் தாயாரையும் தரிசித்துவிட்டு, விட்டத்தில் உள்ள தங்கப் பல்லியை எட்டணா கொடுத்துத் தொட்டு விட்டு பாவங்களைப் போக்கிக்கொண்டு காஞ்சி புரத்து விளிம்பில் உள்ள ஏகனாம்பட்டு கிராமத் துக்கு என் நண்பர் டாக்டர் ராதாகிருஷ்ணனைச் சந்திக்கச் சென்றிருந்தேன். பெரும்பாலும் நெசவாளிகள் நிறைந்த இந்த கிராமத்தைச் சேர்ந்த ராதாகிருஷ்ணன் கிண்டி பொறியியல் கல்லூரி யிலும் ஐஐடி கான்பூரிலும் கனடாவிலும் படித்து, கணிப்பொறி இயலில் டாக்டர் பட்டம் பெற்று கன்கார்டியா பல்கலைக்கழகத்தில் பேராசிரியராக இருக்கிறார்.

இந்த விந்தை மனிதர் வருஷம் தவறாமல் தன் கிராமத்துக்கு வந்து தான் படித்த அரசினர் மேல் நிலைப் பள்ளியின் மாணவர்களுக்குப் பாடம் எடுக் கிறார். அதிக மார்க்கு வாங்கிய மாணவர்களுக்குப் பரிசளிக்க அறக்கட்டளைகள் அமைக்கிறார். பிள்ளைகளைச் சொந்தமாக சம்பாதிக்க வைத்து குன்றக்குடி அடிகளார் நடத்தும் அறிவியல் பத்திரிகைக்குச் சந்தா சேர்க்க வைக்கிறார்.

நாயகன்பேட்டை அரசினர் மேல்நிலைப் பள்ளியின் தலைமை ஆசிரியர் திரு.சி.வி. சோமசுந்தரம்

அவர்கள் பள்ளியை பொறுப் பாக சிறப்பாக நடத்தி வருகிறார். சுமார் ஆயிரம் பிள்ளைகளும் பெண்களும் தரையில் சமர்த்தாக உட்கார்ந்துகொண்டு என் அறிவியல் சார்ந்த பேச்சைக் கேட்டுக் கொண்டிருந்தார்கள். டாக்டர் ராதாகிருஷ்ணனின் உதாரணத்தைச் சொல்லி அவரும் இதே பள்ளியில் படித்தவர்தான். அவர்போல் நீங்கள் வரமுடியும் என்றேன். கடைசியில் நீங்கள் கேட்கலாம் என்றபோது அந்த இளம் பிஞ்சுகள் கேட்ட உதாரணக் கேள்விகள்:

'மேகம் ஏங்க மேலேயே மிதக்குது. கீள விளமாட்டேங்குது?'

'ராத்திரில புளியமரத்தடியில் தூங்கக் கூடாதுங்கறாங்களே ஏன் சார்?'

சிறுமி கு.சுசிலாவின் இந்தக் கேள்விக்காகப் பரிசளித்தேன். 'இப்ப வந்து சார் டி.வி.ல பொம்மை தெரியுதே அது மனுசங்களா கம்ப்யூட்டரா?'

கணிப்பொறி வார்த்தைகள் பல அவர்களுக்குத் தெரிந்திருக் கிறது. (ப்ரிண்டர், கீ போர்டு, ஐசி மானிட்டர்)

இந்தியாவின் மிகப் பெரிய சோகம், பயன்படுத்தப்படாமல் விரய மாகும் நம் மக்களின் மூளை சக்திதான். இளம் பிரகாச மூளைகள்.

பள்ளிக்குச் சென்றபின் கிராமத்தில் பட்டுச்சேலை 'நெச்சுக்' கொண்டிருந்த ஓரிரு வீடுகளில் நுழைந்து பார்த்தேன். எந்தவித இயந்திர உதவியும் இல்லாமல் இழை இழையாக கையாலேயே நெய்யப்படும் அற்புதங்கள்.

கந்தசாமி என்பவர் ரேவதி என்கிற பத்து வயதுச் சிறுமியின் உதவியுடன் புட்டா கணக்கெல்லாம் ஒரு சின்னப் பேப்பரில் எழுதிக் கொண்டு திறமையான விரல்களும், காலும் ஒத்துழைத்து நெய்ய, மெல்ல மெல்ல ஓர் எதிர்கால மயிலாப்பூர் மாமிப் புடவையாகிறது. சிறுமி ரேவதி காதில் ப்ளாஸ்டிக் நகையம் பட்டனில்லா சட்டையில் சேஃப்ட்டி பின்னும் காலடியில் பள்ளிப் புத்தகமுமாக, சரிகை இழைகளைப் பட்டில் ஊடுருவு கிறாள்.

முன்காலத்தில் ராஜாக்கள் பெரிய பெரிய கோயில்கள் கட்டினார் கள். இந்தக் காலத்தில் ராஜாக்களுக்குப் பதில் என்.ஆர்.ஐக்கள் பெரிய அளவுக்குக் கோயில் கட்ட முடிகிறது. அண்மைக்

காலத்தில் கட்டப்பட்ட மிகப் பெரிய மந்திரம் அக்ஷரதாம். ஆமதாபாத் துக்கு அருகே காந்திநகரில் கட்டப்பட்ட சாமி நாராயணனின் கோயில். ஆறு வருஷம், ஆறாயிரம் மெட்ரிக் டன் சிவப்பு நிற தனிப்பட்ட மணற்கல், எண்பது லட்சம் மனித மணிகள், 108 அடி உயரம், 250 அடி நீளம், 131 அடி அகலம் உள்ள இந்தக் கோயில் 'கடவுளின் சாசுவத வாசஸ்தலமாக' கட்டப் பட்டிருக்கிறது. உள்ளே ஏழடி உயர தங்க சாமியாக சுவாமி நாராயணன், பதினெட் டாம் நூற்றாண்டில் வாழ்ந்த சுவாமி நாராயணன் நிறுவி இத்தனை பிரம்மாண்டமாக வளர்ந்த இந்த இயக்கத்துக்குப் பணக்கார குஜராத்திகள்தான் காரணம். இந்தக் கோயிலில் என்னைக் கவர்ந்தது, அதன் 'ஹைடெக்' சமாசாரம். மல்ட்டி மீடியா, ஆடியோ அனிமேட்ரானிக்ஸ், ரோபாட்டுகள் என்று நவீன கம்ப்யூட்டர் இயலும் கொஞ்சம் டிஸ்னிலாண்டும் ஹிந்து பிலாசபியும் கலந்த வினோதக் கலவையைப் பார்த்தால் தான் நம்ப முடியும். அத்தனை பிரம்மாண்டமான கோயில்.